मृत्यू

अंत नव्हे वाटचाल...
पारडूचं रहस्य

बेस्टसेलर पुस्तक 'विचार नियम'चे रचनाकार सरश्री यांची अन्य श्रेष्ठ पुस्तकं

आध्यात्मिक विकास साधण्यासाठी या पुस्तकांचा लाभ घ्यावा

- जीवनाची दोन टोकं - ध्यान आणि धन
- रामायण वनवास रहस्य
- संत ज्ञानेश्वर - समाधी रहस्य आणि जीवन चरित्र
- अंतर्मनाच्या शक्तीपलीकडील आत्मबळ
- सत् चित् आनंद - तुमचे 60 प्रश्न आणि 24 तास
- मृत्यू उपरांत जीवन - मृत्यू मोका की धोका
- क्षमेची जादू - क्षमेचं सामर्थ्य जाणा, सर्व दुःखांपासून मुक्त व्हा
- प्रेम नियम - प्लॅस्टिक प्रेमातून मुक्ती
- आध्यात्मिक उपनिषद - सत्याच्या साक्षीने जन्मलेल्या 24 कथा
- विज्ञान मनाचे - मनाचे बुद्ध कसे बनाल

स्वविकासासाठी या पुस्तकांचा लाभ घ्यावा

- विचार नियम - आपल्या यशाचे रहस्य
- विकास नियम - आत्मसंतुष्टीचं रहस्य
- परिवारासाठी विचार नियम - हॅपी फॅमिलीचे सात सूत्र
- इमोशन्स वर विजय - दुःखद भावना व्यक्त करण्याची कला
- स्वसंवाद एक जादू - आपला रिमोट कंट्रोल कसा प्राप्त करावा
- साहसी जीवन कसं जगाल - अशक्य कार्य शक्य कसं कराल
- समग्र लोकव्यवहार - मैत्री आणि नातं निभावण्याची कला
- सुखी जीवनाचे पासवर्ड - दुःख, अशांती आणि उद्विग्नतेच्या कैदेतून सुखाला करा मुक्त
- जीवनाची 5 महान रहस्य - प्रेम, आनंद, मौन, समृद्धी आणि परमेश्वर प्राप्तीचा मार्ग
- वर्तमान एक जादू - उज्ज्वल भविष्याची निर्मिती आणि प्रत्येक समस्येवरील उपाय

युवकांनी या पुस्तकांचा लाभ घ्यावा

- आजच्या युवा पिढीसाठी - विचार नियम फॉर युथ
- नींव नाइन्टी फॉर टीन्स् - बेस्ट कसे बनाल
- श्रीरामांकडून काय शिकाल - नवरामायण फॉर टीन्स्

या पुस्तकाद्वारे प्रत्येक समस्येचं समाधान प्राप्त करा

- स्वाथ्य प्राप्तीसाठी विचार नियम - मन:शक्तीद्वारे निरामय आरोग्य मिळवा
- स्वीकाराची जादू - त्वरित आनंद कसा प्राप्त करावा

या आध्यात्मिक कादंबऱ्यांद्वारे जीवनाचं गूढ रहस्य जाणा

- योग्य कर्मांद्वारे यशप्राप्ती - सन ऑफ बुद्धा
- शोध स्वतःचा - In Search of Peace
- पृथ्वी लक्ष्य - मृत्यूचं महासत्य
- दुःखात खुश राहण्याची कला - संवाद गीता

मृत्यू
अंत नव्हे वाटचाल...
पारटूचं रहस्य

मृत्यू , अंत नव्हे वाटचाल... पारटूचं रहस्य

© Tejgyan Global Foundation

All Rights Reserved 2011.
Tejgyan Global Foundation is a charitable organization having its headquarters in Pune, India.

सर्वाधिकार सुरक्षित

'वॉव पब्लिशिंग्ज्'द्वारे प्रकाशित हे पुस्तक अशा अटीवर विकण्यात येत आहे की प्रकाशकाच्या लेखी पूर्वअनुमतीविना ते व्यापाराच्या दृष्टीने अथवा अन्य प्रकारे उसने, भाड्याने अथवा विकत अन्य कोणत्याही प्रकारच्या बांधणीत अथवा अन्य मुखपृष्ठासह देता येणार नाही. तसेच अशाच प्रकारच्या अटी नंतरच्या ग्राहकावर बंधनकारक न करता आणि वर उल्लेखिलेल्या कॉपीराइटपुरत्या मर्यादित न ठेवता या पुस्तकाच्या कोणत्याही स्वरूपाच्या विनिमयास, तसेच कॉपीराइटधारक व वर उल्लेखिलेले प्रकाशक दोघांच्याही लेखी पूर्वअनुमतीविना इलेक्ट्रॉनिक, मेकॅनिकल, फोटोकॉपी, रेकॉर्डिंग इत्यादी प्रकारे या पुस्तकाचा कोणताही अंश पुनःप्रस्तुत करण्यास, जवळ बाळगण्यास अथवा सुधारित स्वरूपात प्रस्तुत करण्यास मनाई आहे.

ISBN : 9788184154450

प्रकाशक : वॉव पब्लिशिंग्ज् प्रा. लि., पुणे

प्रथम आवृत्ती : सप्टेंबर २०१६

पुनर्मुद्रण : जानेवारी २०१९

(सदर पुस्तकाची तेजज्ञान ग्लोबल फाउंडेशनद्वारे ३ आवृत्त्या प्रकाशित झाली आहे.)

'जीवन की नयी कहानी मृत्यु के बाद' या मूळ हिंदी पुस्तकाचा मराठी अनुवाद

Mrutyu Anta Navhe Vatchal... Partoocha Rahasya
By **Sirshree** Tejparkhi

समर्पित

हे पुस्तक समर्पित आहे जगातील अशा लोकांना, जे नास्तिक असूनही खुल्या दिलाचे व मुक्त आहेत. त्यांच्यात आकलनाची क्षमता असल्यामुळे श्रवण आणि पठणाद्वारे कोणत्याही क्षणी त्यांचं तेज-आस्तिकात परिवर्तन घडू शकतं...

अनुक्रमणिका

प्रस्तावना	तुमचा मृत्यू होऊच शकत नाही	९
पहिला आठवडा	भेटवार्ता आरंभ होण्यापूर्वी	१२
	अभिव्यक्त करा	
दुसरा आठवडा	एक कथा मृत्यूसंबंधी	२२
	आभामंडळ विज्ञान	
तिसरा आठवडा	सूक्ष्म शरीराची यात्रा	३५
	तथाकथित मृत्यू	
चौथा आठवडा	मृत्यूसंबंधी चार मूलभूत प्रश्न	४३
	पारटूत स्वागत	
पाचवा आठवडा	मरणोत्तर अनुभव	५७
	मृत्यूनिकटचा अनुभव	
सहावा आठवडा	एक शोध मरणोत्तर जीवनाचा	६७
	सूक्ष्म जगत	
सातवा आठवडा-१	मृत्यू संस्कार रहस्य	८१
	प्रार्थना कशी करावी	
सातवा आठवडा-२	अंतिम निर्णयाच्या दिवशी	९६
	पृथ्वीवर परतणे	
आठवा आठवडा	दुःख आणि आत्महत्या	१११
	जीवन-संजीवनी	
नववा आठवडा	मृत्यूचं चित्र	१२८
	मृत्यू तू नाहीस	
दहावा आठवडा	पूर्ण बुद्धत्व सृजन	१४२
	चेतनेचं सर्वोच्च ज्ञान	
	महाजीवनाची डायरी	१५७
	मृत्युसार	१६३
	परिशिष्ट	१६९

शब्दावली

पारटू	:	परलोक, सूक्ष्म जगत, ॲस्ट्रल प्लेन, दुसरं जग, सूक्ष्म शरीराचं जग.
पार्ट वन	:	पृथ्वी, हे जग.
सूक्ष्म शरीर	:	ॲस्ट्रल बॉडी, सटल बॉडी, मनमयी शरीर.
स्थूल शरीर	:	भौतिक शरीर, हाडा-मासाचं शरीर, फिजीकल बॉडी, बाह्य शरीर, अन्नमय शरीर.
एम.एन.एन.	:	महानिर्वाण निर्माण. iMmaculate eNlightenment iNvention, MNN, चेतनेच्या सर्वोच्च स्तरावरील निर्माण अभिव्यक्ती, पूर्ण बुद्धत्व सृजन.
प्राणमय कोश	:	प्राणमयी शरीर, इथरिक बॉडी, श्वास.
उपखंड	:	चेतनेचे वेगवेगळे स्तर, सेव्हन प्लेन, क्षेत्र.
सेल्फ	:	चेतना, ईश्वर, अल्लाह, सत्य, गॉड, तेज प्रकाश, स्वसाक्षी, निराकार, स्वानुभव.
ग्रे पिरीयड	:	स्थूल शरीराच्या मृत्यूनंतरचा आणि सूक्ष्म शरीराची यात्रा सुरू होण्यापूर्वीचा कालावधी, मध्यस्थ अवधि. हा अवधि शुभ्र आहे, तटस्थ, निःपक्षपाती आहे.

प्रस्तावना

तुमचा मृत्यू होऊच शकत नाही

जीवन सतत वेगानं धावत असतं

पण सामर्थ्य वाढवणं आपल्या हातात असतं

कुणाच्याही हातात त्याचं नियंत्रण नसतं

पण कसं जगावं, हे मात्र निश्चितच आपल्या हातात असतं.

पृथ्वीवर माणसाचं जगणं हे एखाद्या विद्यालयात प्रवेश घेऊन अध्ययन करण्यासारखंच नव्हे का?

हे जग म्हणजे एक विद्यालय. प्रत्येक जीव पृथ्वीवर येतो ते काहीतरी उद्दिष्ट घेऊनच. कोणी धैर्य शिकण्यासाठी येतो, तर कोणी तेजप्रेमाची अनुभूती मिळावी म्हणून. काही द्वेष-मत्सराचे परिणाम जाणून घेण्यासाठी येतात तर काही निर्भय होण्यासाठी. कोणाला अहंकारातून मुक्त व्हायचं असतं तर कोणाला साहस प्राप्त करायचं असतं. काही नानाविध धडे शिकण्यासाठी येतात तर इतरांना ते धडे शिकवता यावेत यासाठी काहींचं आगमन असतं.

प्रत्येक व्यक्तीसाठी येथे स्वतंत्र अभ्यासक्रम असतो आणि जीवन जगता-जगता यातील धडे तिने हसत खेळत आत्मसात करायचे असतात. परंतु नेमकं हेच विसरल्यामुळे माणूस निरर्थक गोष्टीत आपला वेळ दवडतो. जीवन म्हणजे केवळ मनोरंजन, पार्ट्या, पिकनिक नव्हे तर पुढच्या पिढीसाठी काय वारसा सोडायचा आहे, कितीजणांना तुम्ही मनापासून मदत करता, तुमच्या मृत्यूनंतर किती लोकांना दुःख होईल, यावर मनन करणं

आवश्यक आहे. कारण तुमच्या आयुष्यावर जर तुम्ही काही कृती केली नाही तर मग जीवनालाच तुम्हाला धडा शिकवण्याची संधी मिळते. पण तोपर्यंत माणसाचं अर्धं आयुष्य संपलेलं असतं. शेवटी पश्चात्तापाशिवाय त्याच्या हातात काहीच राहात नाही. जे आपण होऊ शकलो असतो पण आपल्याच बेपर्वाईमुळे झालो नाहीत, याची मात्र उगाचच खंत वाटत राहते. वास्तविक आपल्या जीवनाची शोकांतिका मृत्यू नसून आपल्यातील सुप्त गुणांना आपण वाव देत नाही, विकसित होण्यापूर्वीच त्यांना चिरडून टाकतो ही खरी समस्या आहे.

आपला जीवनप्रवास आनंदात व्यतीत होण्यासाठी प्रथम आपण कोण आहोत, पृथ्वीवर का आलो आहोत, याची जाणीव होणं आवश्यक आहे. येथे एका उदात्त हेतूसाठी आपण जन्माला आलो आहोत. एक विशिष्ट उद्दिष्ट त्यामागे दडलेलं आहे हे ज्ञान होणं गरजेचं आहे. पृथ्वीवरचं जीवन हे आपल्यासाठी एका लहानशा मेणबत्तीसारखं नाही तर भव्य मशालीसारखं आहे याचं भान आपण सतत ठेवायचं असून सजगतेची ज्योत सदैव आपल्या हृदयात तेवत ठेवायला हवी.

वास्तविक मृत्यू हा विषय नीरस, खिन्न करणारा मानला जातो. फार थोड्या लोकांची मृत्यूशी गाठभेट होते. ज्यांचं 'पृथ्वीलक्ष्य', पृथ्वीवर येण्याचा उद्देश पूर्ण होतो त्यांच्या मनात कुणाविषयीही सल राहात नाही, तक्रारींचं किल्मिष तर अजिबात उरत नाही. पण तरीसुद्धा मृत्यू हे आयुष्यातील वास्तव आहे याकडे आपलं लक्ष वेधलं जात नाही. मृत्यू राजाचाही होतो तसाच भिकाऱ्याचाही. रावाचा होतो तसाच रंकाचाही. मृत्यूचा घाला इतरांवर पडेल पण माझ्यावर नाही या भ्रमातच माणूस सदैव जगत असतो. प्रत्येकाला त्याचा सामना करावाच लागतो हे निर्विवाद सत्य तो स्वीकारत नाही. म्हणून सुहास्य वदनानं त्याचं स्वागत करणं, हसत हसत त्याला कवटाळण्यासाठी सज्ज राहणं हा त्यावरचा सर्वोत्तम उपाय होय.

मृत्यू हा माणसाच्या जीवनप्रवासाचा अंत नसून 'महाजीवनाकडे' नेणारं महाद्वार आहे. मृत्यूविषयीचं ज्ञान आपल्या वर्तमानाच्या जीवनाला सकारात्मक आणि सुंदर बनवतं. त्यातून मिळणारी समज जर आपल्या जीवनात परिवर्तन आणत असेल तर आपण हे ज्ञान योग्य प्रकारे अवगत केलं आहे असं समजायला हरकत नाही. अन्यथा ज्ञानाच्या नावाखाली अन्य काल्पनिक विचारांमध्ये भरकटून जाल. यासाठी मृत्यूचं भय न बाळगता या जीवनातच जागृत झालात तर आयुष्यात एक प्रसन्न पहाट आपली प्रतीक्षा करत असल्याचं जाणवेल.

वाचकांनी हे पुस्तक संपूर्ण वाचणं अनिवार्य आहे. पुस्तकाचा एखादा भाग वाचून कोणताही निष्कर्ष काढू नका. कृपया काही पूर्वग्रह, पूर्वधारणा, मान्यता घेऊन हे पुस्तक अजिबात वाचू नका. खुल्या अंतःकरणाने पहिल्यापासून ते शेवटपर्यंत हे पुस्तक वाचा. कारण मृत्यू आणि मरणोत्तर जीवन यासारख्या विषयाची अर्धवट माहिती असणं अत्यंत धोकादायक आहे. यासाठी जेव्हा सरश्री या विषयावर बोलायला प्रारंभ करतात, तेव्हा मध्येच कुणीही उठून जाऊ नये अशी सूचना आवर्जून केली जाते. हे पुस्तक सहज, सरळ भाषेमुळे आणि कथानकाच्या रूपात आल्यामुळे, त्यात असलेलं ज्ञान कमी लेखू नका. कारण असा गंभीर विषय आजवर आपण जटिल, दार्शनिक भाषेतच वाचत आला आहात. परंतु सर्वसामान्य वाचकांनाही यातील संदेश सहजतया ग्रहण करता यावा हा त्यामागील मुख्य उद्देश!

जीवनाचा मागोवा घेऊन अंतर्मुख करणारं, आपल्या विकासासाठी पुढचं पाऊल कसं उचलायचं, हे शिकवणारं बहुमूल्य ज्ञान या ग्रंथाद्वारे मिळेल.

धन्यवाद!

पहिला आठवडा

भेटवार्ता आरंभ होण्यापूर्वी

अभिव्यक्त करा

१:१

जीवन, सहा फूट दोन इंच उंचीचा, गोल चेहऱ्याचा, वजन साधारणतः दीडशे पौंड, पोटाची ठेवण गरगरीत त्यामुळे त्याची आर्थिक संपन्नता चेहऱ्यावरून झळकत असायची. एकूणच समोरच्यांवर त्याच्या व्यक्तिमत्त्वाची छाप पडायची. तीस वर्षांचा जीवन मेरीगोल्ड सॉफ्टवेअर कंपनीमध्ये सी.ई.ओ. या पदावर कार्यरत असल्यामुळे इतक्या लहान वयात त्याचं जीवनमान उच्च दर्जाचं होतं. तो राहात असलेली सोसायटी अत्याधुनिक होती. त्या सोसायटीत चार बेडरूमचं त्याचं रो हाउस होतं. पोर्चमध्ये पांढऱ्या रंगाची होंडा सी.आर.बी. मोठ्या दिमाखात पार्क केलेली असायची. मॅकिन्टॉश कॉम्प्युटर आणि सोबत ब्लॅकबेरी मोबाईल फोन तो सतत जवळ बाळगत असे. थोडक्यात पैशा-अडक्याने जे जे विकत घेता येईल ते सारं काही त्याच्याकडे होतं. परंतु एवढं सर्व असूनही त्याला सतत वाटायचं, जणू काही त्याच्याजवळ काहीच नाही! आतून तो अगदीच रिता आहे, अपूर्ण आहे...

सी.ई.ओ. पदावर आरूढ असूनही त्याच्या मनात एक असंतुष्टीची भावना व न सुटलेल्या असंख्य प्रश्नांची शृंखला निर्माण झाली होती. प्रत्येक प्रश्न त्याचं अस्तित्व डळमळीत करत होता.

जीवनने देश-विदेशाचा प्रवास केला होता. अनेक लोकांशी त्याच्या गाठीभेटी झाल्या होत्या. सततच्या विमानप्रवासामुळे त्याला ओळखणाऱ्यांची संख्यासुद्धा आता कमी नव्हती! एवढं असूनसुद्धा ज्याच्याशी मनातलं सारं काही बोलता येईल असा एकही जिवलग मित्र जीवनला नव्हता. सांसारिक दृष्टीने तो पूर्णपणे यशस्वी माणूस असला तरीही त्याचं अंतर्मन त्याला सारखं सांगत होतं, 'जीवन, हे वैभव व्यर्थ आहे... सर्व पोकळ आहे... नश्वर आहे... क्षणभंगुर आहे...' जीवनातील सफलता एका सीमेपर्यंतच मर्यादित होती. आजूबाजूला सर्व भौतिक सुखसोयी त्याच्या पायाशी लोळण घेत असल्या तरी त्याचे पाय मात्र जमिनीवरच होते. श्रीमंतीच्या मस्तीत तो आकाशात उडत नव्हता किंवा इतर श्रीमंत मुलांसारखी मौजमजाही करत नव्हता. याचं अधिकतर श्रेय तो आपल्या आध्यात्मिक सद्‌गुरूंना देत असे, ज्यांच्या सहवासात तो आजही आहे व ज्यांच्या सान्निध्याने त्याचं जीवन फुललं, बहरलं, फळाला आलं.

कित्येकदा त्याच्या डोक्यात उलट-सुलट विचारांचा गुंता निर्माण व्हायचा. त्यावेळी तो पुरता गोंधळून जायचा. अशावेळी नकळत त्याला काही तरी लिहायची ऊर्मी यायची. त्याच्यातला लेखक जागृत व्हायचा आणि मग असे विचार त्याच्या ऑफिसच्या कामामध्ये अडथळे आणायचे. आजही अगदी असंच झालं... त्याच्या अंतर्मनातला लेखक जागा झाला आणि तो त्याला अडवूही शकला नाही. त्याची बोटे वेगाने कॉम्प्युटरवर नृत्य करू लागली. कॉम्प्युटरने दाखवलेली वेळ रात्रीच्या आठ वाजण्याची होती. परंतु त्याला पर्वा होती कुठे? तो त्वरित वर्डप्रेस.कॉमवर आला. जेथे एक ओळ लिहिलेली होती. 'स्वतःला अभिव्यक्त करा' आणि डाव्या बाजूला लिहिलेलं होतं, 'आता सही करा.'

काही मिनिटातच जीवन टायपिंग करण्यात रममाण झाला. त्यात त्याने आपला सारा जीव ओतला. जणू काही ब्लॉगच त्याचं सर्वस्व असल्यासारखं... ज्याच्याबरोबर सुख-दुःखाची देवाण-घेवाण करता येईल असा त्याचा एकुलता एक जिवलग मित्र! मध्यरात्र झाली. सर्वत्र मिट्ट काळोख पसरलेला आणि तरीही जीवन त्याच्या ऑफिसमध्ये एकटाच बसलेला. सर्व क्युबिकल रिकामं झालं होतं. पण तो लिहिण्यात

इतका हरवून गेला होता, की लाईट लावायचंदेखील विसरला. सर्व खोलीभर एकच आवाज घुमत होता... 'की-बोर्ड'ची खट खट खट... लॅपटॉपच्या प्रकाशात त्याचा चेहराही प्रकाशित झाला होता. लिहिता लिहिता त्याचे डोळे थकले पण बोटं मात्र टायपिंग करत राहिली... जीवनने स्वतःबद्दल सर्वकाही ब्लॉगमध्ये लिहिलं. जणू त्याचं खरंखुरं स्वरूप त्यात प्रतिबिंबित झालं होतं.

माझं नाव जीवन. सर्वप्रथम मी एक माणूस, त्यानंतर एक संशोधक, मग एक शिष्य. सर्वांत शेवटी सी.ई.ओ आणि एक लेखक. कायद्याच्या पदवीपर्यंत माझं शिक्षण झालं असून व्यापारी कायदा आणि करप्रणालीसंबंधीची राष्ट्रीय प्रमाणपत्रं मला मिळाली आहेत. परंतु माझं खरं शिक्षण माझे आध्यात्मिक तेजगुरू सरश्रींच्या सान्निध्यातच झालं. आजदेखील निरंतरपणे मी त्यांच्याकडून प्रशिक्षण घेत आहे हे मी प्रामाणिकपणे सांगू इच्छितो आणि मला त्याचा सार्थ अभिमान आहे.

माझ्या घरातच मी एक मोबाईल ॲप्लिकेशन डेव्हलपमेंट कंपनी चालवतो आणि प्रत्येक आठवड्याच्या शेवटी स्वेच्छेने तेजज्ञान फाउंडेशनच्या (http://www.tejgyan.org) वेबसाईटवर पोहोचतो. ज्याची स्थापना सरश्रींद्वारे झाली असून उच्चतम विकसित समाज निर्माण करण्यासाठी तत्पर अशी ही एक प्रमुख संस्था आहे.

लेखन व अनुवाद कार्यावर माझं निरतिशय प्रेम आहे. आध्यात्मिक आणि आत्मविकासाच्या क्षेत्रात मी काही पुस्तकंही लिहिलेली आहेत, काही पुस्तकांचा अनुवादही केला आहे. सॉफ्टवेअर लॉच्या क्षेत्रात माझे कितीतरी लेख प्रकाशित झाले आहेत.

◆ इतकं सगळं काही असताना जीवनच्या बाबतीत काही चुकीचं चाललंय असं कुणाला वाटेल का? अजिबात नाही. बाहेरून तर सर्व काही ठाकठीक होतं. पण आतून मात्र प्रत्येक गोष्ट चुकीचीच ठरत होती. जीवनने तीन वर्षांचा कालावधी सरश्रींच्या सहवासात घालवला. तेथे खूप काही मिळवलं. परंतु तरीही अद्याप त्या अभिप्रेत स्थानापर्यंत पोहोचू शकला नव्हता. ते यशोशिखर त्यानं गाठलं नव्हतं. त्यामुळे त्याच्यात एक पोकळी निर्माण झाली होती. तो अगदी कोरा करकरीत आहे, पूर्वी जेथे होतो तेथेच

थांबला आहे असंच जणू त्याला भासायचं. त्याने एका आठवड्यापूर्वीच सरश्रींना हे सर्व लिहून कळवलं व त्यांना भेटण्याची इच्छा व्यक्त केली. जसजसं त्याने पहिला ब्लॉग लिहायला सुरुवात केली तसतसं त्याचं मन सरश्रीमय होऊ लागलं. त्याला सरश्रींनी सांगितलेल्या गोष्टी आठवू लागल्या. आता तो त्यांच्या भेटीसाठी उत्सुक होता. त्याने पुन्हा सरश्रींच्या भेटीची वेळ मागितली. त्याची उत्कंठा अगदी शिगेला पोहोचली होती. जेव्हा जेव्हा तो सरश्रींना भेटत असे, तेव्हा तेव्हा त्याला तो सतत आध्यात्मिक विकास करत आहे, पुढचा मार्ग आक्रमत आहे असंच वाटायचं.

सरश्री ज्या स्पष्टतेने, सहजतेने आणि तर्कसंगततेने आत्मसाक्षात्काराविषयी सांगतात ते खरोखरच अवर्णनीय, अभूतपूर्व असं आहे. जीवन आणि त्याच्यासारख्या असंख्य लोकांना सरश्रींच्या नेतृत्व, कर्तृत्व व वक्तृत्व या गुणांनी आकर्षित केलं होतं. सरश्रींबरोबर विविध चर्चासत्रात जीवनही सहभागी झाला. प्रत्यक्षात स्वानुभव कसा घेतला जावा, याविषयी सरश्री आपल्या शिष्यांना प्रश्नोत्तराच्या सत्रात कित्येकदा मार्गदर्शन करत असत. जीवनलाही आपला एक आवडता प्रश्न या चर्चासत्रात आठवला. जो त्याने तीन वर्षांपूर्वी विचारला होता. ''सरश्री, मी कोण आहे?''

त्यावर सरश्रींनी उत्तर दिलं होतं,''तू कोणीच नाही. परंतु तुझ्यात प्रत्येक अवस्था निर्माण होण्याची शक्यता जात्याच उपलब्ध असल्यामुळे 'सर्वकाही' होण्याची शक्यता आहे. उदाहरणार्थ, हिंदुत्व प्रत्येक गोष्टीच्या अस्तित्वाविषयी सांगतं. बुद्धिझम अस्तित्वहीनतेविषयी सांगतं. परंतु वास्तवात 'काहीही नाही' आणि 'सर्व काही' हे सहज स्वभावाचे अनुभव आहेत. ते अनुभव महाआसमानी शिबिरात प्रत्ययाला येतात.

जीवनने दुसरा प्रश्न सरश्रींच्या आत्मानुभवाविषयी विचारला होता. जो त्याला अतिशय महत्त्वपूर्ण वाटत होता. 'सरश्री, मला असं वाटतं, की माझ्यात खूपच अहंकार आहे. इतक्या प्रयोगानंतर, स्वतःला जाणल्यानंतरही माणसाचं मन पुष्ट का असतं?''

''महाआसमानी शिबिरात तू जे काही अनुभव घेतलेस त्याला आत्मानुभव असं म्हणतात आणि झेनमास्टर त्याला 'सटोरी' म्हणतात. परंतु माणसाचं मन पुनःपुन्हा परतून येतं आणि त्या अनुभवाविषयी दावा करतं, 'हा अनुभव मी घेतला' जेव्हा मन नसतं तेव्हाच आत्मानुभव होतो. परंतु हे त्याला माहीत नसतं. यासाठी निरंतर सत्यश्रवण करून तुझी समज वाढव. तुझी सत्ययात्रा सुरू झाली आहे व स्वानुभवाने त्याचा प्रारंभ झाला आहे. ही

'स्वानुभवाकडून स्वस्थिरतेकडे घेऊन जाणारी यात्रा आहे'. 'स्व'मध्ये स्थित झाल्यावर हे तुलनात्मक मन कायमचं विलीन होऊन जातं आणि 'स्व'मध्ये स्थित होऊन स्वसाक्षी बनतं.

"जीवन, काही दिवस तू या ध्यानप्रयोगाचा अभ्यास कर. तो या यात्रेत तुला साहाय्य करेल. जितक्या वेळा तू 'मी' या शब्दाचा उच्चार करशील तितक्या वेळा एक, दोन, तीन असं म्हण. अशाप्रकारे त्याला क्रमांक दे. असं केल्याने 'मी' शब्दाचा वापर करण्यापूर्वी तुझी सजगता वाढेल आणि 'मी' या शब्दाऐवजी कर्मणी प्रयोग कर. उदाहरणार्थ, 'माझ्याबरोबर असं झालं' या ऐवजी 'एकदा असं झालं होतं'. 'मी विचार केला' या ऐवजी 'आतून असा विचार आला'

"तुलनात्मक मन असं मन आहे जे प्रत्येक गोष्टीची तुलना करत असतं. प्रत्येक वस्तूला दोनमध्ये विभाजित करतं. जसं काळा-पांढरा, चांगलं-वाईट, सुख-दुःख. याप्रमाणे हे मन अगदी टी.व्ही.च्या कॉन्ट्रास्ट कंट्रोल स्विचप्रमाणे काम करतं. आपल्या अंतरंगात दडलेलं सत्य प्रकट होण्यासाठी हेच मन बाधा ठरतं.''

"सरश्री, यासाठीच आपण 'मी' या शब्दाचा वापर स्वतःसाठी करत नाही होय ना?'' जीवनने मोठ्या उत्सुकतेनं प्रश्न विचारला.

"सरश्रींना यामुळे काही फरक पडत नाही. स्थितप्रज्ञ झाल्यानंतर स्वानुभवात स्थापित झालेल्याला 'मी' या शब्दाची काहीच किंमत उरत नाही. अशा अनेक गोष्टी आहेत ज्या सरश्री इतरांना शिकवण्यासाठी उपयोगात आणतात. या ध्यानप्रयोगाचा उपयोग तोपर्यंत करत राहायचा आहे जोपर्यंत आपल्यासमोर हे स्पष्ट होत नाही, की वास्तविक 'मी' आणि भ्रमित करणारा अहंकारी 'मी'मध्ये काय अंतर आहे? आणि ते दोन्ही नेमके आहेत तरी काय?''

"सरश्री, मी नक्कीच याचा अभ्यास करेन. क्षमा करा. चूक झाली... माझ्याकडून याचा अभ्यास केला जाईल'' असं म्हणून जीवनने त्याची चूक सुधारत सरश्रींना वाकून नमस्कार केला आणि दर्शनकक्षातून तो बाहेर पडला.''

२:२

या एका ध्यानप्रयोगाने जीवनला अहंकाराच्या अनेक चेहऱ्यांची ओळख करून दिली. इतकंच नव्हे तर या एकांतानं खऱ्या अर्थानं त्याला साहाय्यच केलं. परंतु

थोड्या वेळातच त्याला आळस आणि एक प्रकारच्या मानसिक जडत्वाचा अनुभव आला. असा अनुभव आध्यात्मिक क्षेत्रात 'मी' विलीन झाल्यानंतरच्या आरामदायी अवस्थेत होतो. खरंतर जीवनला यातून मुक्त व्हायचं होतं. म्हणून त्याने पुन्हा सरश्रींची भेट घेण्याचा निश्चय केला आणि त्याला लगेच बोलावण्यातही आलं. बुधवारी दुपारी त्याचा सरश्रींबरोबर वार्तालाप झाला...

"जीवन, तू कसा आहेस? असं काय घडलंय ज्यामुळे तू येथे आलास? तुझ्यात निर्माण झालेल्या रिक्ततेने तुला इकडे खेचून आणलं आहे का?" सरश्रींनी अनपेक्षितपणे हसत विचारलं.

"होय सरश्री. आपल्या दर्शनामुळे मी अतिशय आनंदित झालो आहे आणि त्याचबरोबर आपला अत्यंत आभारीही आहे. या दरम्यान मी आध्यात्मिक आणि मानसिक रूपात पूर्णपणे विकसित झालो असून आता मी एक संतुलित जीवन जगत आहे. आपल्यात केवळ आत्मचेतना आणि परमेश्वरच आहे हे माझ्या लक्षात येऊ लागलं आहे. आपल्या दर्शनानं मन कसं तृप्त, संतुष्ट व आनंदी होतं. माणसाचं शरीर स्वानुभवासाठी केवळ एक माध्यम आहे हे माहीत असूनही मी माझ्यात शून्यतेचा अनुभव करत आहे. पण तरीही आपण जे काही शिकवत आहात, त्याचा अभ्यास करण्यासाठी आत्तातरी पुरेसा वेळ देण्याची आवश्यकता मला भासत नाही. मी आता माझ्या उद्योगधंद्यालाच प्राधान्य देणार आहे आणि त्यात अत्याधिक व्यस्तही आहे. त्याशिवाय आपण दररोज समाधीत जाण्याची कला शिकण्यासाठी कमीत कमी अकरा मिनिटं मौनामध्ये राहायला सांगत आहात. आपण देत असलेलं ज्ञान मला अतिशय आवडतं. परंतु यासाठी मी स्वतःला आत्ता तरी अजिबात पात्र समजत नाही. नव्हे, ती क्षमताच माझ्यात नाही. आपण जे काही सांगता त्यावर मनन करण्याबरोबरच मी ध्यानही करत असतो. आता माझं जीवन पूर्णपणे रूपांतरित झालं आहे. पण अद्याप माझ्यासाठी महत्त्वपूर्ण असलेल्या आध्यात्मिक विकासाला मी प्राधान्य देऊ इच्छित नाही. तेव्हा याबाबत मला काय करायला हवं?" जीवनने विचारलं.

"याविषयी फारसं काही करायचं नाही. केवळ समजून घ्यायचं आहे बस्स...", सरश्रींनी उत्तर दिलं.

"हेच तर आपल्या ज्ञानप्रणालीचं वैशिष्ट्य आहे. आपण नेहमी आम्हाला 'पहिली गोष्ट प्रथम (first thing first) करायला सांगून' त्यावर लक्षही केंद्रित करायला सांगता.

परंतु नेमकं हेच विसरल्यामुळे मी कर्ता बनून चर्चा सुरू केली आणि त्या दृष्टिकोनातूनच प्रश्न विचारू लागलो. सरश्री, आपण तर स्वानुभवात स्थापित आहात. तेव्हा कृपया मलादेखील तेथे स्थापित होण्यासाठीचं मार्गदर्शन द्या.''

''जीवन, तुला एक प्रश्न विचारायचा आहे. जर आजच, तुझा मृत्यू झाला तर सरश्री प्रसन्न होतील की उदास?''

''आपल्या या प्रश्नाने खरंतर मी पुरता गोंधळून गेलो आहे. मला काही सुचेनासं झालं आहे. माझं लक्ष अन्य दिशेत आकर्षित करण्याचा हा काही वेगळाच तर उपाय आपण शोधला नाही ना? मी तर आपल्याला अनेक प्रसंगात अकंप आणि तटस्थ राहिलेलं बघितलं आहे. त्यामुळे मला असं वाटत नाही, की आपण प्रसन्न किंवा उदास व्हाल. कारण आपण तर या दोहोंपलीकडे आहात, सर्व द्वंद्वापार आहात. आपण एक स्थितप्रज्ञ सद्‌गुरू आहात. परंतु माझ्या मूळ प्रश्नाशी या प्रश्नाचा काय संबंध आहे, हेच मला समजेनासं झालं आहे.''

''हे तुला नंतर समजेल. पण आत्ता तू केवळ यालाच वास्तव मानून जग आणि यावर मनन कर, याक्षणी तुझा मृत्यू झाला तर सरश्री खुश होतील की उदास?''

''सरश्री, मला वाटतंय कदाचित आपण उदासच व्हाल.'' काहीसं बिचकतच जीवन म्हणाला.

''पण का?''

''कारण या संस्थेत माझं महत्त्वाचं योगदान आहे. शिवाय आपण देत असलेलं ज्ञान, इंग्रजी भाषेत अनुवाद करण्यासाठी मी साहाय्य करून या ज्ञानप्रसारासाठी एखाद्या धर्मदूताप्रमाणे कार्य करतो. जर अचानक माझा मृत्यू झाला तर तेजज्ञान फाउंडेशन विश्वव्यापी बनवण्यासाठी हातात मशाल घेऊन कोण फिरेल? त्यामुळे फाउंडेशनची खूप मोठी हानी होईल आणि याच गोष्टीमुळे आपण उदास व्हाल.''

''जीवन, तुझा मृत्यू झाला तर निश्चितच सरश्री उदास होतील. पण ज्याचा उल्लेख केला त्यामुळे खचितच नाही. किंबहुना जर आत्ता तुझा मृत्यू झाला तर जेथे जाशील तेथे नरकाचीच निर्मिती करशील. वास्तविक यामुळे सरश्री उदास होतील.'' सरश्री हसत म्हणाले.

''मला याचा अर्थच उमगला नाही. आपण काय बोलताहात हेच समजत नाही.

सर्व काही येथेच आहे... आपल्या मनातच आहे... तेथे स्वर्ग, नरक या संकल्पना नाहीत असं आपण म्हणाला होता आणि आता सांगत आहात, की माझ्याकडून नरकाची निर्मिती होईल... तेव्हा आपल्या सांगण्याचं तात्पर्य, आज जर माझा मृत्यू झाला तर मी नरकात जाईन आणि त्यामुळे आपण उदास व्हाल हे तर नाही ना?''

''सर्वप्रथम या अनुषंगाने येणारी प्रश्नोत्तरे सुरू करण्यापूर्वी हे सांग, तू इतका उत्तेजित का झाला आहेस?''

''कारण मरणोत्तर जीवनानंतरही एक गोष्ट सतत उपलब्ध असते ज्याविषयी आपण संकेत करत आहात. पण या जीवनानंतर काहीच नसतं असं मला वाटतं. आपणदेखील वैज्ञानिक गोष्टींचं समर्थन करता आणि मलाही त्या आवडतात. चेतना सगळीकडे व्यापून राहिलेली असते हे आपण नुसतं शिकविलं नाही तर शरीराद्वारे त्या चेतनेची अनुभूतीही मला दिली. परंतु आता मृत्यूनंतर होणाऱ्या त्या गोष्टीविषयी...मी नरकाची निर्मिती करेन वगैरे... या सर्व गोष्टींमुळे मी संभ्रमात पडलो आहे आणि कदाचित त्यामुळेच मी उत्तेजितदेखील झालो आहे.''

''असंगत आणि तर्कातीत गोष्टी ऐकायला तुला आवडेल?'' सरश्रींनी मध्येच जीवनला थांबवत विचारलं.

''निश्चितच, मला आपल्याकडून अतार्किक गोष्टी ऐकायला आवडतील. कारण मनाच्या सात पायांविषयी आपण स्पष्टपणे सांगितलं आहे आणि त्यात पाचवा तर्क आहे. स्वानुभवाला चांगल्याप्रकारे समजण्यासाठी मी तर्क करणं आधीच सोडलं आहे. असं केलं नसतं तर स्वानुभवाची प्रत्यक्ष अनुभूतीही मला मिळाली नसती. आजवरच्या आपल्या ज्ञानाने माझं जीवन पूर्णतः रूपांतरित झालं आहे. त्यामुळे माझा बघण्याचा दृष्टिकोनच संपूर्णपणे बदलला आहे. अतार्किक गोष्टी ऐकायला मी नक्कीच तयार आहे.'' उत्सुकतेनं जीवन म्हणाला.

''जीवन, कदाचित तर्कालाच असंगत समजून तू सोडून दिलं असशील कारण माणसाच्या मनाचा तर्कपूर्ण साचा बांध घालतो. त्याचे तर्कपूर्ण विचारच त्या सूक्ष्मतम ईश्वरापर्यंत पोहोचण्यासाठी बाधा बनतात. नदीला सागराकडे जाण्यास मज्जाव करतात. त्यासाठी सर्वप्रथम काही अशा गोष्टी आहेत ज्या त्याच्या अधिकारक्षेत्रात येत नाहीत हे मनाला समजून घ्यावं लागेल. कमीत कमी अतार्किक ऐकण्यासाठी तरी त्याला आपले कान उघडे ठेवावे लागतील आणि त्यावर प्रयोग करून बघावे लागतील. अशाप्रकारे

ऐकणं म्हणजे काही अतार्किक गोष्टी तर्कपूर्ण पद्धतीने ऐकण्यासमान आहेत. जसजसा साधक प्रगतिपथावर वाटचाल करू लागतो, त्याच्या मनात गुरूविषयी, ईश्वराविषयी श्रद्धा व विश्वास वाढू लागतो, तसतसा अतार्किक गोष्टी ऐकण्यासाठी तो तयार होतो. त्यानंतर कोणत्याही गोष्टींचा त्याला त्रास वाटत नाही.''

''खरोखरच आपल्या सर्व गोष्टी मनाला भावणाऱ्या आहेत, मोहित करणाऱ्या आहेत. सर्वकाही स्वयंघटित आहे हेही आपण सांगितलंय. मात्र यासाठी माणसानं नियमितपणे सत्यश्रवण करायला हवं, सत्संगात जायला हवं. सत्याच्या उपस्थितीत स्वतःला उपस्थित ठेवायला हवं, हे आपण सांगितलेलं वाक्य अतिशय अप्रतिम आहे. आजही केवळ त्यामुळेच मी येथे आहे. कारण नियमितपणे सत्संगात येऊन आपलं प्रवचन ऐकत असल्यामुळे माझ्या मनाचं पूर्णतः रूपांतरण झालं आहे. निसर्गनियमानुसार माझ्यात दृढ विश्वास जागेल अथवा नाही हे मला माहीत नाही. परंतु आजमितीला मी करत असलेल्या सत्यश्रवणामुळे आणि पुस्तकाचं पठण केल्यामुळे अधिकाधिक विकसित झालो आहे एवढंच मला कळतंय. त्यामुळेच तर्कापलीकडे असणाऱ्या गोष्टी ऐकण्यासाठी मी अतिशय उत्सुक आहे. त्याचबरोबर आपण सांगत असलेले प्रयोग करण्याचीही माझी मनःपूर्वक इच्छा आहे.''

''जीवन, प्रथम यासाठी तुला स्वतःतील बुद्धीचा वापर करून तर्कातून मुक्त व्हावं लागेल. परंतु आत्ता एवढंही ठीक आहे. आध्यात्मिक यात्रेच्या शेवटी स्वानुभवात स्थापित होताना तर्कच सर्वांत मोठी बाधा ठरतो. त्यावेळी शंकाग्रस्त मन स्वानुभवावरदेखील संदेह घेतं. त्याचप्रमाणे ते अनुभवावरही शंका घेऊन अडथळे निर्माण करतं. अशाप्रकारे या चाचपडणाऱ्या मनाला माणसाने थाराच देऊ नये. परंतु या परिस्थितीत खुल्या मनानं श्रवण मात्र निश्चितच करायला हवं.''

''अवश्य सरश्री, मी अगदी असंच करेन.''

''अच्छा, तर आपण आता पुन्हा मूळ विषयावर येऊ. तू नरकात जाणार असंच सरश्रींना म्हणायचं होतं. हेच विचारायचं होतं का?''

''हो, आणि ही स्थिती माझ्यासाठी दुःखद असेल. परंतु स्वर्ग-नरकासारखंही काही असतं यावर खरंतर माझा अद्यापही विश्वास बसत नाही.''

''जीवन, आज जर तुझा मृत्यू झाला असता तर नरकाचीच निर्मिती केली असती.''

"मृत्यूनंतर मला खरंच कुठं जावं लागेल? माझा तर विश्वासच बसत नाहीये. मला तर इतकंच माहीत होतं, मृत्यू म्हणजे भयानक अंधार... मिट्ट काळोख... त्याच्यापलीकडे काहीही नाही... कोणतंही साम्राज्य नाही... आपण जन्माला येतो आणि आपला मृत्यू होतो बस्स... मग सगळं काही संपून जातं... काहीच शिल्लक राहात नाही... आणि आपणही 'कोणालाही पुनर्जन्म नसतो' असं सांगितलं होतं. वास्तविक हेच वाक्य मला आपण देत असलेलं ज्ञान समजण्यासाठी सहायक ठरलं आणि त्याचक्षणी मी आपल्याला गुरूंच्या रूपातही स्वीकारलं. कारण आपण अशा मोजक्या सद्‌गुरूंपैकी आहात ज्यांनी पुनर्जन्म नाकारला. पण आता तर आपणच सांगत आहात, मृत्यूनंतर मला अन्य ठिकाणी जावं लागेल. पण कुठे...? मी पुरता भांबावून गेलो आहे."

"लोक विश्वास ठेवतात तसा पुनर्जन्म नसतोच मुळी. परंतु या विषयावर आपण पुढे चर्चा करूया. पण मृत्यूनंतरही यात्रा चालू असते हे वास्तव आहे. मरणोत्तर जीवन, महाजीवनाचा दुसरा खंड (पार्ट टू) आहे. अशाप्रकारे जीवन क्रमाक्रमाने पुढं पुढं सरकतच असतं. दुसऱ्या खंडातील यात्रा चालू असताना परत पहिल्या खंडात यायचं नाही. सूक्ष्म जगाविषयीची ही समज, तुझ्या आध्यात्मिक विकासात, शोधयात्रेत मदत तर करेलच शिवाय सातत्यही आणेल. पुढच्या वेळी येताना या विषयावर आणखी अध्ययन करून ये."

"सरश्री, आजची भेट संपण्यापूर्वी मला हे प्रामाणिकपणे सांगायचं आहे, अद्यापही, 'या क्षणी जर माझा मृत्यू झाला तर मी नरकाचीच निर्मिती करेन आणि त्यामुळे आपल्याला दुःखच होईल...' हे कोडंच उलगडत नाहीये."

"जीवन, पुढच्यावेळी जेव्हा तू मला पुन्हा भेटशील तेव्हा हे रहस्य अधिक स्पष्ट होईल. पण पुन्हा भेट होईपर्यंत नचिकेताची गोष्ट मात्र अवश्य वाच."

"मी लहानपणी कॉमिक्समध्ये 'अमर-चित्र' या कथेत नचिकेताची गोष्ट वाचली होती. परंतु आपण सांगितलेली कथा मी अवश्य वाचेन. कृपया जाण्यापूर्वी मला आशीर्वाद द्या."

सरश्रींच्या वरदहस्ताने जीवनला स्वर्गीय आनंद प्राप्त झाला. त्याचं जीवन धन्य धन्य झालं. त्याच्या डोळ्यांतून भक्तीचे अश्रू ओघळू लागले. जणू हवेत तरंगत असल्यासारखा भास त्याला झाला होता...

दुसरा आठवडा

एक कथा मृत्यूसंबंधी

आभामंडळ विज्ञान

३:३

दर्शनकक्षातून बाहेर पडत असताना सरश्रींनी उच्चारलेलं मधुर वाक्य जीवनच्या मनात रुंजी घालत होतं. प्रत्येक प्रवचनाच्या शेवटी सरश्री नम्रतेने म्हणायचे, ''आपण जी सेवेची संधी दिलीत त्याबद्दल आपल्याला खूप धन्यवाद.'' किती अद्भुत संदेश होता हा!

या एका वाक्यावरून सरश्री किती विनयशील, नम्र आणि इतरांप्रती आदरभाव असलेले आहेत हेच दर्शवत होतं.

मनात असे विचार सुरू असतानाच जीवनने आपली कार ऑफिसकडे वळवली. परंतु रस्त्यात लोकांची गर्दी आणि सिग्नल यामुळे अतोनात अडथळे येत होते. संपूर्ण रस्ताभर जीवन एक वेगळ्याच मूडमध्ये होता. रस्त्यावरील गर्दी कमी होण्याचं काही चिन्ह दिसत नव्हतं. मुंगीच्या पावलाने गाड्या हळूहळू पुढे सरकत होत्या. वाहतूक पूर्ववत् होण्यासाठी जवळ जवळ एक तास लागणार होता. म्हणून शहरातल्या प्रमुख पुस्तक विक्री भांडार 'क्रॉसवर्ड'मध्ये जाण्याचा निर्णय त्याने घेतला. ज्यावेळी त्याने आपली गाडी पार्क केली त्यावेळी दुपारचे तीन वाजले होते. आतमध्ये प्रवेश करताच ए.सी.च्या थंड हवेनं त्याचं स्वागत केलं. आतील गारव्याने तो सुखावला. यापूर्वी कित्येकवेळा तो येथे येऊन गेल्यामुळे कोणती

पुस्तकं कुठे आहेत, हे तो चांगल्याप्रकारे जाणत होता. क्रॉसवर्डमध्ये बासरीचा कर्णमधुर स्वर त्या जागेची प्रसन्नता वाढवत होता. अतिशय आरामदायक असलेल्या जागेत जीवन 'नचिकेता' नावाचं पुस्तक शोधू लागला. साधारणपणे पाऊण तास शोधल्यानंतरही पुस्तक न सापडल्यामुळे तो तेथून लगबगीनं बाहेर पडला आणि आपली गाडी घेऊन ऑफिसचा रस्ता धरला. परंतु पोटातील भूक काही केल्या त्याला स्वस्थ बसू देत नव्हती. म्हणून रस्त्यात मॅकडोनाल्डमधून व्हेज पिझ्झाचं पार्सल घेऊन तो आपल्या ऑफिसमध्ये पोहोचला.

जीवनवर प्रत्येक क्षणी कामाचंच भूत स्वार असायचं. वास्तविक त्यामुळे सरश्रींद्वारे प्रवचनात सांगितलेल्या 'काही न करण्याचं कार्य यशस्वीपणे करणं' अशासारख्या गोष्टींचा अभ्यास तो करू शकत नव्हता. ऑफिसमधली एक एक मीटिंग संपवून, काही अर्जंट मेल पाठवून जीवनने आपल्या घड्याळात बघितलं, 'अरेच्च्या, संध्याकाळचे सात वाजले आहेत. म्हणजे मला वेळेचंही भान नव्हतं तर'. तो अतिशय थकला होता. तरीदेखील नचिकेताविषयीची उत्सुकता त्याला गप्प बसू देत नव्हती. आपला शीण घालवण्यासाठी त्याने शरीर थोडं ताणलं आणि एक मोठा श्वास घेऊन तो काही क्षण शांत राहिला. मग गरम गरम फेसाळलेल्या कॉफीची मजा घेत इंटरनेटवर नचिकेता-संबंधी माहिती मिळवण्यासाठी बसला. गुगल शब्द टाईप करत असताना लाल, निळ्या, हिरव्या रंगांनी गुगल या शब्दाबरोबरच कॉम्प्युटर सुरू झाला.

जीवनने कॉम्प्युटरवर नचिकेता हा शब्द टाईप केला आणि क्षणार्धात त्याच्यासमोर मोकळ्या पानावर छोट्या शब्दात लिहिलेलं दिसलं.

परिणाम१-१० नचिकेतासंबंधी ७४,१०० (०.१५ सेकंद)

त्यातील काही शब्द वाचताच जीवनच्या चेहऱ्यावर हास्य उमटलं. त्यानं जे वाचलं, त्यामुळे तो अतिशय आश्चर्यचकित झाला. कारण सरश्रींनी सांगितलेली कथा वाचण्याची त्याने दृढ प्रतिज्ञा केली होती. आता त्याला विश्वास वाटला, येस, निश्चितच मी पुन्हा सरश्रींना भेटू शकतो...

◆ ''जीवन!...'' सरश्रींनी अतिशय प्रेमाने हाक मारली. जणू सरश्रींच्या शब्दातून मधच टपकत होता.

''पुन्हा एकदा मला आपलं दर्शन मिळालं हे माझं परम सौभाग्यच आहे. मागील भेटीत आपण मला नचिकेताची गोष्ट वाचून यायला सांगितलं होतं. ती मी वाचली आहे.'' जीवन म्हणाला.

''ठीक आहे. त्या कथेविषयी काही सांग.''

''आपली आज्ञाच आहे तेव्हा ती गोष्ट सांगण्याचा प्रयत्न करतो. ती कथा इंटरनेटच्या स्रोतातून एकत्रित करून मी त्याचं संकलन केलं आहे...

''एकदा महर्षी अरुण यांनी विश्वजीत यज्ञाचं आयोजन केलं. त्यावेळच्या प्रथेनुसार यज्ञ करणाऱ्याला आपली काही संपत्ती उदाहरणार्थ, स्वतःचं घर, धन, जमीन-जुमला, गाय आणि घोडे इत्यादींचं दान करावं लागत असे. काही वर्षांनंतर महर्षी अरुणचे पुत्र उद्दालक ऋषींनी आपल्या पिताजींच्या पावलावर पाऊल ठेवून आपली संपत्ती आणि पशूंचं दान करत सगळे अनुष्ठान पूर्ण केले. उद्दालक ऋषींचा एक अतिशय तेजस्वी पुत्र होता ज्याचं नाव होतं नचिकेत.''

''अगदी बरोबर. जीवन, तू चांगलाच होमवर्क केला आहेस.''

''प्राचीन काळात बलिदान किंवा त्याग करण्याचा खरा उद्देश केवळ घर, धन, संपत्ती आणि पशूंचं दान एवढंच नव्हतं, तर महत्त्वपूर्ण उद्दिष्ट होतं अहंकाराचा त्याग करणं. वास्तविक अहंकारातून मुक्त होणं हाच सर्व कर्मकांडांमागे असलेला महत्त्वपूर्ण उद्देश होता. परंतु उद्दालक ऋषी हे समजू शकले नाहीत. आता तू त्या तेजस्वी, पूर्ण विकसित आणि निष्ठावान बालक नचिकेताविषयी जे काही वाचलं, ऐकलं आहेस ते सगळं सविस्तर सांग. आजच्या युगात तर अशा मुलांना अद्‌भुत किंवा चमत्कारिक समजलं जाईल. होय ना... ही कथा पुढे सांगत राहा.'' खुश होत सरश्री म्हणाले.

''यज्ञ करत असताना त्याच्या वडिलांद्वारे दानात दिलेल्या अधिकतर गायी वृद्ध आणि निर्बल असल्याचं नचिकेतानं पाहिलं. कमजोरीमुळे त्या योग्यप्रकारे खाऊ-पिऊ शकत नव्हत्या, शिवाय भाकड होत्या ते वेगळंच. नचिकेताने विचार केला, अशा गायी ज्यांच्याकडे जातील त्यांना काहीच फायदा होणार नाही. उलट त्यांच्यावर भारच बनतील. त्याला वाटलं, असं दान त्याच्या वडिलांना पापाचा भागीदार बनवेल आणि पुढील यात्रेत त्यांच्यासाठी हानिकारक ठरू शकेल. हे सर्व पिताजींना सांगायलाच हवं असाही क्षणभर त्याने विचार केला. तो वडिलांकडे गेला आणि दानात दिलेल्या त्या वृद्ध आणि निर्बल गायींविषयी सावधान केलं. परंतु त्याचे वडील यज्ञकर्मात इतके व्यस्त होते, की

त्यांनी नचिकेताच्या गोष्टीकडे दुर्लक्ष केलं. इतर कोणताही मार्ग दृष्टिपथात येत नसल्यामुळे त्याने आपल्या आईच्या कानावरदेखील ही गोष्ट घातली.

"त्यानंतर तो वडिलांना म्हणाला, 'बाबा, या भाकड गायी दानात देऊन कोणतंही पुण्य मिळणार नाही, उलट पापच लागेल.' परंतु तरीही त्यांनी त्याच्या बोलण्याकडे लक्ष दिलं नाही. तेव्हा नचिकेत मनाशीच म्हणाला, दुसरं काहीच देण्यासारखं यांच्याकडे उरलेलं नसावं म्हणून कदाचित पिताजी हे निरर्थक दान देत असावेत. खरंतर मीही त्यांच्या सर्वस्वाचाच एक भाग आहे. त्यामुळे त्यांचं पाप कमी करण्यासाठी ते मलाही दान देऊ शकतात. कमीत कमी मला दान दिल्यामुळे त्यांच्या पापाचा भार काही अंशी तरी कमी होईल. कारण मी ज्यांच्याकडे दान म्हणून दिला जाईन त्याची भरपूर सेवा करून त्यांना संतुष्ट ठेवीन. असा विचार करून नचिकेत वारंवार आपल्या पित्याला सांगू लागला, 'बाबा, माझे दान अजून झाले नाही. ते कोणाला आणि कधी करणार आहात?' त्या प्रश्नाकडेही पिताजींनी लक्ष दिलं नाही. तरीही हताश न होता नचिकेता पुनःपुन्हा तोच प्रश्न विचारत राहिला. तेव्हा मात्र उद्दालक ऋषी संतापून रागारागाने म्हणाले, 'थांब तुझं दान मी यमराजालाच करून टाकतो. मी तुला मृत्यूकडेच सोपवतो.' रागाच्या भरात उद्दालक ऋषी काय बोलून गेले, याचं त्यांना भान नव्हतं. परंतु पिताजींचं बोलणं सत्य मानून यमराजाच्या घरी जाण्याचा संकल्प मात्र नचिकेतनं केला.

"कित्येकदा आई-वडील संतापाच्या भरात 'जा मर, जन्मतःच तू मरून गेला असतास तर बरं झालं असतं' यासारखे शब्द मुलांना बोलून बसतात पण त्या शब्दाचा प्रहार त्या बालसुलभ मनावर किती खोलवर होतो याचा ते विचारच करत नाहीत" सरश्री समजावत म्हणाले.

"क्रोधाविषयी खूपच चित्ताकर्षक अंतर्दृष्टी आहे." जीवन म्हणाला.

"ज्या लोकांनी कथा लिहिल्या आणि त्या उपनिषद वा अन्य ग्रंथांमध्ये समाविष्ट केल्या ते अतिशय प्रज्ञावान लोक होते. त्यांनी आरंभापासूनच उत्तम पालकत्व आणि सुंदर जीवनशैली स्वीकारण्याचा संदेश दिला होता. जेणेकरून लोकांनी ते वाचून प्रेरणा घ्यावी, त्यापासून काही बोध घ्यावा. परंतु दुःख या गोष्टीचं आहे, की लोक त्यांना केवळ कथा म्हणूनच ऐकत राहिले. त्यातील संकेत त्यांनी कधी पकडलाच नाही. तू तरी हे योग्य प्रकारे समजून घे. कारण यापुढे सर्वाधिक महत्त्वपूर्ण भाग येणार आहे." सरश्री म्हणाले.

मानेनेच होकार देत जीवन पुढची कथा सांगू लागला...

"नचिकेताने पिताजींचे शब्द शिरोधार्य मानले आणि त्यांच्या आज्ञेचं पालन करण्यासाठी यमराजाच्या निवासस्थानाचा रस्ता धरला. वाटेत त्याच्या मनात विचारमंथन सुरू झालं. जगात पुत्र व शिष्य तीन प्रकारचे असतात- एक, पिता वा गुरू यांची इच्छा जाणून घेऊन त्यांनी न सांगताही त्यानुसार काम करणारे... दुसरे त्यांचा आदेश मिळाल्यावर लगेच कृती करणारे आणि तिसरे त्यांची निःसंदिग्ध आज्ञा मिळाल्यावरही काही कृती न करणारे. हे तीन प्रकारचे शिष्य उच्च, मध्यम व कनिष्ठ अशा श्रेणीत विभागले जातात. मी जरी उच्च श्रेणीत नसलो तरी मध्यम श्रेणीत नक्कीच आहे. कनिष्ठ श्रेणीत कधीच नाही. कारण मी नेहमी पित्याच्या आज्ञेचे पालन करीत आलो आहे. 'तुला मी यमराजाला दान करीत आहे' असं म्हणण्यामागे निश्चितच यमराजाचं एखादं कार्य माझ्याद्वारे पूर्ण व्हावं अशी त्यांची इच्छा असेल.

"असा उलटसुलट विचार करीत नचिकेत निर्भयतेने यमराजाच्या दाराशी जाऊन पोहोचला. द्वारपालांनी त्याला अडवलं. यमराज बाहेर गेलेले आहेत असं सांगितलं. नचिकेतही अन्नपाणी ग्रहण न करताच तीन दिवस यमराजाची प्रतीक्षा करत बाहेर बसून राहिला.''

"जीवन, आता या घटनाक्रमाद्वारे घडणाऱ्या गोष्टींवर जरा विचार करून बघ. माणूस जेव्हा मृत्यूपासून दूर पळू पाहतो तेव्हा मृत्यूचं भय त्याला सावलीसारखं भेडसावत राहातं. परंतु जेव्हा तो निर्भय होऊन मृत्यूचा शोध घेतो तेव्हा मृत्यूच त्याच्यापासून चार हात दूर जातो. परंतु तू तुझी कथा सांगणं चालू ठेव.'' सरश्री म्हणाले.

"नचिकेत यमसदनी गेला खरा पण पाहतो तर काय, यमराजच तेथे उपस्थित नव्हते! नचिकेत यमराजांची वाट पाहात तसाच बसून राहिला. तीन दिवसांनंतर यमराज घरी परतले आणि एक बालक त्यांची वाट पाहात आहे हे पाहून आश्चर्यचकित झाले. त्यांनी नचिकेताला भोजनासाठी आमंत्रित केलं आणि त्याला येथे येण्याचं कारण विचारलं. त्याचबरोबर त्याचा दृढ निश्चय पाहून यमराज अतिशय प्रसन्न झाले. ते नचिकेतला म्हणाले, 'नचिकेत, प्रथम तू भोजन करून संतुष्ट हो. तीन दिवस तुला माझ्या दाराशी उपाशीतापाशी तिष्ठत राहावं लागलं. त्याबद्दल मी तुला तीन वर देतो. हवं ते माग. मी तुझ्या इच्छा पूर्ण करीन.' यमराजाचं मधुर बोलणं आणि नम्रतेचं वागणं पाहून नचिकेत संतुष्ट झाला आणि त्याने तीन वर मागण्याचा निर्णय घेतला.

"पहिला वर, जेव्हा मी येथून पिताजींकडे परत जाईन तेव्हा त्यांनी न रागवता शांत चित्ताने, प्रसन्न मनाने, आत्मियतेने माझ्याशी वागावं. त्यांच्या उर्वरित आयुष्यात माझ्यामुळे

कोणतीही काळजी राहू नये. त्यांना नेहमी शांत झोप लागावी. त्यावर यमराज 'तथास्तु' म्हणाले. माझ्या प्रेरणेने तुझे वडील तुला बघून प्रसन्न होतील. पहिल्या वराद्वारे नचिकेताने आपल्या जन्मदात्यासाठी सुखशांतीची मागणी केली तर दुसऱ्या वरामध्ये सर्वांसाठी सुखाची मंगल कामना केली.

''हे यमराजा, मी अशा स्थानाविषयी ऐकलं आहे जेथे सदा सर्वदा सुखच सुख असतं. शाश्वत आनंद असतो. जेथे तहान भूकही लागत नाही. वार्धक्य नाही, मृत्यू नाही. ज्याला स्वर्ग समजलं जातं अशा स्वर्गाची प्राप्ती घडावी म्हणून यज्ञ केला जातो, अग्निविद्या वापरली जाते. त्या अग्नीचं रहस्य आपण मला सांगावं.'

''यमराजाने त्वरित यज्ञकुंडाची रचना, त्यासाठी वापरण्यात येणाऱ्या विटा, मंत्र वगैरे माहिती सविस्तर सांगितली.''

''परंतु सरश्री, नचिकेताने तिसरा वर कोणत्या गोष्टीसाठी मागितला हे मला कळलं नाही. मी ते लिहून माझ्याजवळ ठेवलं आहे. हवं तर वाचून आपल्याला ऐकवू शकतो. वास्तविक त्याचा अर्थच मला कळला नाही. म्हणून माझ्या स्मरणातही नाही.''

''खरंतर तिसऱ्या वरदानाविषयीच सरश्रींना सांगायचं आहे. तू जे लिहून आणलं आहेस प्रथम ते वाच.'' सरश्री म्हणाले.

''काही विद्वानांच्या मतानुसार जेव्हा एखाद्या व्यक्तीचा मृत्यू होतो तेव्हा सारं काही संपुष्टात येतं. मागे काहीही उरत नाही. झाडे-झुडपे, पशु-पक्षीही एके दिवशी निर्जीव होतात, मरून जातात, कुजून पृथ्वीवरच्या मातीत मिसळून जातात. अगदी याचप्रमाणे माणसाचेही मृत्यूनंतर काहीच अवशेष शिल्लक राहात नाहीत. या उलट दुसरे काही विद्वान म्हणतात, 'माणसाचं केवळ शरीर नाश पावतं. पण त्यात असणारा आत्मा अमरच असतो. आत्मा कधीही मरत नाही. आत्मा जेव्हा शरीरातून बाहेर पडतो तेव्हाच खऱ्या अर्थानं शरीराला मृत्यू येतो. हा आत्मा शरीरापासून अलग होतो आणि आपल्या कर्मानुसार स्वर्गात किंवा नरकात जातो आणि पुन्हा जन्म घेतो. पूर्वकर्म संचितानुसार तो देह धारण करतो. पूर्वजन्मातील कर्मांचे फळ भोगतो आणि पुन्हा नवी कर्मं करतो. जोवर आत्मा परमात्म्याशी एकरूप होत नाही, तोवर तो जन्म घेत असतो आणि जन्म-मरणाच्या चक्रात अडकलेला असतो.''

''सरश्री, या वक्तव्यांमधील कोणतं वक्तव्य सत्य आहे हे मला आता संपूर्ण सखोलतेनं जाणायचं आहे.'' जीवन विनवणीच्या स्वरात म्हणाला.

''नचिकेताच्या ज्या काही कथा प्रसिद्ध आहेत त्यापैकी अधिकतर गोष्टींमध्ये त्याच्याद्वारे विचारल्या गेलेल्या तिसऱ्या वरदानाचं मर्मच लुप्त आहे. नचिकेताला मृत्यूचं सत्य जाणायचं होतं. एवढंच नव्हे तर त्याला केवळ शब्दात नाही तर अनुभवाच्या स्तरावर सर्व काही जाणून घ्यायचं होतं. जे ज्ञान अनुभवलं जाऊ शकतं, वास्तविक तेच खरं ज्ञान असतं आणि खऱ्या ज्ञानाद्वारेच जीवनात योग्य निर्णय घेतले जाऊ शकतात. त्यानंतरच माणूस बेशर्त प्रेमाने ओथंबलेलं जीवन जगू शकतो.

''कथेत पुढं सांगितलं आहे, नचिकेतच्या तिसऱ्या वरामुळे यमराज आश्चर्यचकित झाले. या बालकासंबंधी त्यांनी लावलेले अनुमान चुकीचे सिद्ध होत होते हे त्यांना जाणवलं. त्याच्यात असलेली योग्यता, क्षमता जाणण्यात ते कमी पडले होते. यमराजांनी विचार केला, असे प्रश्न विचारणारा माणूस विरळाच. मी मी म्हणणारे लोकही हा प्रश्न समजून घेऊ शकले नाहीत. प्रत्येक माणूस आरशाचा उपयोग करत असतो. परंतु त्यातील किती लोक असे असतात जे आरशात स्वतःला पाहून विचारतात, 'हे शरीर म्हणजे मी आहे का? आणि जर हे शरीर मी नाही तर मग मी नक्की कोण?' अशाप्रकारे खूप थोड्या लोकांना मृत्यूविषयी जाणण्याची गहिरी तृष्णा, जिज्ञासा असते. अधिकतर लोक 'मृत्यू' या शब्दानेच इतके भयभीत असतात, की त्याविषयी काही ऐकणंही त्यांना आवडत नाही. जीवन, तू जे लिहून आणलं होतंस त्यापैकी अद्याप काही गोष्टींचा खुलासा करायचा राहिला आहे का?''

''होय सरश्री. यमराजाने नचिकेताला अन्य वर मागण्याचा सल्ला दिला. हा विषय अत्यंत गहन आहे असं सांगून त्याला घाबरवण्याचाही प्रयत्न केला. बाळा, हा हट्ट सोड, अजून तू लहान आहेस. मी तुला दीर्घायुष्य देतो. हत्ती, घोडे, गोधन देतो. हवं तर राज्यपद देतो, हवी तेवढी जमीन तू मागून घे. पृथ्वीचं सारं वैभव तुला देतो. पण ही जिद्द सोड. हा प्रश्न अतिशय गूढ असल्यामुळे महान विद्वान आणि देवताही हे रहस्य जाणण्यास असमर्थ ठरले. यासाठी तू दुसरा वर मागणे इष्ट ठरेल अशी विनवणी केली.

''तरीही नचिकेत आपल्या मूळ प्रश्नावर ठाम राहिला. त्याची जराही चलबिचल झाली नाही. त्याची जिज्ञासा किती तीव्र आहे हे जाणून घेण्यासाठी त्याला वेगवेगळी प्रलोभने दाखवली. परंतु नचिकेत कुठल्याही प्रलोभनांना बळी न पडता यमराजाच्या परीक्षेत पूर्ण उतरला आणि यमराजांना म्हणाला, 'मी दुसरा वर मागूच शकत नाही. कारण आपण अलौकिक सिद्ध पुरुष आहात, महाज्ञानी आहात, महात्मा आहात. आपल्याला मृत्यूविषयी सर्वकाही ज्ञात आहे. मृत्यूविषयी जाणून घेण्यासाठी तुमच्याशिवाय

श्रेष्ठ पुरुष मी कोठून शोधू? कृपया माझ्या प्रश्नाचं उत्तर द्या.'

''नचिकेताचं हे गोड बोलणं यमराजाच्या कानात संगीताप्रमाणे गुंजत होतं. त्याच्या ठामपूर्वक बोलण्याने ते भारावून गेले होते. तो तसूभरही आपल्या जागेवरून हलत नव्हता. नचिकेताच्या दृढ संकल्पाने आणि अढळतेने यमराज अतिशय प्रसन्न झाले. ते म्हणाले, 'नचिकेता, तू ज्ञानी आहेस. माझ्या कसोटीला पूर्णपणे उतरला आहेस आणि आता तर मी तुला वर दिलेला असल्यामुळे तुझ्या या प्रश्नाचं उत्तर देणंही मला क्रमप्राप्त आहे...

'' प्रत्येक वृक्षवल्ली, पशु-पक्षी, मानव या सर्वांमध्ये आत्मतत्त्व, चैतन्य असतं. ईश्वराचा अंश असलेला हा आत्मा मानवी शरीराद्वारे प्रकट होतो. परमात्मा अव्यक्त असला तरी तो आरंभापासून अस्तित्वात आहे, सर्वांमध्ये विद्यमान आहे आणि सर्वांच्या नंतरही राहणार आहे. अव्यक्त म्हणजे परब्रह्म. ते ब्रह्माच्याही पलीकडचं आहे. ब्रह्मा, विष्णू, महेश या तीन देवांची निर्मिती केली आहे ती परब्रह्माने. ब्रह्मा निर्जीव पदार्थांमध्ये चेतना निर्माण करतो, विष्णू त्याचे पालन-पोषण करतो व महेश त्याचा नाश करतो. हे त्रिमूर्तींच्या नावाने परिचित आहेत. तसेच या जगाचे उत्तरदायित्वही त्यांच्याकडे आहे. अव्यक्त व अप्रकट परमात्मा या तिन्हींचा मूळ स्रोत आहे. त्याचा कोणीही निर्माता नाही. अशाप्रकारे आत्म्याविषयीचं ज्ञान प्राप्त करून घेतल्यानंतर माणसाला मृत्यूचं भयच वाटत नाही.

''काळाच्या ओघात माणसाचं शरीर नष्ट होतं. पण आत्मा कधीही मरत नाही. तो अमर असतो. व्यक्त जेव्हा अव्यक्त झालं त्यावेळी हा संसार नव्हता. अव्यक्ताच्या मायेमुळे ज्यावेळी तो शरीराशी जोडला गेला त्यावेळी व्यक्तीचा जन्म झाला. अहंकारामुळे व्यक्तीमध्ये मृत्यूचं भय रुजत गेलं. केवळ मृत्यूच्या कल्पनेनेसुद्धा माणूस भयभीत होतो. वास्तविक अहंकार म्हणजे एखाद्या वस्तूपासून वेगळं असण्याचा अनुभव किंवा एक पृथक्‌सत्ता असण्याचा अनुभव. ज्यावेळी ज्ञानरूपी अग्नी व्यक्तीच्या अहंकाराला भस्मसात करतो त्यावेळी ती भयमुक्त होऊन अभिव्यक्ती करू लागते. मानव जसे कर्म करतो त्याप्रमाणेच त्याचे फळही भोगतो आणि भावी काळातील वाटचालीत एक तर उन्नती तरी करतो किंवा अधोगतीला तरी जातो. म्हणजेच कर्मानुसार तो सुख-दुःखाच्या चक्रात, द्विधावस्थेत गुंतून राहतो.

''तू दोन प्रकारे आपलं जीवन व्यतीत करू शकतोस. पहिला मार्ग आहे, स्वार्थी मार्ग आणि दुसरा आहे निःस्वार्थी मार्ग. इतरांची चिंता न करता तू केवळ आपल्या कुटुंबासाठी आवश्यकतेपेक्षा अधिक धनदौलतीचा संचय करण्यात मग्न राहशील तर स्वार्थी बनशील. तू जर चांगली कर्मं करत असशील, इतरांच्या कल्याणासाठी झटत

राहशील, कुणाची हानी करत नसशील, सदैव आपल्या गुरूंची सेवा करत, त्यांच्या आज्ञेचं पालन करत, निरंतर ज्ञानाचा शोध घेत ईश्वराची पूजा करशील, सकारात्मक गुण ग्रहण करशील अथवा नेहमी नकारात्मकतेपासून दूर राहशील, सतत सत्संगाचा शोध घेऊन तेथे सात्त्विक लोकांच्या सान्निध्यात राहशील, ईश्वराचे भजन, पूजन करत, सदाचरण, विद्वानांच्या सहवासात राहात असशील तर निश्चितच तू निःस्वार्थ मार्गावर वाटचाल करशील असा याचा अर्थ होतो.

"याप्रकारे प्रपंचात राहूनही तू आपल्या कर्तव्याचे पालन करत, आपल्या आत्मकल्याणासाठी उत्तम गुण आणि उत्तम कर्म यांचा अवलंब करशील.

"अशाप्रकारे मृत्यूचे स्वामी यमराजांनी मृत्यूचं रहस्य प्रकट केलं. नचिकेतानंही त्याक्षणी आपल्या अंतरंगात 'त्या अव्यक्ताचा अनुभव घेतला' आणि तो मृत्यूच्या भयातून मुक्त झाला. त्याला प्रथमच जीवनाचं रहस्य उमगलं. पृथ्वीवर मानवी शरीरात एक अपूर्व तयारी चालू आहे हे त्याच्या लक्षात आलं. अशाप्रकारे यमराजांकडून संपूर्ण ज्ञान प्राप्त झाल्यामुळे त्याला पूर्ण समाधान मिळालं. अत्यंत ज्ञानवंत, निर्भय आणि निर्विकार होऊन नचिकेत आपल्या पिताजींकडे परतला. संपूर्ण विश्वासाठी नचिकेत जसा निमित्त ठरला, तसंच इतर लोकांनीही मृत्यूचं रहस्य जाणून निर्भय होऊन जीवन जगावं, हा त्याचा दिव्य संदेश सर्वांनाच प्रेरणादायक ठरावा असा होता."

नचिकेताची ही कथा, वास्तविक जीवनचीच कहाणी बनत चालली होती...

४:४

"सरश्री, मला नेमकं हेच आपल्याला सांगायचं होतं जे मी आत्ता वाचलं." काही वेळ शांत बसल्यानंतर जीवन हळुवार स्वरात म्हणाला. त्याच्या शब्दातली उत्सुकता ओसंडून वाहात होती.

"जीवन, या कहाणीद्वारे तुला नक्की काय समजलंय हे तू प्रथम सांग."

"नचिकेताचं धैर्य, आत्मसाक्षात्कार आणि मृत्यूसंबंधीचं सत्य जाणण्याची त्याची तीव्र आकांक्षा यामुळे मी अतिशय प्रभावित झालो आहे. या कहाणीत स्वानुभवाविषयी अगदी सहजतेने मी समजू शकलो. कारण महाआसमानी शिबिरात व्यक्त आणि अव्यक्त यामध्ये असलेल्या अंतराळाचा अनुभव आपण करून दिला आहे. हा भाग तर माझ्या लक्षात आला. परंतु मृत्यूसंबंधी काही गोष्टी खूपच गूढ आहेत. आत्मा कधी मरत नाही... तो सदैव अमर असतो... सरश्री, या वाक्याचा नेमका अर्थ काय?"

"ही गोष्ट आपण पुढे समजून घेणार आहोत. आता या कहाणीच्या काही महत्त्वपूर्ण पैलूंवर पुन्हा एकदा चर्चा करूया. प्रत्येक बोधकथा जीवन आणि मृत्यूचा खेळ समजण्यासाठी एक संकेत आहे. शिवाय त्यामुळे माणसाला प्रेम व आनंदाने जीवन जगण्याचा मार्गही गवसतो.

"मृत्यूबद्दल जर जाणून घ्यायचं असेल तर मृत्यूसारखा शिक्षक अन्य कोठेही सापडणार नाही. जो बाहेरून तर कठीण आहे परंतु आतून मात्र अतिशय मृदू व सुंदर. मृत्यूबद्दल शिकण्यासाठी, मृत्यूसारखा सर्वश्रेष्ठ शिक्षक दुसरा कोणी नाही.

"लहान मुलं अगदी निरागस आणि निर्मळ असतात. कपट कारस्थानापासून ती सदैव दूर असतात. म्हणूनच मुलं सर्वांच्या हितासाठी मृत्यूच्या डोळ्याला डोळा भिडवून निर्भीडपणे प्रश्न विचारू शकतात.

"आई-वडील आपल्या मुलांना नीट ओळखू शकत नाहीत. रागाच्या भरात ते काहीबाही बोलून जातात. पण त्या शब्दांचा प्रभाव मुलांवर खोलवर पडतो, जो घातक असतो. प्रत्येक माणूस दररोज आरशात बघत असतो. परंतु खूपच थोडे लोक आरशात स्वतःची प्रतिमा पाहून हा विचार करतात, 'खरोखरच हे शरीर म्हणजे मी आहे का?'... आणि जर हे शरीर मी नाही तर मग 'मी कोण?' या जगात मृत्यूचे वास्तव जाणून घेण्याची इच्छा असणारे लोक दुर्मिळच!

‘‘अव्यक्त जेव्हा व्यक्त होतं तेव्हाच या जगाची निर्मिती होते. अव्यक्त शरीराशी जोडला जाताच व्यक्ती बनते. व्यक्तीमधील अहंकार मृत्यूचं भय निर्माण करतो आणि मृत्यूचं ज्ञान माणसाला निर्भय बनवतं.

‘‘पृथ्वीवर मानवी देहात एक अपूर्व तयारी चालू आहे. मृत्यूनंतरही जीवन असतं, हे सत्य जाणून घेणारी व्यक्ती आपल्या आयुष्याचा एकही क्षण वाया जाऊ नये म्हणून सतत प्रयत्नशील असते. प्रत्येक घटनेतून योग्य तो बोध घेऊन आपलं धैर्य वाढवते.’’

‘‘आपली शेवटची गोष्ट सोडून इतर सर्व गोष्टी योग्य वाटत आहेत. परंतु ‘मृत्यूनंतरही जीवन’... हे सर्व कसं शक्य आहे?’’ जीवननं संभ्रमित होऊन विचारलं.

‘‘ही अतिशय साधारण बाब आहे. तू ऊर्जा-उपचाराचा अभ्यास करतो का? ऊर्जा-शरीराविषयी तुला काय माहिती आहे?’’ सरश्रींनी विचारलं.

‘‘प्रत्यक्षात याचं अस्तित्व आहेच. प्रत्येक माणसाच्या सभोवताली एक आभामंडळ असतं आणि ही ऊर्जा म्हणजेच आपलं शरीर.’’

‘‘जीवन, प्रत्येक मनुष्याला चार प्रकारची शरीरं लाभलेली आहेत. परंतु ही चारही शरीरं एकच भासतात. समजा एखाद्या व्यक्तीने प्रथम बनियन अंगात घातला, त्यावर शर्ट चढवला व नंतर स्वेटर आणि कोट घातला तर पाहणाऱ्याला मात्र बनियन, शर्ट, स्वेटर आणि कोट एकच दिसतात. वेगवेगळे दिसत नाहीत. बाहेरून फक्त कोटच दिसतो. पण ही चारही कपडे घालणारी व्यक्ती या कपड्यांपेक्षा वेगळीच आहे. कपड्यांमध्ये लपलेली असल्यामुळे ती दिसत नाही एवढंच. त्याचप्रमाणे बनियन, शर्ट, स्वेटर व कोट यांना आपली चार शरीरं समज. हे चार कपडे एकावर एक परिधान केलेले आहेत. परंतु ही चार शरीरं मात्र एकमेकात सामावलेली असतात. ती चार शरीरं याप्रमाणे समजून घेऊया.

१. अन्नमय शरीर - या बाह्य शरीराची तुलना कोटाबरोबर केली जाऊ शकते.

२. प्राणमय शरीर - याची तुलना स्वेटरबरोबर केली जाऊ शकते.

३. मनमय शरीर - याची तुलना शर्टाबरोबर केली जाऊ शकते.

४. कारण शरीर - हे सर्वांत आतलं शरीर असून याची तुलना बनियनबरोबर केली जाऊ शकते.

‘‘भौतिक म्हणजेच अन्नमय आणि प्राणमय शरीराचा संबंध स्थूल शरीराबरोबर

जोडलेला असून मनमयी आणि कारण शरीराचा संबंध सूक्ष्म शरीराशी असतो.

''एखाद्या व्यक्तीचा मृत्यू होतो तेव्हा तिची वरची दोन आवरणे दूर होतात. म्हणजे स्थूल शरीर नाहीसं होतं, कोट आणि स्वेटर दूर होतात. परंतु बनियन आणि शर्ट घालणारा मात्र जिवंतच असतो. त्याचा अद्याप मृत्यू झालेला नसतो. कोट म्हणजे आपलं अन्नमय शरीर जे अन्नाने बनतं. हे शरीर आपल्याला बाहेरून दिसतं आणि यालाच वेदना, त्रास, व्याधी आणि अन्य दुःखदायक घटना जाणवत असतात. या सर्वांपासून बचाव होण्यासाठी आपण खूप काही गोष्टी करत असतो. परंतु गाढ झोपेत या सर्व व्यथा-वेदना गायब होतात त्यावेळी त्या कुठे जातात? याचाच अर्थ गाढ झोपेत जे घडतं, त्याचा अनुभव मृत्यूशी जवळजवळ मिळताजुळता आहे?

''मृत्यू, या शब्दात आपण ज्याचा उल्लेख करतो तो वास्तविक आपल्या दोन बाह्य शरीरांचा मृत्यू असतो. जणू काही माणूस आपल्या शरीरावरचा कोट आणि स्वेटर काढून ठेवतो. कोट म्हणजे आपलं अन्नमय शरीर, स्वेटर आहे प्राणमय शरीर, ज्याची रचना प्राण किंवा जीवन-ऊर्जा म्हणजेच श्वासाने होते.

''एखाद्या तारेतून विद्युतप्रवाह सोडला तर त्या तारेभोवती एक चुंबकीय क्षेत्र तयार होतं. चुंबकीय क्षेत्रातील तरंग दिसू शकतील असा चष्मा जर उपलब्ध असता तर निश्चितच ते तरंग तुम्ही बघू शकला असता. जिवंत व्यक्तीभोवतीही असे तरंग विद्यमान असतात. त्यालाच मनुष्याचं आभामंडळ असं म्हणतात.

''सध्या वैज्ञानिकांनी अशी काही उपकरणे शोधून काढली आहेत, ज्याच्या साहाय्याने माणसाच्या भोवती असलेले आभामंडळ आपण पाहू शकतो. हे आभामंडळ काही विशिष्ट रंगांमुळे निर्माण होतं आणि माणसाचा मृत्यू होताच, ते लुप्त होतं. हे आभामंडळ काही विशिष्ट रंगांनी निर्मित असतं. शिवाय प्रत्येक व्यक्तीच्या शरीराभोवती ते असतं पण दिसत नाही. ज्याप्रमाणे तारेतून विद्युतप्रवाह गेला तर चुंबकीय शक्ती तयार होते, त्याचप्रमाणे व्यक्तीभोवती असणाऱ्या या तेजोवलयामुळे व्यक्तीच्या व्यक्तिमत्त्वाची (personality) जाणीव होते. जेवढं व्यक्तिमत्त्व प्रखर तेवढं तेजोवलयही तेजस्वी असतं. भयभीत व्यक्तीचं आभामंडळ निस्तेज दिसतं आणि स्थूल शरीराच्या मृत्यूनंतर तर हे आभामंडळ पूर्णपणे नाहीसं होतं.''

''सरश्री, जेव्हा आपण या प्रवाहाविषयी अखंडपणे बोलत होता तेव्हा खरोखरच आपल्या महानतेचा अनुभव येत होता. सत्याचा सुगंध जाणवत होता. आपल्या शब्दाशब्दात गूढता जाणवत होती. परंतु आमच्यासारख्या अज्ञानी लोकांना हे ज्ञान

लगेच ग्रहण करणं अगदीच अशक्य आहे.'' जीवन मध्येच हताश होत म्हणाला.

''जीवन, त्या सर्व गोष्टींवर पुन्हा एकदा चर्चा करूया. ज्याला आपण मृत्यू समजतो तो तर केवळ स्थूल शरीराचा, बाह्य शरीराचा मृत्यू असतो आणि हा माणसाचा तथाकथित मृत्यू असतो. आतील दोन शरीरं व त्याच्या पलीकडे जे वास्तविक शाश्वत सत्य आहे ते तर अद्यापही जिवंतच असतं.

''हे आणखी एका उदाहरणाने समजूया. अशी कल्पना कर, तू ज्या स्कूटरवर बसलेला आहेस, त्या स्कूटरचे हँडल कारच्या स्टेअरींग व्हीलसारखे गोल आहे आणि स्कूटरभोवती मोटरकारची बॉडी लावली आहे. याचाच अर्थ कारसारखी बॉडी असणाऱ्या स्कूटरवर तू बसला आहेस. खरंतर तू स्कूटरच चालवत आहेस. परंतु बाहेरून बघणाऱ्याला मात्र तू कार चालवत आहेस असंच वाटेल. येथे 'तू' म्हणजे, 'वास्तविक मी' आहे.

''माणसाचा तथाकथित मृत्यू होतो तेव्हा हा कारचा बाह्य सांगाडा दूर होतो. मात्र तो आतील स्कूटर चालवतच असतो. कारची बॉडी दूर झाल्याने अधिक सुविधाही वाटत असते. कारण आता पार्किंगसाठी जागा शोधण्याचा प्रश्नच उरत नाही. लोकांचा त्रास नाही, की गर्दीतून फिरण्याचा व्याप नाही. त्यामुळे थोडं हायसंही वाटतं. कारपेक्षा गर्दीत स्कूटर पार्क करणं केव्हाही सोपं वाटतं. कारला जागा जास्त लागते. पण आता मात्र सगळं काही सहज, सरळ होतं. खरंतर कारची बॉडी लावल्यावरही माणूस स्कूटरच चालवत होता. परंतु बाहेरून बघताना मात्र कार चालवत आहे असंच भासत होतं. वास्तविक कारची बॉडी दूर केल्यावरही तो स्कूटरच चालवत असतो. मग येथे मृत्यू कुणाचा झाला? काय फरक पडला? काररूपी शरीर नाहीसं झाल्यामुळे काय फरक पडला? याच अविश्वसनीय घटनेचं रहस्य आपल्याला जाणायचं आहे आणि वास्तवात हेच ज्ञान मृत्यूची कला शिकवून जातं.

''जीवन, आज एवढंच बस्स... आता तू यावरच मनन करत राहा. यानंतर आपण पुन्हा भेटूच...'' असं म्हणून जीवनला जाण्याचा संकेत सरश्रींनी दिला.

तिसरा आठवडा

सूक्ष्म शरीराची यात्रा,

तथाकथित मृत्यू

५:५

बुधवारची रम्य सकाळ... जीवन आपल्या ऑफिसमध्ये बसून चित्र काढण्यात मग्न होता. थोड्या थोड्या वेळाने तो कागदाचे लहान लहान गोल चेंडू बनवून कोपऱ्यात ठेवलेल्या डस्टबीनमध्ये फेकत होता. या खेळाला त्याने 'ट्रॅशकॅट बॉल' हे नाव दिलं होतं. कित्येकदा तर तो कागदाचा चेंडू नेम चुकल्याने कचरापेटीच्या बाहेरच पडत होता आणि आजतर कचरापेटी अगदी भरभरून वाहात होती. जीवनच्या मनाचीही अवस्था काहीशी अशीच होती. आपल्या टेबलावर ठेवलेल्या कोऱ्या कागदांकडे पाहताना त्याची डोळ्याची पापणीही लवत नव्हती. तो विचार करू लागला, 'छे, कुणी प्रेरणा देणारं नसेल तर लेखनच काय, चित्र काढणंही अशक्य होतं...' खरंतर सरश्रींनी रूपकाद्वारे मृत्यसंबंधी सांगितलेल्या 'मृत्यू'चं हुबेहूब चित्र जीवनला रेखाटायचं होतं. तो चित्रकलेत कुशल नव्हता. परंतु रेखाचित्र मात्र सहजतेने काढू शकत होता. सरश्रींचे संदेश आणि ते देत असलेलं ज्ञान तो सहजतेने विश्वासमोर प्रस्तुत करू शकत होता. ही विशेषता जीवनमध्ये नक्कीच होती. शिवाय या कार्यात तो अतिशय निपुणही होता. चित्र काढणं हा तर त्याचा नवीन प्रयत्न होता.

शेवटी दोन तास खूप संघर्ष केल्यानंतर कसंबसं दोन रूपकांचं चित्रीकरण त्याच्याकडून पूर्ण झालं. आपल्या या छोट्याशा विजयावर त्याला मनातल्या मनात हसायलाही आलं. ती दोन्ही चित्रं काळजीपूर्वक त्याने आपल्या लॅपटॉपच्या बॅगेत ठेवली. तोवर दुपारचे बारा वाजून गेले होते. आज सरश्रींना भेटायची अत्याधिक उत्सुकता मनात दाटली असल्यामुळे तो अतिशय उत्साही होता. लवकरात लवकर ती मृत्यूची चित्रं सरश्रींना दाखवायची उत्कंठा त्याला गप्प बसू देत नव्हती. तो लगबगीने दर्शनकक्षात पोहोचला...

◆ ‘‘जीवन, आलास! गेला आठवडाभर तुझं काय मनन झालं?’’ सरश्रींनी विचारलं.

‘‘सरश्री, आपण जे सांगितलं ते अधिक चांगल्या पद्धतीनं समजावं यासाठी मी काही चित्रं बनवली आहेत. ती योग्य आहेत की नाही हे सांगा.’’

‘‘हो, ही चित्रं अगदी योग्य आहेत. सरश्रींनी जी उदाहरणं सांगितली होती त्याचं हे उत्तम प्रस्तुतीकरण आहे. यात केवळ एक छोटासा बदल करण्याची आवश्यकता आहे. दुसऱ्या चित्रात तू कार आणि स्कूटरची जी उपमा स्पष्ट केली आहे तेथे, पार्ट टू (PART TWO) ऐवजी पारटू (PARTOO) कर.’’

मानवी शरीराची चार आवरणं

कोट : अन्नमयी शरीर
स्वेटर : प्राणमयी शरीर
शर्ट : सूक्ष्म शरीर
बनियन : कारण शरीर

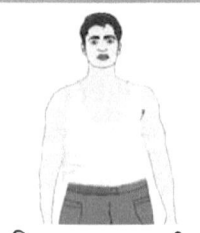

आपण एका स्कूटरवर बसला आहात. स्कूटरचे हँडल कारच्या स्टिअरिंग सारखेच गोलाकार आहे. स्कूटरवरून आपण चालला आहात.

स्कूटर - सूक्ष्म शरीर
कार - स्थूल शरीर
आपण - सेल्फ (चैतन्य, स्वसाक्षी)

चित्र १

चित्र २

आपण स्कूटरवर बसला आहात. स्कूटरच्या चारही बाजूंना कारची बॉडी बसवली आहे. म्हणजे कारचे शरीर धारण केलेली ती स्कूटर झाली. तुम्ही ती स्कूटरच चालवता आहात पण बाहेरून मात्र आपण कारने चाललोय असं लोकांना दिसतं.

माणसाचं निधन होतं तेव्हा कारचा बाह्य सांगाडा- बॉडी बाजूला होते. त्यानंतर तो स्कूटर चालवत राहतो. कारचा सांगाडा लावण्याच्या आधीही आपण स्कूटरच चालवत होतो; पण आपण कार चालवत असल्याचा बाहेरून भास तेवढा होत होता.

चित्र ३

" सरश्री, पार्ट टू ऐवजी पारटू का?"

"पारटू हा एक नवा शब्द आहे आणि जेव्हा एखादा नवीन शब्द प्रस्तुत केला जातो तेव्हा माणसाचं मन क्षणभर थांबतं, थोडा विचार करू लागतं. मग सामान्य शब्दाप्रमाणे त्याची अवहेलना करता येत नाही. तू 'पारटू' या शब्दाला पार्ट वनसारखा समजू नकोस. कारण पार्ट टू हा शब्द पार्ट वनचा पुढचा भाग आहे. पारटू, पार्ट वनपेक्षा पूर्णतः भिन्न आहे. मृत्यूपूर्वीच्या (पार्ट वन) जीवनापेक्षा, मरणोत्तर (पार्ट टू) जीवन खूप

मोठं असतं. या कारणामुळेच सरश्रींना पारटू म्हणणं अधिक आवडतं. याचा सामान्य अर्थ आहे सूक्ष्म संसार.'' सरश्री समजावत म्हणाले.

''सरश्री, शब्दांबरोबर खेळण्यात आपण खरोखरच वाकबगार आहात. मला आजही आठवतं, knowledge (ज्ञान), experience (अनुभव) हे एकत्रित प्रकट करण्यासाठी knowlerience हा नवा शब्द आपण प्रचलित केला. आपण पार्ट टू ला पारटू म्हणणं योग्य का समजता, हे आता माझ्या लक्षात आलं. खरोखरच हा शब्द म्हणजे आपण जगाला दिलेली एक अनोखी भेट आहे. परंतु आजवर मी हे ज्ञान ग्रहण करू शकलो नाही. अन्नमयी, मनमयी, प्राणमयी, विज्ञानमयी आणि आनंदमयी या पाच शरीरांविषयी मी वाचलं होतं आणि आपण तर केवळ चार शरीरांविषयीच बोलत आहात. स्थूल आणि सूक्ष्म शरीरांविषयी आपण सांगितलं. तेव्हा स्थूल आणि सूक्ष्म अशी दोनच शरीरं असतात की चार? आणि पाचवं शरीर आनंदमयी म्हणजे ब्लिसबॉडीविषयी आपलं काय मत आहे?''

''जीवन, वास्तवात पाच शरीरं असतात. परंतु वरील चार शरीरं पाचव्याबरोबर जोडली गेलेली आहेत असं म्हणणं अधिक रास्त ठरेल. ही चार शरीरं मिळून स्थूल आणि सूक्ष्म अशी दोन प्रकारची शरीरं बनतात, ज्यांचा संबंध पाचव्याशी आहे. याचा उद्देश केवळ पाचवं-आनंदमयी शरीर प्राप्त करणं एवढाच आहे.''

''सरश्री, मला काहीच कळलं नाहीये.'' काहीशा विमनस्कतेनं जीवन म्हणाला.

''ही चार शरीरं एकमेकांवर असतात आणि पाचवा ती धारण करतो. अन्नमय आणि प्राणमय शरीरामुळे स्थूल शरीर बनतं, तर मनमय आणि विज्ञानमयी शरीरामुळे सूक्ष्म शरीर बनतं. कोटाची उपमा दिलेल्या उदाहरणामध्ये पाचव्याने ही चार वस्त्रं धारण केलेली असतात आणि तो म्हणजे स्वसाक्षी, परमचैतन्य, खरा मी, ईश्वर आहे. कारच्या उपमेत जो स्कूटर चालवत आहे तू ते अस्तित्व आहेस. परंतु हे पाचवं शरीर नाही. किंबहुना या अस्तित्वाची ही चार शरीरं आहेत. यांना तीन शरीरंही म्हणता येणार नाही तर या अस्तित्वाला स्थूल आणि सूक्ष्म शरीर असंच म्हणायला हवं.''

''सरश्री, हे अस्तित्व म्हणजे नेमकं काय?''

''स्वसाक्षी, चेतना, परमात्मा. या पाचव्यापर्यंत पोहोचणं हाच मनुष्यजीवनाचा उद्देश आहे. ही बाब आपण एका कहाणीद्वारे समजून घेऊया...

''पाच दारुडे होते. एका पार्टीत भरपूर दारू पिऊन ते मजेत नाचत होते. शेवटची

बाटली उरली तेव्हा त्यांनी ती टेबलावर ठेवली. 'या बाटलीतील मद्याचे आपण पाच भाग करू आणि सकाळी उठताच आपापला भाग पिऊन टाकू' असं त्यांनी ठरवलं. सकाळी उठून चौघं बघतात तर काय! टेबलावरची बाटली रिकामी! बाटलीतील दारू कोणी संपवली म्हणून ते एकमेकांना विचारू लागले. पाचवा दारूडा तर अद्याप उठलेलाच नव्हता. कदाचित त्यानेच शेवटची बाटली संपवली असावी म्हणूनच तो अद्याप दारूच्या धुंदीत झोपलेला आहे असा तर्क त्यांनी केला. त्या चौघांनी त्याला गदागदा हलवून उठवलं आणि विचारलं, 'ही बाटली तू संपवलीस का?' त्याने उत्तर दिलं, 'मी फक्त माझा हिस्सा घेतला. तेव्हा चौघंही एकदम ओरडून म्हणाले, 'अरे, तू तर सगळीच बाटली संपवलीस.' त्यावर त्याने उत्तर दिलं, 'मी काय करू? माझा हिस्सा बाटलीत अगदी तळाशी होता. तळाशी असलेल्या त्या हिश्श्यापर्यंत पोहोचण्यासाठी मला वरचे चार हिस्से पार करावे लागले, तेव्हा कुठे मला माझा हिस्सा पिता आला. वा, फारच छान चव होती. शिवाय किती आनंद होता!' ''

''किती आनंददायी आणि चपखल उदाहरण होतं हे!'' जीवन आश्चर्यानं म्हणाला.

''पाचव्या माणसानं सांगितलेली गोष्ट लक्षात ठेवण्यासारखी आहे. चार शरीरं धारण केलेल्या पाचव्यापर्यंत म्हणजे स्वानुभवापर्यंत आपल्याला पोहोचायचं आहे. जेथे आनंदच आनंद आहे आणि त्या पाचव्यापर्यंत पोहोचणं हेच अध्यात्माचं उद्दिष्टदेखील आहे.

''हा पाचवा भाग अतिशय आनंददायी असून तेजानंदाचं निधान आहे, परमानंदाचा स्रोत आहे. जे लोक सत्याच्या, ज्ञानाच्या, ईश्वराच्या मार्गावर यात्रा करतात, त्यांचं लक्ष्य या पाचव्यापर्यंत पोहोचणं हेच असतं. नव्हे, अध्यात्माचा खरा अर्थच हा आहे. परंतु अध्यात्माविषयी लोकांच्या मनात अनेक मान्यता आणि अनुमान असतात. त्यांना वाटतं पन्नाशी उलटल्यानंतरच भजन, कीर्तन करायचं असतं, जपमाळ ओढायची, अन्य धार्मिक कर्मकांड करायची. अध्यात्माचा अर्थ, 'खरा मी' म्हणजे पाचव्यापर्यंत पोहचणं आहे, ज्याने चार कोषरूपी वस्त्र धारण केलं आहे, ती पार केल्यानंतरच तुम्ही मुक्कामाप्रत पोहचाल. परंतु चार कोष किंवा स्थूल आणि सूक्ष्म शरीरात राहात असतानादेखील पाचव्यापर्यंत पोहोचण्यासाठी त्यांना प्रवेशाचं साधन बनवायचं हा खरा जीवनाचा उद्देश आहे...

६:६

जीवनाचा उद्देश जाणताच मिस्टर जीवनच्या मनात मृत्यूविषयीची जिज्ञासा अधिकच जागृत झाली. या जिज्ञासेचं समाधान मिळावं यासाठी त्याने सरश्रींना विचारलं, "आयुष्याचं अंतिम आणि सर्वोच्च लक्ष्य जर पाचव्यापर्यंत पोहोचणं आहे तर मग मृत्यू म्हणजे नक्की काय?"

"जीवन, तू अजूनही मृत्यू होतो हेच समजत आहेस, पण मृत्यू म्हणजे दोन बाह्य शरीरांचा त्याग, कारच्या सांगाड्याचा त्याग किंवा कोट आणि स्वेटर या दोन बाह्य परिधानांचा त्याग. बाह्य दोन शरीरांचा निरास झाला तरी आणखी दोन शरीरं उरतातच. त्यांना धारण करणारा, चालवणारा जिवंत असतोच. तो अद्यापही स्कूटरवर बसलेला असतो. स्कूटर अजून तेथे आहेच, नाहीशी झालेली नाही. आपण आयुष्यभर ज्याला मृत्यू समजत आहोत, तो मृत्यू नाहीच हे आता तुझ्या लक्षात येईल. तो तर केवळ स्थूल शरीराचा मृत्यू असतो. जीवनाची यात्रा अजूनही सूक्ष्म शरीराच्या रूपाने चालूच असते. ती बाह्य शरीराच्या मृत्यूने थांबलेली नसते.

"एखादा मुलगा बालवयातून किशोरावस्थेत पोहोचतो तेव्हा तो मरण पावला असं आपण म्हणतो का? कालपर्यंत लहान असणारा हा मुलगा आता किशोर झाला आहे ते आपल्याला ठाऊक असतं. परंतु हाच किशोरवयीन मुलगा जेव्हा तरुण होतो तेव्हा तो मरण पावला असे आपण कधी म्हणत नाही. हा तरुण जेव्हा वृद्ध होतो तेव्हा तो तरुण मृत्यू पावला असं आपण म्हणतो का? नाही. परंतु ज्यावेळी हेच वृद्ध शरीर सूक्ष्म शरीर बनतं, त्यावेळी मात्र आपण वृद्ध माणूस मरण पावला असं म्हणतो. तो सूक्ष्म शरीर बनला असं कधीही म्हणत नाही. कारण सूक्ष्म शरीर तर आधीपासूनच उपलब्ध होतं, फक्त बाहेरची दोन आवरणं नष्ट झाली इतकंच. असं असूनही अज्ञानामुळे लोक रडतात, शोक करतात कारण त्यांच्या निकटवर्तीयांचा मृत्यू झालेला आहे असं ते समजतात."

"हे संपूर्ण ज्ञान जर माणसाकडे नसेल तर त्याची काय अवस्था होईल? एखाद्या प्रिय व्यक्तीच्या मृत्यूनंतर तिचं सूक्ष्म शरीर जर दिसलं असतं तर तुला दुःख झालं असतं का?" सरश्रींनी विचारलं.

"कदाचित नाही. मी यावेळी आपण सांगितल्यानुसार ज्यांचा मृत्यू झाला आहे अशा सर्व आप्तस्वकीयांना पाहू शकलो तर काय बहार आली असती अशी कल्पना

करून बघत आहे.'' जीवन कल्पनेत हरवला होता.

''वास्तवात तू इतका दुःखी झाला नसता. कल्पना करून पाहा, जर मृत माणसाचं सूक्ष्म शरीर आपल्या अवतीभोवती वावरत आहे, उभं राहात आहे, बसत आहे, फक्त ते आपल्याशी बोलू शकत नाही हे जर आपल्याला आधीच ठाऊक असतं तर वाईट वाटलं असतं का? तुझे आजोबा, पणजोबा वा अन्य नातलगांचं सूक्ष्म शरीर तुझ्याबरोबर राहात असतं तर तुला मृत्यूचं भय अथवा दुःख वाटलंही नसतं. कारण जरी त्या सूक्ष्म देहाचा वावर त्या घरात असला तरी ते दिसलं नसतं, त्याच्याबरोबर होत असलेला संवाद थांबलेला होता. किंबहुना तो नसल्यासारखाच होता. फक्त सूक्ष्म शरीराच्या रूपात ते अस्तित्वात होतं. एक दिवस ते सूक्ष्म शरीरही गायब होतं. मग त्यावेळी तू इतका उदास झाला असतास का? कारण त्यांच्याशी होणारं संभाषण आधीच थांबलं होतं. किंबहुना नसल्यासारखंच होतं. तू फक्त त्यांना पाहू शकत होतास. प्रत्यक्षात असं होत नाही परंतु येथे केवळ उदाहरण म्हणून तुझ्यासमोर प्रस्तुत केलंय इतकंच.''

''परंतु या उदाहरणाने अशा रहस्यमयी विषयाची सखोलता अधिकाधिक स्पष्ट होत आहे. सरश्री, या विषयावर आणखी काही ऐकायची जिज्ञासा माझ्यात जागृत झाली आहे.''

''अवश्य. स्थूल शरीर नष्ट झाल्यानंतर तुला वाटतं तो माणूस मेला. परंतु वास्तविक तो मेलेला नसतो. त्याची यात्रा चालूच असते. हे आणखी एका उदाहरणाने समजून घेऊया...

''आपण एखाद्या मित्राला निरोप द्यायला स्टेशनवर जातो. तेव्हा काय होतं? ती व्यक्ती ट्रेनमध्ये बसते... ट्रेन सुरू होते... ट्रेन दूर दूर जाऊ लागते... आणि आपण निरोपादाखल टाटा... बाय... बाय म्हणत हात हलवत असतो. ती व्यक्ती दिसेनाशी होताच आपण तसं करणं थांबवतो. पण तेव्हा ती मेली असं आपण म्हणतो का?''

''नाही. ती दिसत नसली तरी तिचा पुढील प्रवास चालू आहे हे आपल्याला ठाऊक असतं. केवळ माझ्याकडे ते बघण्याची क्षमता वा शक्ती नाही एवढंच.'' जीवन विचार करत म्हणाला.

''अशाप्रकारे या उदाहरणाद्वारे हे समजून घे, ज्याला तू बघू शकत नाही तो माणूस मेलेला नसतो तर त्याची पुढील यात्रा चालूच असते. पण माणसाची बघण्याची आणि

ऐकण्याची क्षमता सीमित आहे. कुत्रा माणसापेक्षा अधिक दूरवरचा वास घेऊ शकतो. त्याची घ्राणेंद्रियं अधिक तीव्र असतात. घुबड काळोखातही बघू शकतं. त्याची ज्ञानेंद्रियं शक्तिशाली असतात. उंच आकाशात विहार करणारी घार जमिनीवर असलेली लहानशी गोष्टही पाहू शकते. आपल्या सावजाचा वास दूरवरून तिला येत असतो. अशा प्रकारे अनेक प्राणी आहेत ज्यांच्याकडे मानवाच्या तुलनेत उच्चविकसित इंद्रियज्ञान असतं. माणूस, ज्याचं भौतिक रूप नाहीसं झालं आहे त्या मृत व्यक्तीच्या सूक्ष्म शरीराला पाहू शकत नाही. त्यामुळे तो शोक करत राहतो. अज्ञान जे करवेल ते कमीच!''

''सरश्री, याचा अर्थ ज्याला आम्ही मृत्यू म्हणून संबोधतो, त्याला वास्तवात 'तथाकथित मृत्यू' असंच म्हणायला हवं ना?'' जीवनने विचारलं.

''हो. असं म्हणणं अगदी योग्य ठरेल. याला प्रथम पहिल्या खंडातून पलीकडे जाणाऱ्या यात्रेचा संक्रमणकाळही म्हणता येईल. परंतु याला त्यापलीकडे असणाऱ्या जीवनाची यात्रा न संबोधता पारटूची यात्रा म्हणणं अधिक श्रेयस्कर ठरेल.''

''सूक्ष्म शरीर जेव्हा त्याची यात्रा करू लागतं तेव्हा तथाकथित मृत्यूनंतर काय होतं?''

''जीवन, याविषयीचे चार प्रश्न असे आहेत- नकली मृत्यू येण्याच्या बऱ्याच आधी काय होतं? या तथाकथित मृत्यूच्या काही क्षण आधी नेमकं काय होतं? या तथाकथित मृत्यूनंतर लगेच काय होतं आणि या नकली मृत्यूनंतर काही काळाने काय होतं?''

''आजवर कुणीही या गोष्टी इतक्या सर्वोत्कृष्ट पद्धतीनं समजावून सांगू शकलं नाही. असे प्रश्न विस्तारानं समजून घेण्यासाठी खरोखरच हे अद्‌भुत मार्गदर्शन आहे.'' जीवन आश्चर्यानं थक्क होत म्हणाला.

''उत्तर अधिक महत्त्वपूर्ण आहे. यासाठी या चार प्रश्नांवर मनन करून पुढच्या भेटीत याची उत्तरं दे. कमीत-कमी पहिल्या तीन प्रश्नांची तरी.''

''होय सरश्री, मी अवश्य प्रयत्न करीन.'' असं म्हणून जीवन जड पावलाने दर्शनकक्षातून बाहेर पडला. तेथील प्रसन्न वातावरणातून उठण्याची त्याची जराही इच्छा नव्हती पण घरी जाऊन त्याला मनन करायचं होतं...

चौथा आठवडा

मृत्यूसंबंधी चार मूलभूत प्रश्न

पारदूत स्वागत

७:७

दर्शनकक्षातून बाहेर पडताच जीवन आपल्या कारमध्ये येऊन बसला. ऑफिसमध्ये जात असताना तो पहिल्यापेक्षा जास्त उत्साही वाटत होता. आता त्याच्या सर्व शंका, सारे प्रश्न विलीन होऊ लागले आहेत असं क्षणभर त्याला वाटलं. सूर्यप्रकाशाप्रमाणे सर्व गोष्टी स्पष्ट होऊ लागल्यामुळे अतिशय आनंदात होता तो! वास्तविक काही गोष्टींचा बोध त्याला अद्याप झालेला नव्हता. पण तरीही एखाद्या दूर असलेल्या प्रिय व्यक्तीशी संभाषण झाल्यासारखा पूर्णतेचा अनुभव समाधान देत होता. जीवनला असं वाटत होतं जणू काही मृत्यूच्या रहस्याविषयीचा अज्ञात असा धागाच त्याला गवसलाय! आता तो धागा पकडून जीवन त्या रहस्याकडे झेप घेऊ शकणार होता. एकीकडे आंतरिक शांतीचा अनुभव घेत असतानाच आश्चर्याचा सुखद धक्काही त्याला बसला होता. एका उत्तरानेही मन कसं शांत होतं!

कार चालवताना मधून-मधून त्याचं लक्ष रस्त्यावरही जात होतं. पण आज ही सर्व दृश्य त्याला यंत्रवत् भासत होती. तीच गर्दी...तेच हातगाडीवाले...फेरीवाले...ट्रॅफिक पोलीस...सिग्नल...प्रत्येकाला दुसऱ्याच्या पुढे जायची घाई...कुणी थांबायलाच तयार नव्हता. परंतु

आजवर कधीही इतक्या बारकाईने त्याचं लक्ष अशा गोष्टींवर गेलं नव्हतं.

प्रत्येकजण स्वतःच बनविलेल्या इंद्रजालात गुरफटलेला होता. अगदी कोळ्याच्या जाळ्याप्रमाणे. अन्न, वस्त्र, निवारा याखेरीज अन्य कोणतेही विचार ही माणसं कशी करू शकत नाहीत, याचंच राहून राहून त्याला आश्चर्य वाटत होतं. आपल्याला हे जीवन का मिळालं? कोणत्या उद्देशानं आपण पृथ्वीवर आलो आहोत? आपण कोण आहोत? याबाबत त्याच्या मनात कधी प्रश्न कसे निर्माण होत नाहीत? त्याचा विचार करण्यासाठी त्यांच्याकडे वेळ कसा नाही? स्वतःच्या अस्तित्वाबाबत कोणतीही शंका, प्रश्न त्यांना पडत नसणार हे मात्र निश्चित होतं.

जीवन विचार करू लागला, या लोकांना मृत्यूसंबंधीचं सत्य कधी समजेल, आणि समजेल की नाही? किंबहुना त्याला माहीत होतं, ही समज तर सर्वांनाच मिळणार आहे. कारण सर्वांचं अंतिम ध्येय एकच असल्यामुळे यातून कोणी सुटणारच नाही. जे लोक स्वर्गात जाऊ इच्छितात, त्यांनाही मरावंसं वाटणार नाही. हा विचार येताच क्षणार्धात त्याच्या चेहऱ्यावर हास्य प्रकटलं...

ऑफिसमध्ये पोहोचेपर्यंत त्याच्या मनात हेच विचार चालू होते. हा संपूर्ण आठवडा तो ऑफिसच्या कामात अतिशय व्यस्त असल्यामुळे सरश्रींनी त्याला मननासाठी चार प्रश्न दिले आहेत, हेही तो विसरला. कामाच्या गडबडीत कधी मंगळवार आला हेदेखील त्याला समजलं नाही. त्याने काढलेलं मृत्यूचं चित्र समोरच होतं. ते बघत असतानाच सरश्रींनी विचारलेल्या प्रश्नांवर तो मनन करू लागला आणि अचानकपणे त्याच्या मुखातून, 'येस...मी सरश्रींच्या भेटीसाठी अगदी तयार आहे' असे शब्द नकळत बाहेर पडले...

◆ ''जीवन, आत्तापर्यंत तुला जे-जे समजलं आहे, त्यावरच आधी आपण चर्चा करूया.''

''होय. आपल्याकडे चार शरीरं आहेत, जी नेहमी आपल्या जवळ असतात आणि एक पाचवं शरीरसुद्धा आहे ज्याच्यात ही चारही शरीरं सामावलेली आहेत आणि तो स्कुटरचालकाप्रमाणे आहे. पाचवा जो आहे तोच 'खरा मी', ईश्वर, परमचैतन्य आहे. नकली मृत्यूच्यावेळी दोन बाह्य आवरणं नष्ट होतात हे मूलभूत रहस्य मी जाणलं आहे.''

"राहिलेली दोन शरीरं दूरवरचा प्रवास करण्यासाठी निघतात. परंतु या दोन शरीराबरोबर आणखीही खूप काही घडतं."

"होय सरश्री, हेच समजून घेण्याची मला अतिशय उत्कंठा आहे. हे रहस्य मला खोलवर जाणायचं आहे. यानंतर काय होतं?" जीवनच्या चेहऱ्यावरची उत्सुकता लपता लपत नव्हती.

"मृत्यूविषयी तिसरा आणि चौथा मुख्य प्रश्न हाच आहे. परंतु आपल्याला पुन्हा आपल्या मूळ प्रश्नावर यायला हवं. तुला काय वाटतं, नकली मृत्यूच्या खूप आधी काही घडतं?"

"आपण चालतो-फिरतो, उठतो-झोपतो, खातो-पितो..."

"जीवन सर्वांत गमतीचा भाग तर झोपेचा येतो. जेव्हा एखादी व्यक्ती गाढ झोपेत असते तेव्हा तिचं सूक्ष्म शरीर कित्येकदा स्थूल शरीराबाहेर जाऊन वेगवेगळ्या स्थानांची यात्रा करून, भ्रमण करून येतं.

"जेव्हा कोणी गाढ झोपेतून अचानक उठवतं तेव्हा नेमकं काय होतं हे तुला माहीत आहे का? त्यावेळी ती व्यक्ती अगदी गोंधळलेली दिसते. कारण तिचं सूक्ष्म शरीर दूर कोठे तरी गेलेलं असतं आणि अचानक झोपेतून उठवल्यामुळे ते झटकन परत आल्याने त्या व्यक्तीचं डोकं दुखू लागतं. स्थूल शरीरात सूक्ष्म शरीर एकदम प्रवेश करतं आणि दोघांचं पुनश्च मीलन होतं. असं होताना काळाची किंचित गडबड झाल्यामुळे थोडी असुविधा होते.

"आपण जर सूक्ष्म शरीराला पाहू शकलो असतो तर सूक्ष्म शरीर स्थूल शरीराची हुबेहूब प्रतिकृतीच असल्याचं दिसलं असतं. भौतिक, बाह्य शरीराच्या नाभीकेंद्राशी सूक्ष्म शरीर जोडलेलं असतं. याचा अर्थ दोन्ही शरीरं एकमेकांशी जोडलेली असतात, नाभीकेंद्राशी जोडलेल्या अत्यंत सूक्ष्म तरल धाग्यांनी, ज्याला 'सिल्व्हर कॉर्ड' असं म्हणतात, या धाग्यामुळे ही दोन शरीरं जोडलेली असतात. सूक्ष्म शरीर विविध स्थळांची यात्रा करतं. म्हणून आपल्याला हे स्थान आधी कुठे तरी बघितलं आहे असं वाटतं. कित्येकवेळा विशिष्ट घटना घडत असतानाही, आपल्याबरोबर ही घटना घडलेली आहे... आपण ती बघितली आहे असं सारखं वाटत राहातं. यामागे निश्चितच काही तरी कारण असणार! म्हणजेच आपलं सूक्ष्म शरीर त्याठिकाणी आधी जाऊन आलेलं असतं. ती घटना त्याने पाहिलेली असते. त्या स्थळाच्या, त्या घटनेच्या स्मृती आपल्या मेंदूमध्ये नोंदवल्या जातात."

"याचाच अर्थ मृत्यू त्या 'सिल्व्हर कॉर्ड' लवचिक धाग्याच्या सुरक्षेसाठी कटिबद्ध असतो का?" जीवनने आश्चर्यानं विचारलं.

"होय. स्थूल आणि सूक्ष्म शरीर यांना एकत्र बांधून ठेवणारं 'सिल्व्हर कॉर्ड' तुटणं म्हणजे मृत्यू. आपण गाढ निद्रेत असतो तेव्हा वास्तविक कोण झोपलेलं असतं, असा प्रश्न स्वतःला कधी विचारलाय का? आपण जेव्हा बिछान्यावर झोपेसाठी अंग टाकतो तेव्हा काही काळ मनात विचार चालू असतात… आणि ते अचानकपणे नाहीसे होताच गाढ झोप लागते. गाढ झोपेत जाण्यापूर्वी नेमका कोणता विचार मनात होता ते आपल्याला आठवतं का? नाही. शेवटचा विचार कोणता होता याविषयी आपण अनभिज्ञ असतो. तो आपण समर्थपणे सांगू शकत नाही. सकाळी उठल्यानंतर पुन्हा नवीन विचार येणं सुरू होतं आणि आपण पूर्णपणे जागे झालो आहोत हे जाणवतं.

"तेव्हा आता सांग, कोण झोपतं?" सरश्रींनी विचारलं.

"कोण झोपतं…? मीच तर झोपतो…" जीवननं डोकं खाजवत उत्तर दिलं.

"नाही. जीवन, तू कधी झोपत नाहीस. 'वास्तवात आपण जे आहोत' तो कधीही झोपत नाही. शरीराला चालवणारा कधीही झोपत नाही. परंतु तू म्हणतोस 'मी झोपलो… मी जागा झालो.' पण वस्तुस्थिती अशी आहे, की विचार झोपी गेले आणि विचारच जागे झाले. हे जाणणारा स्वसाक्षी मात्र कायम जागृतच होता. याचा अर्थ जो या चारही शरीरांना चालवतो तो तर कधीही झोपत नाही. आपण दररोज जीवन आणि मृत्यूच्या अत्यंत गूढ, सखोल अनुभवातून जात असतो. गाढ झोपेत शरीराचा अनुभव हरवून जातो. प्रत्यक्ष मृत्यूपूर्वीच प्रत्येक रात्री आपण मृत्यूचा अनुभव घेत असतो. स्वप्नांद्वारेही निरनिराळ्या स्थानांना भेटी देत असतो. समाधीद्वारे आपण चार शरीरांमागे असणाऱ्या पाचव्या स्वसाक्षीचाही अनुभव घेऊ शकतो. खरंतर ध्यानामध्ये माणूस जिवंतपणीच आपल्या मृत्यूचं आयोजन करत असतो. म्हणजेच जागृतावस्थेत मृत्यूचा अनुभव घेतो." सरश्रींच्या बोलण्यात गंभीरता जाणवत होती.

"सरश्री, हे विचार अतिशय सुंदर आहेत. जिवंत असताना 'ध्यानात' मृत्यूचा अनुभव… माणूस आयोजन करतो… कित्येकदा या निर्विचार स्थितीची अनुभूती मला 'मी कोण आहे, विचार निरीक्षण, हृदयचक्र ध्यान, थॉट नंबरिंग' या ध्यानात मिळाली आहे. यापूर्वी आपण निर्विचार स्थिती प्राप्त होण्यासाठी अनेक ध्यानप्रणाली सांगितल्या आहेत आणि त्याचा मी मनःपूर्वक अभ्यासही केलाय."

"निर्विचार अवस्थेतच स्वसाक्षीचा अनुभव होतो. माणसाचं मन जेव्हा विलीन होतं तेव्हा स्वसाक्षी प्रकट होतो. जागृतावस्थेत घेतला जाणारा हा अनुभव मृत्युसदृश असतो. ज्यावेळी चेतना शरीराची (निमित्ताची) जाणीव नाहीशी झाल्यानंतर स्वतःला जाणण्यास असमर्थ ठरते त्यावेळी झोपेची अवस्था असते."

"अशाप्रकारे स्थूल शरीराच्या तथाकथित मृत्यूच्या खूप आधी माणूस मृत्यूसारखाच अनुभव घेतो, तो निर्विचार अवस्थेचा तसेच झोपेत अजाणतेपणी आसक्तीरहित होण्याचा अनुभव घेत असतो." जीवन म्हणाला.

"होय. निर्विचार स्थितीत पाचव्याचा अनुभव होतो. हवं तर असं म्हण पाचवा स्वतःच आपला अनुभव करतो. गाढ निद्रावस्थेत कधी कधी सूक्ष्म शरीर स्थूल शरीराबाहेर जाऊन भ्रमण करतं. आता दुसऱ्या प्रश्नाविषयी काय वाटतं ते सांग? तथाकथित मृत्यूच्या आधी काही क्षण काय होतं?"

"मृत्यूनंतर बाहेरची दोन्ही आवरणं नष्ट होतात हे आता माझ्या लक्षात आलं आहे." जीवननं विचार करीत उत्तर दिलं.

"तथाकथित मृत्यू झाल्यानंतर असं होतं आणि यानंतर राहिलेली दोन शरीरं एका मोठ्या यात्रेसाठी प्रस्थान करतात. परंतु आता आपल्याला हे समजून घ्यायचं आहे, मृत्यूपूर्वीच्या काही क्षणात नेमकं काय घडतं?

"मृत्यूसमयी स्थूल शरीराशी जोडलेला सोनेरी लवचिक धागा गळून पडतो आणि हे मृत्यूआधी काही क्षणात घडतं. खूप वेदनाग्रस्त, पीडित अवस्थेत असलेली व्यक्ती मृत्यूसमयी शांत, स्थिर होते, तिच्या चेहऱ्यावर हास्य दिसून येतं. असं का घडतं? त्या व्यक्तीच्या मनोशरीरयंत्राला मृत्यूपूर्वीच्या काही क्षणात अशा काही गोष्टी जाणवतात, ज्यामुळे त्याचं मृत्यूचं भय नाहीसं होऊन, मृत्यूला हसत सामोरं जाण्याची प्रेरणा मिळते. ज्याला मृत्यू समजून ती व्यक्ती घाबरत होती, रडत होती तिला, 'अरेच्च्या, हा तर मृत्यू नाहीच. अंतही नाही. हा तर केवळ एक अल्पविराम आहे' असंच जाणवत असावं आणि पटतही असावं. अचानक त्यांच्यात स्वीकारभाव निर्माण होतो. काही वेडसर व्यक्ती मृत्यूच्या क्षणी अगदी निरामय, निकोप झाल्याचं जाणवतं. त्यांचं वेड संपुष्टात येतं. ते स्वस्थ व शांतचित्त झाल्याचं पाहून अनेकांना आश्चर्यही वाटतं. याचाच अर्थ मृत्यूनंतर ते वेडे राहणार नाहीत. ज्या व्यक्ती व्याधिग्रस्त, पीडित असतात त्याही व्याधिमुक्त होतात. स्थूल शरीराबरोबर असलेल्या त्यांच्या व्यथा, व्याधी आता उरत नाहीत. यावरून निश्चितच असं काही तरी ज्ञान त्या व्यक्तीला मिळत असावं ज्यामुळे

ती शांत, स्वस्थ होते. परंतु असं प्रत्येक व्यक्तीबरोबरच घडेल असंही नाही. त्या माणसाच्या संपूर्ण जीवनाच्या आकलनावर, समजेवर आणि कृपेवर या सर्व गोष्टी अवलंबून आहेत.

''मृत्यूसमयी, मृत्युशय्येवर असताना अनेकदा व्यक्तीच्या मनात असे विचार येतात, जे त्याने आयुष्यभर जोपासलेले असतात... 'माझ्या अपूर्ण राहिलेल्या गोष्टीचं काय होईल... माझ्या नातलगांचं काय होईल... कुटुंबाचं काय होईल...' अशाप्रकारे आयुष्यभर मोहमायेचे विचार करणाऱ्या व्यक्तीच्या मनात शेवटच्या क्षणीही असे विचार येणं स्वाभाविक नाही का? अंतिम क्षणीही आयुष्यभर जपलेली आसक्ती, मोह मृत्यूच्या अनुभूतीवरदेखील कुरघोडी करून जातो. नकली मृत्यूच्या अंतिम क्षणापासून काही बोध घेण्याऐवजी मोहमायेच्या नादी लागून ती व्यक्ती तो अमूल्य क्षणही व्यर्थ दवडते. जे क्षण तिला काही महत्त्वपूर्ण बोध शिकवू शकले असते त्यापासून ती वंचित राहते. समज प्राप्त केलेली व्यक्ती कधीही असा महागडा सौदा करणार नाही. हा क्षण निष्फळ होऊ देणार नाही. आयुष्यभर सावधचित्त राहून आपल्या उद्दिष्टावर मनन, चिंतन करीत सजगतेने जीवन जगत असणारी व्यक्ती सर्वोच्च जीवनासाठी पात्र ठरते आणि हसत हसत मृत्यूला कवटाळते.''

''सरश्री, मृत्यूपूर्वीच्या काही क्षणात विजेप्रमाणे चमकून गेल्यासारखं आपलं जीवन आपल्याला दिसतं, हे सत्य आहे का?'' जीवनने उत्कंठतेने मध्येच विचारलं.

''असं तथाकथित मृत्यूनंतर घडतं. मृत्यूआधीच्या काही क्षणात, जे विचार तुम्ही बाळगता, ज्या विचारांवर मनन करता, तीच सगळी दृश्यं तुमच्या डोळ्यांसमोर तरळतात. ही गोष्ट आपण कहाणीद्वारे समजून घेऊया...

''एका गृहस्थाला सात मुली होत्या. आयुष्यभर खूप परिश्रम करून पैसे जमवून तो एकेका मुलीचे लग्न लावत राहिला. मुलीसाठी वरसंशोधन करणे आणि त्यांचे धुमधडाक्यात लग्न लावणे यातच त्याचा सगळा वेळ जात राहिला. त्यासाठी अनेक अडचणींचा सामना त्याला करावा लागत असे. आपलं जीवन व्यर्थ चाललं आहे या विचाराने तो नेहमी दुःखी कष्टी होत असे. आता त्याला मनःशांतीची खूप गरज होती. त्याच्या एका मित्रानं सुचवलं, 'अमुक अमुक ठिकाणी एक साधू पुरुष आले आहेत. त्यांना जाऊन भेट. तुझ्या मानसिक अशांततेची त्यांना कल्पना दे. यावर ते निश्चितच काही तरी उपाय सुचवतील. परंतु हो, एक गोष्ट मात्र नीट लक्षात ठेव, ते महाराज फक्त एकाच प्रश्नाचं उत्तर देतात...'

‘‘ठीक आहे. माझ्या समस्येवर जर त्यांनी काही तोडगा सुचवला तर फार बरं होईल. मी अतिशय दुःखी आहे, त्रस्त आहे. त्यामुळे मला आनंद कसा मिळेल, हा प्रश्न मी त्यांना विचारीन.’ तो गृहस्थ म्हणाला.

‘‘आता तो त्या साधूपुरुषाच्या दर्शनाला गेला. समोर एक तेजःपुंज तरुण बघून त्याला आश्चर्य वाटलं. त्या साधूनं विचारलं, ‘तू येथे कशासाठी आलास? तुझा प्रश्न काय आहे?’ न राहवून त्याने विचारलं, ‘महाराज आपला विवाह झाला आहे का? महाराज म्हणाले, ‘नाही. पण आता तू दुसरा प्रश्न विचारू शकत नाहीस.’ पश्चात्ताप करत उदास मनानं तो गृहस्थ घरी परतला. असं का घडलं? त्या गृहस्थाच्या डोक्यात सदासर्वदा मुलींच्या लग्नाचाच विचार असे. आपल्या मुलीसाठी उमदा तरुण व चांगला वर मिळावा हाच त्याचा एकमेव ध्यास. त्यामुळे बंदुकीच्या गोळीप्रमाणे तो प्रश्न त्याच्या तोंडून निघाला गेला. योग्य प्रश्न विचारायचं त्याला भानच राहिलं नाही. अशाप्रकारे आसक्ती आणि मोहामुळे त्या गृहस्थाला कधी शांती लाभलीच नाही.

‘‘याचाच अर्थ आयुष्यभर जे विचार माणूस मनात घोळवतो तसेच विचार नकली मृत्यूसमयी त्याच्या मनात येतात. ज्या समस्यांना तोंड देत उभे आयुष्य तो घालवतो त्याच समस्या शेवटच्या क्षणीही त्याला आठवत राहतात. आयुष्यभर मनात घोळवलेले विचारच मृत्यूच्या काही क्षण आधी येतात. जर तुम्ही आयुष्यभर सत्याचे, प्रसन्नतेने भरलेले सकारात्मक विचार केलेले असतील तर तसेच विचार मृत्यूसमयीदेखील येतील.’’

८:८

जीवन अचानक एका विचारानं हडबडून गेला. तो सरश्रींना म्हणाला, ‘‘अच्छा असं आहे तर... आता मला समजलं, आपण तेजज्ञान फाउंडेशनचं, ‘हॅपी थॉट्स’, प्रसन्नतेने भरलेले सकारात्मक विचार असं ध्येयवाक्य का ठेवलं ते!

‘‘सरश्री, माणसाच्या मृत्यूच्या काही क्षण आधी, त्याच्या आयुष्यात घडलेल्या घटना एखाद्या चित्रपटाप्रमाणे नजरेसमोर प्रकटतात असं आपण सांगत होता.’’ पुनश्च आपल्या पहिल्या गोष्टीकडे वळत जीवन म्हणाला.

‘‘होय. तथाकथित मृत्यूनंतरच्या काही क्षणात काय घडतं? तिसरा प्रश्न हाच होता. तुमच्या संपूर्ण जीवनाचा चित्रपट तुमच्यासमोर प्रकट होतो. स्थूल शरीर नष्ट झाल्यानंतर सूक्ष्म देहाची यात्रा सुरू होते. या यात्रेच्या आरंभी येणाऱ्या छोट्याशा टप्प्याला

'ग्रे पिरियड' अर्थात 'मध्यस्थ अवधी' असं म्हणतात. हा अवधी चांगलाही नाही आणि वाईटही नाही. हा अवधी अगदी पांढरा शुभ्र आहे, निःपक्ष आहे, तटस्थ आहे. या काळात सूक्ष्म शरीर आपल्या संपूर्ण स्थूल शरीराच्या जीवनाचं स्मरण करतं. नकली मृत्यूपर्यंतच्या अवधीत घडलेल्या सर्व घटनांचं स्मरण त्यावेळी त्याला होतं. त्याच्या आयुष्यात जे काही घडलं आणि काय घडू शकलं नाही, हे सर्व एकाचवेळी त्याला दिसतं.

"जिवंतपणी लोक प्रत्येकवेळी आयुष्यासंबंधी, आजवर जे काही घडलं ते चांगलं होतं... हे वाईट होतं... अशा काही निष्कर्षापर्यंत पोहोचतात. परंतु असे अनुमान लावणं चुकीचं सिद्ध होतं. जेव्हा तू एखादा चित्रपट पूर्ण पाहतो तेव्हाच तो चांगला होता अथवा वाईट हे सांगू शकतोस, त्यावर भाष्य करू शकतोस. या मध्यस्थ अवधीमध्ये सूक्ष्मशरीर आपल्या जीवनाचा संपूर्ण चित्रपट पाहण्यास समर्थ असतं. ग्रे पिरियडमध्ये आपल्या गतजीवनाचा पूर्ण चित्रपट बघितल्यानंतरच, आयुष्याचा समग्र पट यशस्वी होता की अयशस्वी, योग्य होता की अयोग्य, समाधानकारक होता की असमाधानकारक, याबाबत तो ठामपणे निर्णय घेतो. त्यानंतरच तो पुढील जीवनासाठी तयार होतो. पुढच्या यात्रेसाठी निघतो.''

"सरश्री, आणखी तेथे काय काय होतं? त्या व्यक्तीला देवदूत देवलोकात घेऊन जातात असा लोकांचा विश्वास आहे तेव्हा हे खरं आहे का?"

"तथाकथित मृत्यूनंतर लगेच लांब लांब पंख असणारे देवदूत त्या व्यक्तीला नेण्यासाठी येत नाहीत किंवा स्वर्गाच्या दरबारात ईश्वरासमोर त्याची सुनावणीही होत नाही. या सर्व काल्पनिक गोष्टी आहेत, मान्यता आहेत. वास्तविक त्या व्यक्तीला स्वतःलाच आपला न्याय-निवाडा करायचा असतो. आपल्या जागृतीची, चेतनेची जी पातळी असेल त्या आधारावर पुढील अवस्था निर्धारित करायची असते.

"एका व्यक्तीच्या स्थूल शरीराच्या मृत्यूनंतर तिला एका नव्या वातावरणात असल्याचं जाणवतं. एखाद्या नवीन शहरात गेल्याप्रमाणे वाटतं. तिला तेथील भाषा अवगत नसते. सर्व लोक, प्रत्येक वस्तू नवीन आणि अनोळखी वाटते.''

"मग काय होतं?" जीवनची उत्कंठा शिगेला पोहोचली होती.

"मृत्यूनंतर लगेच आणि मृत्यूनंतर काही कालावधीनंतर काय घडतं हे योग्य प्रकारे समजून घे. व्यक्तीची मरणोत्तर वाटचाल कशी होते? पृथ्वीवर जेव्हा एखादं मूल जन्माला येतं तेव्हा डॉक्टर, परिचारिका आवश्यक ती मदत करतात, त्याची काळजी

घेतात, त्याचप्रमाणे परलोकात, पारटूमध्येसुद्धा असंच घडतं. तेथे त्याला आवश्यक ती सर्व मदत मिळते. वास्तविक 'येथे, तेथे' हा केवळ शब्दांचा खेळ आहे.''

''सरश्री, आपल्याला नेमकं काय सांगायचं आहे...'' न राहवून जीवनने मध्येच विचारलं.

''ते जग इथेच आहे. फार काही दूर नाही. तिथे केवळ भिन्न विद्युतचुंबकीय तरंग आहेत एवढंच. त्या ठिकाणी वेगवेगळ्या प्रकारचे लोक असतात. ज्याप्रमाणे पृथ्वीवर लोकांच्या मदतीसाठी डॉक्टर, नर्स, शिक्षक वा अन्य लोक असतात, त्याचप्रमाणे तिथे असणारे लोक सूक्ष्म शरीराच्या पुढील यात्रेत निःस्वार्थ भावनेने मदत करतात.''

''तेथे ते कोणत्या प्रकारची मदत करतात?'' जीवनची उत्सुकता त्याला क्षणभरही गप्प बसू देत नव्हती.

''नवजीवन आणि नवीन वातावरणाला समजण्यासाठी मदत केली जाते. त्याचबरोबर त्यांच्या चुकीच्या धारणा, मान्यता नाहीशा करण्यासाठीदेखील साहाय्य केलं जातं. यापुढचा प्रवास तुम्ही मान्यतारहित होऊन करा. येथील जीवनाचे नीतिनियम लवकर आत्मसात करा असं त्यांना सांगितलं जातं. त्या वातावरणाशी समरस होऊन जाणारा सूक्ष्म देह अल्पावधीतच योग्य ते ज्ञान व समज मिळवतो आणि आपला विकास वेगाने साधतो. जे सूक्ष्म देह आपल्या पूर्वायुष्यातील धर्माच्या आणि कर्माच्या चौकटीतच अडकून पडतात, नव्या वातावरणाशी जुळवून घेण्यात कमी पडतात, कर्मकांडातच अडकून राहतात, त्यांची प्रगती लवकर होत नाही. त्यांना थोडा वेळ लागतो. हे असं का होतं तर या जगात पंडित-पुरोहितांनी त्यांचा धंदा चालवण्यासाठी लोकांच्या मनात खूप भय आणि लोभ निर्माण करून ठेवले आहेत. असं असं केलं नाही तर नरकात जावं लागेल... आणि असं केलं तर स्वर्गातील सुखं उपभोगायला मिळतील... अशाप्रकारच्या कल्पना माणसाच्या मनात खोलवर रुजलेल्या असतात. असे सूक्ष्म देह मृत्यूनंतरही त्याच पूर्वग्रहांना घट्ट धरून परलोकी वावरतात. ते मान्यतांमधून सहजासहजी बाहेर पडूच शकत नाहीत.

''पारटूमध्ये निःस्वार्थ सेवा देणारे लोक नुकत्याच तेथे आलेल्या सूक्ष्म शरीरांना मार्गदर्शन देताना सांगतात, 'अरे, अप्सरांनी भरलेला स्वर्ग किंवा यमदूतांचा छळवाद असणारा नरक, जेथे लोकांना गरम तेलाच्या कढईत टाकलं जातं, असं काहीही नसतं. स्वर्ग नरक या केवळ कल्पना आहेत. या भ्रमातून बाहेर पडून पुढच्या प्रवासासाठी मुक्त मनाने तयार व्हायचं असतं. सूक्ष्म देह जेवढ्या लवकर पुढील यात्रेसाठी तयार होईल

तेवढी त्याची पुढची यात्रा सुखद होईल. अन्यथा तो संभ्रमातच राहील आणि हे काय चाललं आहे... माझ्यातर काही लक्षातच येत नाही... चारही बाजूंना धूसर धूसर का दिसतंय... सगळं स्वच्छ, स्पष्ट का दिसत नाही... या विचारांनी त्याचा गोंधळ अधिकच वाढत जाईल. पूर्वग्रह आणि भ्रम जेवढ्या लवकर दूर होतील तेवढं त्यांना स्पष्ट दिसेल. अन्यथा दीर्घ काळ द्विधा मनःस्थितीत घुटमळत राहून अडीअडचणींच्या ढगांमध्ये तो हरवून जाईल.

''एका मुलाने आपल्या मित्राला सांगितलं, 'मी जेव्हा जेव्हा आजोबांची तलवार बघतो तेव्हा तेव्हा मला युद्धावर जाण्याची खुमखुमी येते.' त्यावर मित्राने त्याला विचारलं, 'मग तू सैन्यात भरती का होत नाहीस? सैन्यात गेल्यावर युद्ध करायची इच्छा तुला पूर्ण करता येईल.' 'अरे! पण मी सैन्यात भरती होऊ कसा, सैन्यात भरती होण्याचा विचार मनात येताच मला आजोबांचा तुटलेला पाय दिसू लागतो!'

''याचाच अर्थ पूर्ण माहितीच्या किंवा ज्ञानाच्या आधारावरच माणसाला योग्य निर्णय घेता येतो. अर्धवट ज्ञानामुळे लोक योग्य निर्णय घेऊ शकत नाहीत.

''पारटू अथवा सूक्ष्म जगात असे काही लोक असतात, जे सदैव तुम्हाला साहाय्य करण्यासाठी तयार असतात. ते योग्य सल्लाही देतात. शिवाय तत्परतेनं मार्गदर्शनही करतात. ज्याप्रमाणे पृथ्वीवर लोकांचं अज्ञान दूर करण्यासाठी त्यांच्या मदतीसाठी संत आणि महापुरुष असतात, त्याचप्रमाणे पारटूमध्येदेखील अशा प्रकारचे परमार्थी लोक असतात. नियतीनेच ही व्यवस्था केली आहे. भ्रमित, समस्यांनी घेरलेल्या आणि खोट्या मान्यतांमध्ये अडकलेल्या लोकांना असे लोक योग्य दिशा दाखवतात. पृथ्वीवर जशी रुग्णालयं आहेत अगदी त्याचप्रमाणे पारटूमध्येदेखील आहेत. परंतु थोडी वेगळ्याप्रकारची आहेत इतकंच. तेथील लोक औषधांनी बऱ्या होणाऱ्या व्याधींनी ग्रस्त नसतात. कारण तेथे स्थूल शरीर नसतंच मुळी. म्हणून वेगळ्या प्रकारची हॉस्पिटल्स असतात.''

''सरश्री, तेथे कोणत्या प्रकारची हॉस्पिटल्स असतात?'' जीवननं विचारलं.

''येथे हॉस्पिटल हा शब्द सांकेतिक स्वरूपात सांगितला गेला आहे. शब्दात अडकून पडण्यापेक्षा शब्दांमागे जो सखोल अर्थ दडलेला आहे तो लक्षात घे. सूक्ष्म शरीर जेव्हा आपल्या पुढील यात्रेवर वाटचाल करू लागतं, तेव्हा त्याला स्थूल शरीराच्या सर्व वेदना, पीडा नाहीशा झालेल्या जाणवतात. परंतु आता इतर ज्या वेगळ्याच अडचणी भेडसावत राहतात, वास्तविक त्यातून मुक्त होण्याची गरज असते.

‘‘अशाप्रकारे पारट्रूमध्ये प्रत्येकजण आपापल्या चेतनेच्या स्तरानुसार एका विशिष्ट उपखंडात राहतो. तेथील जीवन पूर्णतः माणसाच्या चेतनेच्या निम्न अथवा उच्च स्तरावर अवलंबून असतं.’’

‘‘सरश्री, मला काहीच कळलं नाही.’’ जीवन संभ्रमित होऊन म्हणाला.

‘‘ जीवन, तुझ्या अंतर्यामी असलेल्या चेतनेचा स्तर कसा आहे? तू सर्वोच्च स्तरावर आहेस, की अगदीच निम्न स्तरावर? तुझी चेतना जर कनिष्ठ पातळीवर असेल तर तू तशाच पातळीवरच्या लोकांबरोबर राहू शकतोस. उच्च स्तरावर तुला प्रवेश मिळणार नाही. कारण त्या उपखंडात एखाद्याला पैसे देऊन, लाच देऊन प्रवेश मिळवणं अशक्य असतं. तेथे जाण्यासाठी आपण प्राप्त केलेली समज हाच आपला पासपोर्ट असतो.

‘‘सूक्ष्म शरीराच्या यात्रेतील सर्वांत आकर्षक व सुंदर भाग म्हणजे पारट्रूमध्ये एकाच विचारधारेचे, एकाच स्वभावाचे लोक एकत्र राहतात. मोठ्या आत्मीयतेने आणि प्रेमाने एकत्र वाटचाल करतात. पृथ्वीवर एकाच घरात राहणाऱ्या व्यक्तींचे विचार वेगवेगळे असू शकतात. प्रत्येकजण आपापल्या मतानुसार एकमेकांशी वादविवाद करतात. एकमेकांच्या मतांवर हल्ला चढवतात, म्हणून अनेक समस्या निर्माण होतात. तरीदेखील कित्येकदा मनात नसूनही त्यांना एकत्र राहावं लागतं. त्यामुळे परस्पर संबंधात ताणतणाव जाणवतो. पारट्रूमध्ये मात्र एकाच विचारसरणीचे, एकाच चेतना स्तरावरचे जीव एकत्र राहतात. हे तेथील वैशिष्ट्यच नव्हे का?

‘‘असं असणं वास्तविक चांगलंच आहे. कारण पृथ्वी आपल्यासाठी अभ्यास करण्याचं एक स्थान आहे, प्रशिक्षणाचं माध्यम आहे आणि ती आपल्याला पारट्रूच्या पुढील यात्रेसाठी तयार करते. खरंतर पार्टवनमध्ये म्हणजे पृथ्वीवर स्वर्ग आणि नरक दोन्हीही विद्यमान असू शकतात. जर एखाद्या घरात शांती, एकरूपता आणि प्रेम असेल तर ते घर स्वर्गासमान असतं आणि ज्या घरात द्वेष, भांडणं असतात ते नरकासमान. इतर लोकही त्याठिकाणी जायला धजावत नाहीत. तेथील नकारात्मक वातावरणामुळे अस्वस्थ होतात. वेगवेगळ्या वेळी एकाच घरात स्वर्गही असू शकतो किंवा नरकही. याचाच अर्थ सकारात्मक विचार असले तरच घर मंदिरासमान, स्वर्गासारखं पवित्र असू शकतं. पण जेव्हा आतंकवादीरूपी नकारात्मक विचार मंदिरात प्रवेश करतात तेव्हा ते मंदिरही नरक बनू शकतं. एक दुकान स्वर्ग आणि नरक दोन्हीही बनू शकतं. एखादा अहंकारी, क्रोधी माणूस जर दुकान सांभाळत असेल तर ते नरक बनतं. त्यावेळी गिऱ्हाईकदेखील तेथे जायला घाबरतं आणि जेव्हा एखादा प्रेमळ हसतमुख असणारा त्याचाच भाऊ दुकानावर

बसतो तेव्हा तेच दुकान स्वर्गासमान भासतं. गिऱ्हाइकाची तेथे रांग लागते. असं का होतं? कारण ज्यावेळी हा सकारात्मक विचार करणारा भाऊ असेल त्याचवेळी लोकांना दुकानावर जायला आवडतं.''

''सरश्री, म्हणजेच स्वर्ग आणि नरक एकाच ठिकाणी असू शकतात हे आता मला आता निश्चितपणे समजलं आहे.'' जीवन विचार करत म्हणाला.

''हेच तर सूक्ष्म जगाचं सौंदर्य आहे. एकाच विचारांची लोकं तेथे एकत्र राहतात आणि अन्य लोकांना इतर उपखंडात पाठवलं जातं.''

''हे खरोखरच अतिशय रोमांचकारी आहे. परंतु असं होतं कसं?'' जीवननं अत्याधिक उत्सुकतेनं विचारलं.

''एक बंगला आहे. त्यात सात दालनं आहेत. एका दालनात अंधार आहे तर दुसऱ्या दालनात एक मेणबत्ती प्रकाशमान असते. तिसऱ्या दालनात एक विजेचा बल्ब प्रकाश देत असतो तर चौथ्या दालनात ट्युबलाईटचा प्रखर प्रकाश. यापैकी कोणत्या दालनात तुला राहायला आवडेल? निश्चितच जेथे आरामदायी वातावरण आहे असंच दालन निवडणार! एखाद्या माणसाला मेणबत्तीच्या मंद प्रकाशात भोजन करणं आवडत असेल तर त्याला जेथे मेणबत्तीचा प्रकाश आहे अशा दुसऱ्या दालनात जायला आवडेल. एखाद्याला अंधारात बसायला आवडत असेल तर तो पहिल्या दालनात जाईल. कुणाला ट्युबलाईटचा प्रकाश हवा असतो आणि कुणाला बल्बचा उजेडच पुरेसा वाटतो. प्रत्येकाची आपली अशी एक स्वतंत्र आवड-निवड असते, काही आडाखे असतात, त्याप्रमाणे तो कोणत्या दालनात जायचं हे ठरवतो. याचाच अर्थ मनुष्य आपल्या विचारधारेप्रमाणे, चेतनेच्या स्तरानुसार योग्य ते वातावरण निवडून त्यात राहणं पसंत करतो. आपले विचार जसजसे अधिक शुद्ध, पवित्र आणि उच्च होत जातात, तसतसे आपण सर्वोच्च स्तरावर जात राहतो आणि निरंतर वरचाच टप्पा गाठत राहतो. पुढे पुढेच जात राहतो.

''येथे लोकांच्या प्रेम, आपुलकी, जिव्हाळ्याच्या वातावरणाविषयीच्या ज्या कल्पना असतात त्याची प्रचीती त्यांना तेथे मिळते. ज्या लोकांचा मृत्यू स्वाभाविक असतो त्यांना या वातावरणात उत्तम प्रतीचं जीवन जगता येतं. मात्र त्यासाठी भ्रामक पूर्वग्रहांपासून मुक्त होण्याचं कौशल्य त्यांना अवगत असायला हवं एवढीच अट असते. आत्महत्या करून परलोकात जाणाऱ्या जीवांना तेथे त्रास होणं अटळ असतं. कारण ते जीव चुकीच्या विचारधारणांचे बळी ठरतात, अज्ञानामुळे दुःखी कष्टी असतात.

''पृथ्वीवर स्वार्थी आणि पापपूर्ण जीवन व्यतीत करणारा जीव पारटूमध्ये अंधकारमय, दुःखद आणि जड वातावरणात आल्याचा अनुभव घेतो. वेदना आणि भय यांचं प्राबल्य तेथे असतं.''

''सरश्री, वाईट आणि अपराधी लोकांबरोबर तेथे कसा व्यवहार होतो आणि चांगल्या लोकांबरोबर काय होतं?''

''जर एखादा माणूस पृथ्वीवर लोभ, लालच, पापाने परिपूर्ण जीवन जगला असेल तर त्याला पारटूमध्येही धूसर, वेदनापूर्ण, उदासीन आणि जड वातावरणात राहावं लागतं. जेथे अवतीभवती मानसिक भय आणि दुःखाचंच साम्राज्य असतं. आपला अंत झाला आहे हे समजून घेणंही त्या माणसाला जड जातं. त्याचं हे अज्ञान जर लवकर दूर झालं नाही तर तो नियमानुसार त्यापेक्षाही निम्न चेतनेच्या स्तराकडे जातो. तेथे त्याला अधिकच क्लेश व वेदना सोसणं भाग पडतं.

''एखादी स्वार्थी, हिंसाचारी आणि लोभी व्यक्ती जेव्हा मरण पावते, तेव्हा परलोकातही तिला तशाच वृत्तींच्या जीवांबरोबर राहावं लागतं. अशा वातावरणातही जर तिला आपल्या दुष्कृत्यांचा पश्चात्ताप झाला नाही तर ती आणखीच खालच्या चेतनेच्या स्तरावर ढकलली जाते. तेथे प्रकाश अतिशय क्षीण असतो. वातावरण नैराश्य वाढवणारं असतं. परंतु ज्यावेळी त्या व्यक्तीच्या मनात उच्च स्तरावर जाण्याची प्रेरणा निर्माण होते त्यावेळी त्याला मदत करण्यासाठी कोणी ना कोणी हमखास पुढे सरसावते. मात्र त्यावेळी त्याने ती मदत अहंकाराच्या नव्हे तर समर्पणाच्या भावनेने स्वीकारायला सिद्ध असायला हवं. पृथ्वीवर ज्या माणसाचं जीवन सेवाभावी व सहानुभूतीपूर्ण राहिलं असेल त्या जीवाला परलोकातही आनंद, प्रेम आणि सौंदर्यानी ओतप्रोत भरलेलं अलौकिक जीवन जगण्याची संधी मिळते.''

''मीदेखील निम्न खंडात जाऊ शकतो का?''

''जीवन, तुला घाबरण्याची काहीच आवश्यकता नाही. कारण निम्न खंडात जाणारा माणूस कधीही सत्याची यात्रा करत नाही. तुझी शोधयात्रेची वृत्ती, तृष्णाच तुला उच्च खंडामध्ये जाण्यासाठी प्रवृत्त करेल.''

''हा... ऐकून खूपच हायसं वाटलं.'' जीवनने सुटकेचा निःश्वास टाकला.

''आता पुढे ऐक. तथाकथित मृत्यूनंतर काही कालावधीने तुला काही करण्यासाठी सांगितलं जाईल आणि ते तू आनंदाने करशील. आता जीवनरूपी खेळात तू जी भूमिका

बजावत आहेस त्यामागे तुझा उद्देश फारसा चांगला नसतो. म्हणजे फक्त पैसा मिळवणे... शारीरिक संतुष्टी प्राप्त करणे... स्वतःची कार... बंगला असणे... इत्यादी. परंतु तेथे मात्र आनंद आणि अभिव्यक्तीमुळे वास्तवात 'तू जो आहेस' त्याचीच इच्छा पूर्ण करशील.

"जीवन, आता तुला या आयुष्याची भूमिका आणि लक्ष्याविषयी काही गोष्टी सांगितल्या पाहिजेत. आता तूच विचार करून सांग, तुझ्या आयुष्याचा उद्देश काय आहे? आणि आता तुझं जीवन कशाप्रकारे रूपांतरित व्हायला हवं? कारण आता तुला मृत्यूपूर्वीचं आणि मरणोत्तर जीवनाचं ज्ञान मिळालं आहे. पारटूला अधिक चांगल्या प्रकारे समजण्यासाठी, सरश्रींना पुन्हा भेटण्यापूर्वी या मूलभूत प्रश्नावर तुला मनन करून यावं लागेल."

"होय सरश्री, मी यावर नक्कीच मनन करेन" असं म्हणत जीवनने आदरपूर्वक सरश्रींना प्रणाम केला आणि निघाला पुन्हा भेटण्यासाठी...

पाचवा आठवडा

मरणोत्तर अनुभव

मृत्यूनिकटचा अनुभव

१:१

दर्शनकक्षातून बाहेर पडल्यानंतर जीवनला स्वतःचाच गर्व वाटला. जीवनासंबंधीच्या काही गूढ आणि सुंदर गोष्टी आता त्याच्या आकलनात येऊ लागल्या होत्या. बुधवार उजाडण्याची तो उत्कंठतेने वाट पाहू लागला. परंतु लगेचच त्याच्या मनात शंकांनी घर केलं. दोन दिवसातच त्या शंका, संदेहानी रौद्र रूप धारण केलं. असं होणार हे त्याला आधीच माहीत होतं. कारण, सरश्रींनी यापूर्वीच तशी जाणीवही दिली होती. तशाच गोष्टी आता समोर प्रकटल्या होत्या.

जीवन स्वभावाने अतिशय चिकित्सक असल्याने कोणत्याही गोष्टीच्या मुळापर्यंत जाणं हा त्याचा स्वभावच बनला होता. सॉफ्टवेअर कंपनीत काम करता करता प्रत्येक गोष्टीचं विश्लेषण करणं त्याच्यासाठी फारच सहज होतं. ज्याप्रमाणे सॉफ्टवेअरला नुकसानदायक ठरणारे व्हायरस तो क्षणार्धात शोधत होता त्याचप्रमाणे ज्ञानप्राप्तीत असणाऱ्या त्रुटीदेखील चुटकीसरशी तो शोधून काढत होता. 'या गोष्टी खऱ्या आहेत का... कशावरून हे सत्य आहे... वैज्ञानिक शोध आणि मृत्यूवर उपलब्ध असलेल्या माहितीद्वारे काय सांगितलं आहे... या गोष्टी केवळ मनाला दिलासा देण्यासाठीच तर नसतील... यांसारखे प्रश्न वारंवार त्याच्या मनावर

आघात करीत असायचे आणि त्यामुळे अधून मधून त्याच्या विश्वासाला तडाही जात होता. कुठंतरी चुकतंय... काहीतरी राहून जातंय... अशी चुटपूट मनाला लागून राहिली होती. कधी एकदा सरश्रींची भेट होईल आणि कधी माझ्या प्रश्नांची उत्तरं मिळतील याची तो मनापासून प्रतीक्षा करू लागला...

◆ "जीवन, अशा कोणत्या गोष्टीची तुला ग्वाही द्यायची आहे?" सरश्रींनी हसत पण त्याच्या अंतरंगात खोलवर डोकावत विचारलं.

"सरश्री... आपल्याला कसं माहीत?" जीवन आश्चर्याने भांबावला.

"तू पार्ट वनमध्ये राहात असताना पारटूच्या जीवनावर (मरणोत्तर जीवनावर) मनन केलं नाही हे सरश्री चांगल्या प्रकारे जाणतात."

"आपल्याला माझ्या मनातील गोष्टी कशा कळल्या? काय चाललंय मला तर काही समजतच नाही... आपण मनकवडेच आहात..." जीवन भांबावून आश्चर्यचकित होत म्हणाला.

"जीवन, जेव्हा तू मनापलीकडे पोहोचशील तेव्हा दुसऱ्या माणसाच्या मनाच्या गतिविधींविषयी जाणू शकशील. नव्हे जाणलं जातंच. परंतु येथे जाणणाऱ्याचं वेगळं अस्तित्व नसतं. यात कोणतीही जादू अथवा चमत्कार नसतो. मात्र, दुर्भाग्यवश अनेक लोकांचा असा विश्वास असतो, की स्वानुभवात स्थित झाल्यानंतर माणसाला चमत्कारिक शक्ती प्राप्त होतात. पण ही केवळ एक काल्पनिक कथा आहे. भ्रम आहे. वास्तविक मनाचा स्वभाव जाणून ती व्यक्ती सहज, सरळ होते एवढंच."

"सरश्री, यासाठीच तर मला आपली पुस्तकं आणि आपण देत असलेलं मार्गदर्शन मनापासून आवडतं. आपण नेहमी सत्याचं, वास्तवाचं समर्थन करता आणि काल्पनिक मान्यकथांना हद्दपार करता. परंतु मृत्यूविषयी सत्याचं आपण देत असलेलं ज्ञान, माझ्यामध्ये संभ्रम निर्माण करत आहे. म्हणून मला मृत्यूनंतर जे काही घडतं, त्याविषयी कोणत्या आधारावर आपण हे सांगत आहात, त्याचप्रमाणे माझं तार्किक मन यावर विश्वास कसं ठेवू शकेल, हे विचारायचं आहे." जीवनने मनःपूर्वक विचारलं.

"मरणोत्तर जीवनाविषयी सरश्रींनी आजवर जे काही सांगितलं त्याचे पाच आधार आहेत. पण हे सांगण्यापूर्वी, प्रथम विश्वास ठेवायचा की नाही अशी द्विधावस्था कशामुळे निर्माण झाली आहे, या विषयावर तू काय काय शोध घेतला आहेस, याविषयी सांग."

"अं... खरंतर काहीच नाही. मी या विषयाबद्दल काहीच जाणत नाही. शिवाय कोणतं शोधकार्यही केलेलं नाही." काहीसा गोंधळून जीवन म्हणाला.

"हेच तर महत्त्वाचं आहे. तू या विषयावरील कोण-कोणती पुस्तकं वाचलीस? हा शोध चालू असताना तू कुणाकुणाला भेटलास? तुला आधुनिक वैज्ञानिक प्रगतीविषयी काय माहिती आहे? करलियन फोटोग्राफीविषयी तू काय जाणतोस? ही ऊर्जा-शरीराला चित्रित करते हे तुला माहीत आहे का?"

"नाही..." काहीसा ओशाळत जीवन म्हणाला.

"मग तुझा या गोष्टींवर विश्वास नाही असं तू कसं म्हणू शकतोस? तुझ्याकडे शोधाचा काय आधार आहे?"

"मला आपला संकेत समजला. आता जेव्हा केव्हा मी पुन्हा आपल्याकडे येईन तेव्हा निश्चितपणे काही तरी शोध करूनच." जीवननं आश्वासक उत्तर दिलं.

"ठीक आहे. आता पुन्हा तुझ्या प्रश्नाकडे वळूया. सरश्रींनी मृत्यूनंतरच्या जीवनाबद्दल जे सांगितलं आहे त्याचे पाच आधार आहेत. आज विज्ञानानं सिद्ध केलं आहे, की प्रत्येक वस्तू पदार्थ नसून केवळ ऊर्जा आहे, जी विद्युतचुंबकीय तरंग आणि कंपनाने बनली आहे. हा पहिला आधार होय. यापूर्वी प्रत्येक वस्तू एक पदार्थ आहे यावर विश्वास ठेवला जात होता. परंतु आज विद्युतचुंबकीय तरंगांना काही विशिष्ट उपकरणांद्वारे समजलं जाऊ शकतं. दुसरा आधार आहे 'एन.डी.ए. फाउंडेशन'."

"सरश्री, आपण निअर डेथ एक्सपिरियन्सविषयी, सांगत आहात का?" जीवननं मध्येच विचारलं.

"हो. हा दुसरा आधार आहे, काही लोक जे डॉक्टरांद्वारे मृत घोषित केल्यानंतरही पुन्हा जिवंत झाले. त्यांनी जे अनुभव सांगितले ते सगळे ध्वनिमुद्रित केले गेले. त्यांनाच निअर डेथ एक्सपिरियन्स असं म्हटलं जातं. अनेक लोकांचे अनुभव एकत्रित करून मरणोत्तर जीवन समजण्याचा प्रयत्न केला आहे. त्यात अधिकतर लोकांचा अनुभव एकसारखाच होता."

"त्यांचा अनुभव कसा होता आपण हे सांगू शकाल का?"

"नक्कीच! मृत्यूनंतर, हॉस्पिटलमध्ये जे लोक पुन्हा जिवंत झाले त्या लोकांकडे चौकशी केल्यानंतर ज्या गोष्टी समोर आल्या त्या सर्वांचा मरणोत्तर जीवनाचा अनुभव आश्चर्यकारकरीत्या अगदी समान होता.

* शारीरिक वेदना होत असताना माणूस अचानकपणे डॉक्टरांद्वारे स्वतःला मृत घोषित केल्याचं ऐकतो.

* तो स्वतःला स्थूल शरीराबाहेर असल्याचं पाहतो म्हणजेच त्याला स्वतःचं शरीर दिसतं. त्या वातावरणात दर्शक असल्याप्रमाणे तो सहजतेने इतर लोकांनाही पाहू शकतो.

* डॉक्टरांद्वारे केल्या जाणाऱ्या प्रयत्नांना बघत असतानाही तो निश्चिंततेचा अनुभव करतो.

* काही वेळाने त्या वातावरणाची त्याला सवय होते आणि त्याच्याजवळ अद्यापही एक शरीर आहे, जे जास्त स्फूर्तिवान आणि शक्तिवान आहे असं त्याला जाणवतं.

* तो दूरवर, प्रकाशाकडे जाणाऱ्या एका मार्गावरून अती तीव्र गतीने जात आहे असं समजतं.

* तेथे त्याचे अनेक प्रियजन जे यापूर्वीच पारटूमध्ये गेले आहेत ते त्याला भेटायला आले आहेत हे लक्षात येतं.

* तो काही अनोळखी परंतु शुभचिंतक वाटणाऱ्या लोकांच्या मदतीने आपल्या जीवनाचं आकलन करतो. त्याचप्रमाणे त्याला पुन्हा त्याच्या शरीरात परतण्यासाठी सांगितलं जातं.

* नव्या वातावरणात मिळालेल्या आनंदानं तो पुन्हा शरीरात जाण्यासाठी विरोध दर्शवतो. पुन्हा जुन्या वातावरणात जाण्याची त्याला इच्छा होत नाही. कारण आनंद, आराम, दिलासा, प्रेम आणि शांतिपूर्ण अशा वातावरणातच राहण्याची त्याची इच्छा असते (शारीरिक त्रासातून तो यावेळी मुक्त झालेला असतो).

* अगदी अचानकपणे तो स्वतःला आपल्या स्थूल शरीरात असल्याचं अनुभवतो आणि डॉक्टर आश्चर्याने त्याला तो जिवंत असल्याचं घोषित करतात.

* तो आपल्या आजूबाजूला असणाऱ्या प्रियजनांना ते अनुभव सांगण्याचा प्रयत्न करतो. परंतु शब्दाअभावी ते सांगण्यास तो अयशस्वी ठरतो. कारण अशा नवीन अनुभवांची शब्दावली अद्याप निर्माण झाली नाही.

* कित्येकदा लोक अशा व्यक्तींना भ्रम झाला असावा म्हणून त्यांना गप्प बसवतात किंवा रागावून नाराजी प्रकट करतात. म्हणून ते लोक त्यांचे अनुभव सांगणे बंद करतात.

* वास्तविक हे अलौकिक अनुभव बहुतांश लोकांच्या आयुष्यावर सकारात्मक प्रभाव टाकतात त्यामुळे ते मृत्यूच्या भयातून मुक्त होतात.
* जे लोक अधिक काळापर्यंत मृत अवस्थेत होते ते कमी वेळेसाठी मृत असणाऱ्या लोकांपेक्षा जास्त अनुभव सांगू शकतात.
* ते लोक शरीर सोडताना किंवा शरीर सोडण्यापूर्वी प्रकाशाने बनलेली आकृती पाहतात.

''सरश्री, हे वैज्ञानिक सर्वेक्षण या विषयाची सत्यता जाणण्यासाठी खरोखरच खूपच बळ देतं.'' जीवन म्हणाला.

''हे सर्वेक्षण आणि त्यावरील शोध अद्यापही चालू आहेत आणि प्रत्येक सर्वेक्षण या गोष्टीलाच पुष्टी देतं, की मरणोत्तर जीवन अस्तित्वात आहे...''

१०:१०

जीवन काही क्षण गहिरं मनन करत राहिला. सरश्रींनी त्याला ही मनन करण्याची संधी दिली होती. काही वेळाने त्या विषयाचं सातत्य कायम राहावं यासाठी त्याने सरश्रींना प्रश्न विचारला, ''मरणोत्तर जीवनासंबंधी पुष्टी देणारा तिसरा आधार कोणता?''

''तिसरा आधार आहे संत आणि ऋषि-मुनींनी सांगितलेल्या गोष्टींचा. ज्यांनी वर्षानुवर्षं कठोर शारीरिक आणि मानसिक स्तरावर अभ्यास करून आत्मसंयम प्राप्त केला. देहाला तप्त करून काही सिद्धी प्राप्त केल्या. त्याचप्रमाणे ध्यानाद्वारे, एकाग्रतेद्वारे अलौकिक शक्ती प्राप्त केल्या. या शक्तींद्वारे त्यांनी आपलं सूक्ष्म शरीर स्थूल शरीराबाहेर जाऊन परत येऊ शकतं हेही अनुभवलं. असे अनुभव जे आपल्याला या ऋषि-मुनींद्वारे मिळालेत, ते या गोष्टींचेच प्रमाण आहेत आणि म्हणून हा तिसरा आधार आहे.''

''सरश्री, आपण येथे सूक्ष्म शरीराच्या यात्रेविषयी (Astral travel) चा संदर्भ देत आहात का?''

''हो, सूक्ष्म शरीराच्या यात्रेचासुद्धा. ज्या महान संतांना आत्मसाक्षात्कार प्राप्त झाला, आत्मरूपाचं ज्ञान झालं, अशा व्यक्ती चौथा आधार ठरतात. भगवान बुद्ध, भगवान महावीर, आद्य शंकराचार्य, संत ज्ञानेश्वर, गुरुनानक, येशू ख्रिस्त, अशा व्यक्तींना आत्मसाक्षात्कार झालेला होता. अशाप्रकारे आत्मबोध होणं आणि अलौकिक सिद्धी

प्राप्त करणं यात जमीन–आसमानाचा फरक आहे. आत्मसाक्षात्कारानंतरचं ज्ञान हा चौथा आधार.''

''सरश्री! आपल्यावर माझा दृढ विश्वास आहे. त्याचबरोबर आपल्याला आत्मबोध झाला आहे हेही मला माहीत आहे. मी शिबिरांमध्ये स्वसाक्षीचा अनुभव घेतल्यामुळे आत्मस्थिरतेच्या दिशेने माझी निश्चितच प्रगती होणार याविषयी मला तिळमात्र शंका नाही. हा विश्वासच मृत्यूउपरांत जीवनाच्या धारणेला पूर्णतः अस्वीकार न करण्याविषयी मला मदत करत आहे आणि आता तर मला आपण उल्लेख केलेल्या आधाराचाही बोध होऊ लागला आहे.''

''यामुळे केवळ तुला बोध होईल इतकंच नव्हे तर आणखीही बऱ्याच गोष्टी घडणार आहेत, ज्या तू स्वतः अनुभवणार आहेस. आता पाचवा आधार बघूया. एखाद्या अपघातामुळे वा दुर्घटनेमुळे काही व्यक्तींच्या मेंदूवर परिणाम होऊन त्यांना विचित्र आवाज ऐकू येऊ लागतात. सूक्ष्म देह दिसू लागतात. सामान्य व्यक्तींना मात्र ते आवाज ऐकू येत नाहीत. अशा व्यक्तींची काटेकोरपणे चाचणी घेतल्यानंतर वैज्ञानिक या निष्कर्षाप्रत पोहोचले, की या व्यक्तींना कुठलीही मानसिक व्याधी झालेली नाही. त्या आपल्या मेंदूच्या शक्तींचा पूर्णपणे वापर करू शकत आहेत जे सामान्य लोक करू शकत नाहीत.''

''या गोष्टी माझ्या पचनीच पडत नाहीत.''

''या गोष्टीवर मनन केल्यानंतर यावर विश्वास ठेवायचा किंवा नाही याचा विचार तू कर. कोणत्या गोष्टी विश्वासयोग्य आहेत आणि अशा कोणत्या गोष्टीमुळे विश्वासाला तडा जातो, ते आपण एका कहाणीद्वारे जाणून घेऊया...

''एक शास्त्रज्ञ होता. त्याला मृत्यूचं भयंकर भय वाटत असे. मृत्यूपासून सुटका करून घेण्यासाठी त्याने हुबेहूब आपल्यासारखे दिसणारे दहा पुतळे बनवले. आयुष्यातली दहा वर्षे त्याने पुतळे बनविण्यासाठीच घालवले. यमदूत जेव्हा त्या शास्त्रज्ञाला नेण्यासाठी आले तेव्हा त्याला एकसारखे अकरा पुतळे दिसले. यमदूत म्हणाला, 'पुतळे तयार करणाऱ्याने अकरा पुतळे अगदी एकसारखे, परिपूर्ण बनवले आहेत. पण त्यात एक त्रुटी राहून गेली आहे.' ते ऐकून शास्त्रज्ञाला राहावलं नाही. अचानक तो म्हणाला, ''कोणती त्रुटी? खरंतर यात त्रुटीच राहिलेली नाही.''

''अरे हीच तर त्रुटी राहून गेली आहे. तू आपला अहंकार रोखू शकला नाहीस. हा अहंकार जर सगळ्या पुतळ्यात टाकला असता तर कदाचित मी तुला ओळखूही शकलो

नसतो. अन्यथा अकराही पुतळे तुझ्याप्रमाणेच बोलले असते. हा अहंकार केवळ तुझ्यातच असल्यामुळे तू नेमका पकडला गेलास.''

''हा अहंकार तर माणसाची खरी ओळख आहे.'' जीवन म्हणाला.

''हो. एक मनुष्य, एक पशू आणि एक वस्तू यामध्ये काय अंतर आहे? माणसाजवळ अहंकार असतो. 'मी', 'माझा' आणि 'मला'ची भावना असते. पशूंमध्ये सहज मन असल्यामुळे 'मी'ची भावना नसते. वस्तूंमध्ये फक्त तरंग असतात. विचार माणसाला इतर प्राण्यांपेक्षा वेगळं आणि श्रेष्ठ बनवतो. परंतु हा 'मी'चा विचारच माणसात मृत्यूचं भय निर्माण करतो. त्यामुळे 'मी मरणार' हा विचारच माणसाला मृत्यूच्या छायेत ठेवतो, सतत भेडसावत राहतो, ज्याला आपण मृत्यू असं समजतो, वास्तविक तो विचारांचा मृत्यू असतो. रात्री गाढ झोपेत असताना काय होतं? कोमामध्ये गेलेल्या व्यक्तीबाबत काय घडतं? खरंतर तो मृत्यूचाच अनुभव असतो. गाढ निद्रेत आणि 'कोमा'च्या अवस्थेत शरीरात विचारांचं अस्तित्वच नसतं. किंबहुना तेथे विचार येणंच थांबलेलं असतं. पहिल्या स्थितीत आठ तासांकरिता विचार नाहीसे होतात तर दुसऱ्या स्थितीत आठ दिवस वा महिनोन महिने विचार मृत होतात. माणूस 'मी' अथवा माझ्या या अनुभूतीच्या मृत्यूला आपला मृत्यू समजतो. पण वास्तव असं आहे, की विचार येणं थांबताच गैरसमजुतीमुळे मृत्यू झाला असं म्हटलं जातं. वास्तविक 'मी'चा हा विचारच अहंकार आहे. ज्यामुळे माणूस स्वतःला जगापासून वेगळं समजतो. अन्यथा विश्व हे एकात्म आहे. एक यंत्र आहे आणि झाडे-झुडपे, डोंगरदऱ्या, माणूस, पशु-पक्षी हे सर्व एकाच महाकाय यंत्राचे भाग आहेत. ते वेगवेगळे दिसत असले म्हणून काय झालं? हाताची बोटंही वेगवेगळी दिसतातच की. पण तरीसुद्धा ती हाताचे अविभाज्य अंग आहेत. त्याचप्रमाणे हे विश्व म्हणजेदेखील ईश्वराचा हातच आहे.

''गोष्टीतील शास्त्रज्ञाच्या मनात अहंकाराच्या विचाराने मृत्यूचं भय निर्माण केलं होतं. त्यामुळे त्याने आपला मौल्यवान वेळ, नवे संशोधन, सृजन करण्याऐवजी स्वतःचा अहंभाव जपण्यामध्ये वाया घालवला. वास्तविक त्यावेळी तो एखादी उपयुक्त वस्तू निर्माण करू शकला असता. पण त्या शास्त्रज्ञाने एक नाही तर दोन चुका केल्या. दहा पुतळे बनवण्यासाठी दहा वर्षं घालवली ही पहिली चूक. ही दहा वर्षे जर त्याने मरणोत्तर जीवन कसं असतं, हे शोधण्यात घालवली असती तर त्याला मरणाची भीती उरली नसती. शिवाय त्याची दहा वर्षं वायाही गेली नसती. त्याची दुसरी चूक म्हणजे सत्य जाणून घेण्याऐवजी तो सतत मृत्यूपासून दूर पळत राहिला.''

"सरश्री, आपण किती सूक्ष्मतेने माझ्या चुकांवर प्रकाश टाकून माझं लक्ष या गोष्टीकडे आकर्षित केलं आहे. मीदेखील अशाच प्रकारे आपल्या आकांक्षा आणि व्यापार यात बराच काळ व्यर्थ दवडला आहे. याव्यतिरिक्त माझी दुसरी चूक अशी आहे, की सत्याचा शोध घेण्याऐवजी मृत्यूच्या भयापासून मी दूर पळत राहिलो. वास्तविक आत्ताही आपण मला सत्याविषयीचं ज्ञान देत आहात आणि तरीही मी त्याचा विरोध करत आहे.'' जीवन आपली चूक मान्य करत म्हणाला.

"असं अनेक लोकांबरोबर घडतं. परंतु जेव्हा जेव्हा माणसाला असं गूढ ज्ञान प्राप्त करण्याची संधी मिळते तेव्हा तेव्हा सत्यश्रवण करण्यासाठी त्याने सदैव तत्पर राहायला हवं.''

"सरश्री, या आपल्या गोष्टीशी मी पूर्णपणे सहमत आहे. त्याचबरोबर आपल्याकडून मला हे गूढ ज्ञान प्राप्त होत आहे म्हणून मी स्वतःला अत्यंत भाग्यवान समजतो. यासाठी धन्यवाद हे शब्दही पुरेसे ठरत नाहीत. पण नेमकं काय म्हणावं हेही मला सुचत नाही. पण हा सखोल विषय, हे गूढ ज्ञान वैज्ञानिक आधार देऊन आपण अतिशय सोपं केलं आहे. त्यामुळे हा गहिरा विषय समजणं आणि स्वीकार करणं खूपच सहज झालं आहे.''

"जीवन, फक्त विज्ञानच खरं आहे असं नव्हे हे नेहमी लक्षात ठेवायचं आहे. कारण शरीर आणि शरीराच्या अंतर्यामी असलेल्या चेतनेविषयी सांगण्यासाठी विज्ञानाजवळ काय आहे? विज्ञानाचे स्वतःचे असे मापदंड आहेत. विज्ञान प्रत्येक पदार्थाचे, वस्तूंचे पृथक्करण करून मूलभूत घटक शोधून त्या प्रत्येक घटकाचा अभ्यास करते. म्हणून विज्ञान अपूर्ण असतं. तरीही जीवन, शक्य असेल तेवढं अध्ययन करून तू आपल्या वैज्ञानिक मनाने शोध घेत राहा आणि मग सांग, हा वैज्ञानिक दृष्टिकोन ज्ञानाची पुष्टी करतो, की नाही.''

"अवश्य, सरश्री.'' जीवन उद्गारला.

"या पृथ्वीवर अनेक दृश्यं, ध्वनी, गंध, स्वाद आणि भिन्न भिन्न वस्तू आहेत. परंतु प्रत्येक वस्तू एकच आहे असं विज्ञान सांगतं. केवळ त्यांचे विद्युत आणि चुंबकीय तरंग वेगळे आहेत. उदाहरणार्थ, पाणी, बर्फ आणि वाफ. ही एकाच वस्तूची विभिन्न रूपं आहेत. मूळ तत्त्वात विद्युतचुंबकीय तरंगांमध्ये परिवर्तन करून त्यांची वेगवेगळी रूपं निर्माण केली जाऊ शकतात. ऊर्जा एकच आहे जी प्रत्येक ठिकाणी प्रवाहित होत असते असं आज विज्ञान सांगतं आणि असं जर असेल तर आपल्याला जे शरीर मिळालं

आहे तेदेखील त्याच तरंगातून निर्माण झालेलं असणार! ही वस्तुस्थिती असेल तर या क्षणाला जे शरीर आपल्याजवळ आहे तेही तरंगित होत असेल. सूक्ष्म शरीरही तरंगित होत असेल.''

''सरश्री, जर प्रत्येक गोष्ट ऊर्जास्वरूप आहे तर परमात्मा म्हणजे नक्की कोण? आणि मी नेमका कोण आहे?''

''काही लोक परमेश्वराच्या अस्तित्वावर विश्वास ठेवतात तर काही ठेवत नाहीत. परंतु त्या लोकांनी या प्रश्नावर काही शोध अथवा साधना केली आहे का? केवळ ऐकीव गोष्टींवरच तर ते विश्वास ठेवत नाही ना, असा प्रश्न त्यांना विचारायला हवा. आपली प्रार्थना सफल झाली नाही अथवा आपल्याला जे हवं ते मिळालं नाही म्हणून काही लोक ईश्वराच्या अस्तित्वावर विश्वास ठेवत नाहीत. परंतु हा काही ईश्वराचा शोध ठरत नाही तर तो केवळ अहंकार आहे.

''उलट काहीजण ईश्वरावर विश्वास ठेवतात. परंतु त्यांनी त्याचा कधीही शोध घेतलेला नसतो. ते डोळे झाकूनच सर्व गोष्टींचा स्वीकार करतात. याची घुटी त्यांना बालपणीच दिली जाते. खऱ्या अर्थाने या प्रश्नाचा शोध जे लोक करतात त्यांना ईश्वर आहे की नाही, हा प्रश्नच चुकीचा वाटतो. कारण ईश्वरच आहे. सर्वत्र केवळ ईश्वराचंच अस्तित्व आहे. मग आता प्रश्न असा पडतो, तुम्ही आहात की नाही?''

''सरश्री, मला काहीच कळलं नाही.''

''हे एका उदाहरणाने आपण समजून घेऊया. डोळे मिटून पडलेल्या एखाद्या माणसाला आपण विचारलं, 'अरे, तू जागा आहेस का?' आणि तो म्हणाला, 'हो.' तर तो जागा आहे असं तुम्ही समजता. पण जर तो 'नाही' म्हणाला तरीही तो जागा आहे हे तुम्हाला माहीत असतं. कारण तो जागा नसता तर त्याने उत्तरच कसं दिलं असतं? अगदी याच प्रकारे नास्तिक लोकांना, ईश्वराचं अस्तित्व आहे की नाही असा प्रश्न विचारल्यानंतर ते जरी 'नाही' म्हणाले तरी ईश्वराच्या अस्तित्वाविषयी शंका घेण्याचं कारण नाही. कारण नाही म्हणायलासुद्धा त्या शरीरात ईश्वराचं अस्तित्व असावंच लागतं. जेव्हा एखादा माणूस स्वसाक्षीला जाणण्यासाठी उत्कटतेने प्रयत्न सुरू करतो तेव्हा संपूर्ण रहस्य एक एक करून त्याच्यासमोर प्रकट होऊ लागतात. अशाप्रकारे प्रामाणिकपणे स्वतःलाच एक प्रश्न विचारा, 'आपण जर मरणोत्तर जीवनावर विश्वास ठेवत नाही तर त्यावर तुम्ही काही शोध घेतला आहे का?' म्हणून कुठल्याही गोष्टीवर अंधविश्वास न ठेवता खुल्या मनानं ज्ञानपिपासू वृत्तीने शोध घ्या.''

"सरश्री, माझ्या मूर्खपणाबद्दल मी मनःपूर्वक माफी मागतो. आपण ज्या काही गोष्टी सांगितल्या त्यावर मी साधा विचारही केला नव्हता न कोणता शोध." खजील होत जीवन उत्तरला.

"मनन करून, ध्यान करून, जेव्हा काही शोध घेतला जातो तेव्हाच खऱ्या अर्थाने अंतिम उत्तर जाणण्यासाठी माणूस पात्र ठरतो. प्रत्येक प्रश्नाची तीन उत्तरं असू शकतात आणि ती आजच्या परिस्थितीनुसार, माणसाच्या समजेनुसार दिली जातात. ही गोष्ट दृढपणे मनात असायला हवी. शिवाय ही उत्तरंसुद्धा अंतिम उत्तरं नसतात.

"साधकाच्या आकलनानुसार उत्तरं बदलत जातात. तू स्वतःलाच, 'ही अंतिम उत्तरं आणि सत्य ऐकण्यासाठीची क्षमता माझ्यात आली आहे का?' असा प्रश्न विचार. कारण काही लोक त्यांच्याकडे उपलब्ध असलेली माहिती आणि विश्वासाची पुष्टी करण्यासाठी असे प्रश्न विचारत राहतात. जर ही उत्तरं त्यांच्या विश्वासाशी मिळतीजुळती असतील तर ते म्हणतात, "हे तर आम्हाला आधीच माहीत होतं." याचाच अर्थ आम्हाला जे माहीत आहे ते अगदी योग्य आहे. परंतु जर त्यांच्या धारणेला पुष्टी करणारी उत्तरं त्यांना मिळाली नाहीत, तर त्यांचा विश्वास डळमळायला लागतो."

"सरश्री, उत्तरांचे ते तीन स्तर कोणते?"

"प्रत्येक प्रश्नाची कमीत कमी तीन उत्तरं असतात. पहिल्या प्रकारचं उत्तर अगदी प्राथमिक स्वरूपाचं असतं. असं उत्तर ज्याला त्या विषयाची सखोल माहिती नसते, अशा अनुभव नसलेल्या नवशिक्याला दिलं जातं. वास्तविक ते उत्तर ऐकण्यासाठी तो तयारही नसतो.

"ज्याच्याजवळ थोडंफार ज्ञान आहे आणि त्याने त्यावर काही विचारही केलेला आहे अशा प्रकारच्या माणसाला दुसऱ्या प्रकारचं उत्तर दिलं जातं.

"तिसऱ्या प्रकारचं उत्तर त्या लोकांना दिलं जातं, ज्यांनी जीवनात परिपक्वता आणि समज प्राप्त केलेली आहे. त्यांनी सत्संगाद्वारे, प्रवचन ऐकून, मनन आणि ध्यानाद्वारे काही ज्ञान प्राप्त केलं आहे. ती उत्तरं जरी लक्षात आली नाहीत तरी त्यावर मनन आणि ध्यान करून ते लोक आपला शोध पूर्ण करतात, अपूर्ण ठेवत नाहीत. ती उत्तरं त्यांच्या विचारांशी तर्कसंगत नसली तरीदेखील चिकाटीने ते त्यांचा शोध पूर्णत्वाला नेतात.

"म्हणून तू यावर विचार कर, कोणत्या स्तरावरची उत्तरं तुला अपेक्षित आहेत?...

सहावा आठवडा

एक शोध मरणोत्तर जीवनाचा

सूक्ष्म जगत

११:११

जीवन आपल्या शोधासाठी मुख्यतः इंटरनेटवरच अवलंबून होता. सरश्रींनी आजवर जी जी रहस्यं सांगितली होती, त्यावर त्याने सखोलतेनं मनन केलं होतं. तो कुठल्या स्तरावरील उत्तरांसाठी तयार आहे यावरही त्याचं मनन झालं. काही गोष्टी त्याने नेटवरून जमा केल्या होत्या, ज्या सरश्रींनी सांगितलेल्या गोष्टींशी तंतोतंत जुळत होत्या. परंतु काही गोष्टींचा ताळमेळ न जमल्यामुळे मनात असंख्य प्रश्नांचं जाळं निर्माण झालं होतं. विचारांचं वादळ अद्याप शमलं नव्हतं.

त्याचक्षणी त्याच्या मनात असा विचार आला, बुद्ध, जीजससारख्या संतांची शिकवण, ते गेल्यानंतर हजारो वर्षांनंतर त्याविषयी लिहिलं गेलं. पण त्यात किती तथ्य असावं? त्यात किती बदल झाले असतील हे तर कुणालाच माहीत नाही. म्हणून यावर कितपत विश्वास ठेवावा?

अरेरे... मी कोणत्या कसोटीवर गुरूंची पारख करत आहे. मला जिवंत गुरूंना महत्त्व द्यायचं आहे, की इंटरनेटला? मी कोणावर विश्वास ठेवायला हवा?...

डोळे उघडून पाहिलं तर जीवनने स्वतःला मौनकक्षात असलेलं पाहिलं. वास्तविक सरश्रींना भेटण्यासाठी वेळेपूर्वी एक तास आधीच तो पोहोचला

होता. मौनकक्षात सरश्रींचा मोठा आकर्षक फोटो लक्ष वेधून घेत होता. आत खूपच शांतता आणि समाधानाचं वातावरण होतं. सर्व भिंतींना आकाशी रंग दिलेला होता. मागच्या भिंतीवर पृथ्वीचं भलं मोठं चित्र काढण्यात आलं होतं. तेथे पोहोचताच प्रसन्नतेचा अनुभव त्याला आला.

काही लोक जीवनप्रमाणेच आपला नंबर कधी येईल, याची उत्सुकतेने वाट पाहात होते. सर्वांप्रमाणे जीवनच्या मनातदेखील अतिशय उत्कंठा दाटली होती. काही क्षणातच त्याला सरश्रींनी दर्शनकक्षात बोलावल्याचं सांगण्यात आलं आणि त्याच्या आनंदाला पारावार राहिला नाही...

◆ ''सरश्री, मागील भेटीसाठी आपल्याला खूप धन्यवाद. परंतु त्यावेळी मी मोकळ्या मनाने आणि खुल्या हृदयानं आलो नव्हतो. परंतु आज मी अधिक तयारीनं आलो आहे. कमीत-कमी दुसऱ्या स्तरावरची उत्तरं ऐकण्यासाठी तरी मी निश्चितरूपानं तयार आहे, असं मला आपल्याला सांगायचं आहे. परंतु तरीही तिसऱ्या स्तरावरची उत्तरं मला ऐकायचीच आहेत. तिसऱ्या स्तरावर जाण्याइतपत माझी आध्यात्मिक तयारी झाली, की नाही, याबाबत मी जाणत नाही. त्याविषयी आपणच निर्णय घेऊ शकाल. परंतु मी ध्यानही केलं आहे आणि काही शोधकार्यदेखील. आता मला अगदी मोकळ्या मनानं आपण जे सांगणार आहात ते ऐकायचं आहे.'' जीवन भरभरून बोलत होता.

''जीवन, तू कोणता शोध घेतलास हे प्रथम सांग?'' सरश्रींनी हसत विचारलं.

''सर्वप्रथम मी मृत्यूच्या निकट असलेल्या अनुभवांविषयी (एन.डी.इ.) वाचणं सुरू केलं. इंटरनेट आणि पुस्तकांच्या माध्यमातून अनेक लोकांनी मरणोत्तर जीवनावर आपापले अभिप्राय व्यक्त केले आहेत. ज्या ज्या लोकांना मृत्यूच्या अगदी निकटचे अनुभव झाले त्या अधिकांश लोकांनी ते रेकॉर्ड करून ठेवले आहेत. या लोकांच्या वक्तव्यातून अधिकतर एकसारखेच संकेत मिळतात. या लोकांचा धर्म आणि भाषा वेगवेगळी असली तरी त्यांना आलेले अनुभव मात्र अगदी आपण सांगितल्याप्रमाणे आहेत. मला बीबीसी.कॉमवर एक खूपच रोचक लेख वाचायला मिळाला. त्यात मृत्यूनिकट अनुभवांचा शोध घेणाऱ्या शास्त्रज्ञांना असे प्रमाण सापडले आहे, जे या गोष्टीची पुष्टी करतात. मेंदूद्वारे कार्य करणं बंद झालं तरी चेतनेचं अस्तित्व तसंच कायम राहतं या गोष्टीला ते पुष्टी देतं. वैज्ञानिकांनी आठवड्यापूर्वी हार्ट अॅटॅकने आजारी असणाऱ्या ६३ रोग्यांच्या मुलाखती घेतल्या. त्यातील ५६ लोक डॉक्टरांच्या सांगण्यानुसार मृत होते. त्यांना आपल्या बेशुद्धावस्थेच्या अनुभवाचं स्मरण नव्हतं. या रोग्यांमधून सात लोकांना

मरणोत्तर अवस्थेतील काही गोष्टी आठवत होत्या. त्यातील चार लोकांनी या मृत्यूनिकट अनुभवाचं समर्थन केलं. त्यांनी शांतता, प्रसन्नता तर अनुभवलीच शिवाय तेथे वेळ खूप लवकर व्यतीत झाला हेही सांगितलं. शरीराचा अनुभव नसल्याचा, तीव्र प्रकाश बघण्याचा, दुसऱ्या जगात प्रवेश केल्याचा आणि सर्वोच्च चेतनेची अनुभूती होण्याचा एक रहस्यमय, अनोख्या अवस्थेच्या साक्षात्काराचा अनुभव त्यांनी घेतला. जेथून परत येणं शक्य नसतं अशा स्थितीवर पोहोचल्याची बाब सांगितली.''

''हं... आणखी काय काय वाचलं?''

''मी सूक्ष्म शरीराच्या यात्रेविषयी वाचलं आणि ते खूपच चमत्कारिक वाटलं. आपण संकेत दिल्याप्रमाणे मी फक्त वाचलंच नाही तर अशा पाच व्यक्तींनाही भेटलो, ज्यांना स्थूल शरीरातून बाहेर जाण्याचा अनुभव आला होता. एका माणसाला तर अचानकपणे शरीरातून बाहेर जाण्याचा अनुभव आला. दोन लोकांना आध्यात्मिक शिबिरात असे अनुभव आले. आणखी एका माणसाला संमोहनशास्त्रात असा अनुभव आला. तर त्यातील एक माणूस अनौपचारिक रूपात सूक्ष्म शरीराच्या यात्रेविषयी शिकला होता. हे सर्वच अतिशय रहस्यमय आहे. या सर्वांनी आपलं स्थूल शरीर सोडल्याचं, तर कोणी आपल्या भौतिक शरीराला वरून पाहिल्याचं सांगितलं. काही लोकांनी सूक्ष्म शरीराबाहेर जाऊन भ्रमण करत असल्याचं सांगितलं. सरश्री, या विषयात मला अधिक रुची वाटू लागली आहे. म्हणून 'मला आध्यात्मिक रूपात अशी प्रगती कशी करता येईल, जेणेकरून हे अनुभव प्राप्त करता येतील' असं आपल्याला विचारायचं आहे.''

''जीवन, तू ज्या अनुभवांबद्दल बोलत आहेस त्याचा अध्यात्माशी तीळमात्र संबंध नाही. ही फक्त शरीराची क्रिया आणि शक्ती आहेत. तू जर आपल्या मांसपेशी धष्टपुष्ट करण्याची कला विकसित करत असशील तर त्याला आध्यात्मिक अनुभव असं म्हटलं जाऊ शकेल का?''

''नाही. परंतु तरी आध्यात्मिक शब्दाची उत्पत्ती आत्मा या शब्दानेच होते ना?''

''नाही. आध्यात्मिक शब्दाची उत्पत्ती 'आत्मा' या शब्दाने होत नाही. आत्मा शब्द आज भ्रमित करणारा बनला आहे. कारण हा शब्द कधी सूक्ष्म शरीरासाठी वापरला जातो तर कधी सेल्फसाठी (चेतनेसाठी). कधी असं म्हटलं जातं, की आत्मा अमर आहे आणि सूक्ष्म शरीरदेखील शरीर आहे. तर काही वेळा सूक्ष्म शरीराचा मृत्यू होतो असंही म्हटलं जातं. अशाप्रकारे एकच शब्द दोन गोष्टींच्या संदर्भासाठी वापरल्यामुळे या शब्दाने अध्यात्मात गुंतागुंत निर्माण झाली आहे.

"आत्मा शब्द सूक्ष्म शरीरासाठी वापरून काही रहस्यमय चित्रपटात भयानक दृश्यं दाखवली जातात. त्यामुळे असे चित्रपट पाहून आपल्या अंतरात्म्याचा शोध घेण्याची लोकांना इच्छा होत नाही. मात्र या पुस्तकाच्या वाचकांनी मात्र ही गोष्ट नेहमी लक्षात ठेवायची. जेव्हा जेव्हा चित्रपटात ते आत्मा शब्द ऐकतील तेव्हा त्याला सूक्ष्म शरीरच समजायचं. वास्तविक हा शब्द आध्यात्मिक आहे. परंतु आज मात्र त्याचा स्वतःचा असा अर्थ हरवला आहे. कित्येक समजुतदार लोकांनाही आत्मा आणि सूक्ष्म शरीर यातील फरक समजत नाही. म्हणून नव्या शब्दावलीत 'आत्म्याला' अध्यात्माबरोबर जोडू नका.

"जेव्हा अस्तित्वाबरोबर एकत्वाचा अनुभव होतो, तेव्हा आध्यात्मिक अनुभव होतो. या अनुभवांतर्गत शरीर बाहेर जाण्याचा कुठलाही अनुभव होत नाही, तर सर्व शरीरांबरोबर एक होण्याचा हा अनुभव असतो. यालाच 'परिपूर्ण अनुभव' असं म्हणता येईल आणि असं तेव्हाच होईल जेव्हा तुम्ही पाचव्याच्या संपर्कात असाल."

"सरश्री, त्यावेळी आम्ही आनंदमयी शरीराबरोबर असतो, जे स्थूल आणि सूक्ष्म शरीरावर शासन करतं."

"हो. असा एकत्वाचा अनुभव, स्वबोधाचा अनुभव तेजज्ञान शिबिरात आजवर हजारो लोकांना झाला आहे. जेव्हा स्वसाक्षी स्वतःवर परततो तेव्हा असे अनुभव होतात. याचाच अर्थ आपलं स्थूल आणि सूक्ष्म शरीर जे चार शरीरांच्या संयोगाने बनलं आहे, त्याला स्वतःचा अनुभव करण्यासाठी एका माध्यमाच्या रूपात नियुक्त केलं जातं. हे गाढ निद्रासदृश्य असतं. परंतु यात फरक असा आहे, की हा अनुभव घेत असताना तुम्ही जागृत असता. ही अतिशय महत्त्वपूर्ण गोष्ट आहे. कारण हा एक परिपूर्ण अनुभव आहे आणि त्याचबरोबर आध्यात्मिकदेखील. शरीराबाहेर जाण्याचा अनुभव, सूक्ष्म शरीराची यात्रा अथवा कुंडलिनी शक्ती जागृत होणे या सगळ्या गोष्टी शरीर आणि मनासंबंधित आहेत. यासाठी जीवन, या सर्व गोष्टींपासून तू दूर राहावंस हाच सरश्रींचा तुला सल्ला आहे."

"मला तर वाटलं होतं आपण माझी आवड पाहून खूप खुश व्हाल परंतु..."

"जीवन, शरीराच्या शक्ती वाढवणे, सिद्धी प्राप्त करणे, सूक्ष्म शरीराची यात्रा करणे याऐवजी जर अंतिम सत्य प्राप्त करण्याच्या शुभेच्छेवर समजेसह ध्यान केंद्रित केलं तर सरश्री निश्चितपणे प्रसन्न होतील. पण वरील सर्व गोष्टींमुळे माणसाचा अहंकार पुष्ट होतो आणि जोपर्यंत अहंकार गळून पडत नाही तोपर्यंत 'स्व' प्रकाशित होत नाही."

"सरश्री, मला आपला संकेत समजला. आपल्या स्पष्ट वक्तव्याबद्दल खूप धन्यवाद. आता माझ्या लक्षात आलं, 'मरणोत्तर जीवनाच्या ज्ञानाचा शोध' अशा आकर्षित करणाऱ्या नावाखाली माणसाचं मन किती सहजपणे कितीतरी अनावश्यक गोष्टींकडे वळतं..."

१२:१२

सरश्रींशी वार्तालाप करता करता जीवनसमोर त्याची प्रत्येक चूक प्रकाशात येत होती. आत्मनिरीक्षण आणि आत्मपरिवर्तन करण्याची ही अचूक पद्धत त्याला अतिशय आवडत होती. या पद्धतीचा फायदा घेत त्याने आपला संवाद चालू ठेवला.

"मृत्यूनिकटचे अनुभव आणि सूक्ष्म शरीराची यात्रा याविषयी अध्ययन केल्यानंतरच मृत्यूच्या काही क्षण आधी आणि काही क्षणांनंतर काय घडतं, हे समजू शकेल. अजूनही मला दोन प्रश्नांची उत्तरं सखोलतेनं समजली नाहीत. माझ्या शोधाचा शेवटचा भाग धर्म आणि संतांविषयी होता. मी इंटरनेटवर याबाबत अनेक संतमहापुरुषांची विधानं वाचलीत आणि या गोष्टीचं खूपच आश्चर्य वाटलं, की आपण जे काही सांगत आहात ते या महात्म्यांच्या वक्तव्याशी किती मिळतंजुळतं आहे. त्यांना काय म्हणायचं होतं हे आता मला स्पष्टपणे समजत आहे. मी त्यांच्या विधानांचं संकलन करून बरोबर आणलं आहे."

"जीवन, तू ते वाचू शकतोस."

"सरश्री, हे संकलन कदाचित मोठंही असू शकतं. पण जेव्हा मी ही महावाक्यं इंटरनेट व पुस्तकातून लिहीत होतो तेव्हा मृत्यूउपरांत... दुसऱ्या जगात... सूक्ष्म जगात... असे शब्दप्रयोग जेथे जेथे आढळले तेथे मी पारटू असं लिहिलं. अशाप्रकारे शब्दांमधील बदल स्थूल आणि सूक्ष्म शरीराचा उल्लेख आल्यानंतर मी केला आहे. पण हे सर्व स्वतःला समजावं यासाठीच मी केलं."

"जीवन, तू अजिबात काळजी करू नकोस. तुला काय समजलं हे सरश्रींना समजून घ्यायचं आहे. तू घेतलेल्या शोधात जर काही चूक आढळली तर सरश्री नक्कीच तुला संकेत देतील, मार्गदर्शन करतील."

"ही आपली मोठी कृपाच आहे. परंतु आता मी जे काही सांगणार आहे ते स्थूल आणि सूक्ष्म शरीरासंबंधी...

✻ ज्यांची चेतना सर्वोच्च आहे असे संत किंवा योगी जेव्हा आपलं स्थूल शरीर

सोडतात तेव्हा ते सूक्ष्म जगात सर्वोच्च स्तरावर आपली यात्रा करतात. तेथे ते प्रत्येक स्तरावरच्या लोकांना विशेष मार्गदर्शन देण्यासाठी निमित्त बनतात. या पृथ्वीच्या तुलनेत त्यांना तेथे जास्त मान-सन्मान मिळतो.

* मृत्यूनंतर त्यांचं स्थूल शरीर नष्ट होतं. परंतु सूक्ष्म शरीर तसंच राहातं आणि पूर्ण जागृतीने त्यांच्या चेतनेला, ब्रह्मांडीय चेतनेत विलीन होण्यापासून ते रोखून ठेवतात.

* जेव्हा एखादा माणूस स्वप्न बघतो तेव्हा तो आपल्या सूक्ष्म शरीरात असतो. त्यावेळी तो सूक्ष्म जीवाप्रमाणे कोणताही प्रयास न करता, स्वतःच्या स्वप्नात एखाद्या गोष्टीचं सृजन करण्यासाठी समर्थ असतो.

* सूक्ष्म शरीर दुसऱ्या जगात अमरत्वाचा अनुभव घेतं. काळानुसार वृद्धावस्था आली तरी तेथे शरीरावर सुरकुत्या पडत नाहीत. स्मरणशक्ती कमी झाली आहे अथवा अशक्तपणा आला आहे याचा अनुभव होत नाही.

* एखाद्याच्या मृत्यूनंतरदेखील त्याची चेतना आणि समज जशीच्या तशी असते. जी समज घेऊन तो आयुष्यभर जगला ती कायम राहते. सूक्ष्म शरीरातही त्याचा शंका घेण्याचा स्वभाव आणि हिशेबी मन जसंच्या तसं राहतं. त्याचं ज्ञान, समज, व्यवहार, विचार आणि प्रवृत्ती जशा त्याच्या स्थूल शरीरात होत्या तशाच कायम राहतात.

* सूक्ष्म शरीर स्पर्श, गंध, वास, रूप आणि शब्दांना आपल्या अंतर्ज्ञानाद्वारे अनुभवू शकतं. त्याचबरोबर ते सुगंध, प्रकाश यांचा स्पर्शही अनुभवतं.''

''जीवन, जेथवर पहिल्या विधानाचा संबंध आहे तेथे केवळ संत आणि योगी महात्माच नव्हे तर प्रत्येक माणसाची यात्रा मृत्यूनंतर चालू असते. परंतु जे लोक पृथ्वीवर चेतनेच्या सर्वोच्च स्तरावर होते, ते सूक्ष्म जगातही चेतनेच्या उच्च स्तरावरच वास्तव्य करतात. जेव्हा तू स्वप्न पाहतोस तेव्हा शरीराबाहेर जाण्याचा अनुभव तुला येऊ शकतो. परंतु स्वप्न पाहात असताना सूक्ष्म शरीरात असतो हे मात्र योग्य नाही.''

''सरश्री, या स्पष्टीकरणासाठी आपल्याला अनेक धन्यवाद. मी पुढे वाचतो. दुसरा संग्रह पार्ट वन आणि पारटूच्या तुलनेशी संबंधित आहे...

* पृथ्वीवर माणूस पद-प्रतिष्ठा, पदवी, सामाजिक शक्ती, सत्ता आणि धनाचा जो संचय करतो, त्याची स्थूल शरीराच्या मृत्यूनंतर गरजच भासत नाही. सूक्ष्म जगात याला काहीच किंमत राहात नाही. हृदयाची निर्मलता, प्रेम, धैर्य आणि करुणा

अशा गुणांचंच पारटूमध्ये मूल्यांकन होतं. आपल्यातील या गुणांमुळे माणूस अधिकाधिक उच्च पदावर आरूढ होत जातो. या सद्गुणांद्वारेच तेथे त्याची ओळख होते.

* पृथ्वीच्या तुलनेत पारटूचं कार्य ईश्वरीय इच्छेनुसार आणि व्यवस्थेनुसार अधिकच सरळ, स्वाभाविक आणि शांततापूर्वक चालतं. पारटूमध्ये आयुष्य शांततापूर्ण व्यतीत होतं तर तेथील तुलनेने पृथ्वीवर निरंतर हिंसा चाललेली असते, अशांती असते. तेथे सर्वांमध्ये एकसारखीच समानता आणि सुसूत्रता असते.

* पारटू अत्याधिक सुंदर, पवित्र, स्पष्ट आणि सुनियोजित आहे. पृथ्वीवर ज्याप्रमाणे सूक्ष्म रोगजंतू, कीटक, सापासारखे विषारी प्राणी असतात, त्याप्रमाणे पारटूमध्ये नसतात. पृथ्वीप्रमाणे तेथे ऋतू बदलत नाही तर नेहमीच वसंत ऋतू असतो.

* पारटूमध्ये व्यक्ती वृद्धत्व, शरीराची शिथिलता, थकणं यांपासून सदैव मुक्त असते. परंतु मानसिक आळस आणि जडपणा स्थूल शरीरात जसा होता तसाच राहतो म्हणून पृथ्वीवर आपल्याला आळस आणि जडपणा यांपासून दूर राहायला हवं.

* पारटू हे पृथ्वीपासून दूर किंवा चांदण्यांमध्ये वसलेलं असं स्थान नाही. तर पृथ्वीच्या सभोवताली असलेल्या पोकळीत, शून्यतेतच हे स्थान आहे. ते प्रकाश-ऊर्जेचे विविध रंग, तरंग आणि कंपनांनी बनलेलं असून या पृथ्वीपेक्षा शंभरपट मोठं आहे. तसं पाहिलं तर पारटूची कल्पना एका मोठ्या फुग्याबरोबर केली जाऊ शकते. त्याच्या खाली हे स्थूल जगत एका लहान टोपलीप्रमाणे जोडलेलं आहे.''

''जीवन, शेवटचं वाक्य अतिशय महत्त्वपूर्ण आहे. परंतु त्याचं वर्णन मात्र काल्पनिक आहे. त्याचबरोबर सर्वकाही आत्ताच आणि येथेच आहे परंतु दुसऱ्या फ्रिक्वेन्सीवर म्हणजे विद्युतचुंबकीय आणि ध्वनिकंपनावर. हेही समजून घेणं फार महत्त्वाचं आहे.

''पारटूमधील वातावरण पृथ्वीपेक्षा अधिक सुगम आणि सुबोध आहे. परंतु ही गोष्ट नेहमी लक्षात ठेवायला हवी, की निसर्गाचे अलिखित नियम पार्ट वनमध्येही लागू असतात.''

''सरश्री, हा संकेत दिल्याबद्दल मी आपला अत्यंत आभारी आहे. कारण पृथ्वीवरचं जीवन तर सुनियोजित कोलाहल आहे. तेथील जीवनाविषयी माझा आणखी एक प्रश्न आहे, पैशासंबंधी पारटूमध्ये काय स्थिती असेल? मला तेथेही काम करावं लागेल का? असंच जागोजागी भटकावं लागेल का?'' जीवनने हसत हसत विचारलं.

"नाही. पारटूमध्ये पैशासारख्या कोणत्याही वस्तूंचं अस्तित्व नाही. म्हणून तेथे व्यापार किंवा नोकरी करण्याची आवश्यकताही भासत नाही. व्यापार आणि नोकरी तर पृथ्वीवर स्वतःला संतुष्ट ठेवण्यासाठी, स्वतःच्या इच्छा-आकांक्षा पूर्ण करण्यासाठी केली जाते. कारण या सर्व गोष्टी स्थूल शरीराशी निगडित असतात. पण जर हे शरीरच नष्ट झालं तर मग पैशाची गरजच काय? या पैशामुळे निर्माण होणाऱ्या सर्व समस्या तेथे समाप्त होतात. आज तू जे कार्य करत आहेस त्यात नव्वद टक्क्यांपेक्षा जास्त कार्य पैसे कमवण्यासाठीच केली जातात.''

"पारटूमध्ये असलेले जीव आपापसात संभाषण कसं करतात?''

"पारटूमध्ये असलेल्या लोकांचं वेगळ्या प्रकारचं जीवन असतं. ते लोक विचारांच्या तरंगांद्वारे संदेशांचं आदान-प्रदान करू शकतात. एखाद्याला जर बोलायचंच असेल तर बोलू शकतात. पण त्याची आवश्यकताच भासत नाही. कारण ते लोक एकमेकांचे विचार खूप स्पष्टपणे वाचू शकतात. तेथे विचार आणि कृतीत फरक करून एकमेकांना मूर्ख बनवता येत नाही. येथे एखाद्याविषयी मनात द्वेष असला तरी वरवर मात्र, 'मी तुमच्यावर खूप प्रेम करतो' असं म्हणू शकतो. पण तेथे अशा गोष्टी करूच शकत नाही. कारण विचारच सूक्ष्म जगातील सर्वांत मोठी शक्ती आहे.''

"पारटूचे सर्व व्यवहार विचारांच्या आधारेच चालतात का?''

"पारटू, पूर्णतः विचारांच्या मूलभूत सिद्धान्तावर अवलंबून आहे. एखाद्या ठिकाणी जाण्याचा विचार येताच तू क्षणार्धात तेथे पोहोचू शकतोस. याचाच अर्थ फक्त दिल्लीला जाण्याचा विचार केला तरी त्वरित तू दिल्लीला पोहोचशील. पण असं पृथ्वीवर शक्य नसतं. कारण येथे बाह्य शरीराच्या मर्यादा असतात. येथे आपलं स्थूल शरीर सोबत असतं. अन्यथा तुम्ही एखाद्या ठिकाणाविषयीचा विचार करताच निमिषार्धात तेथे पोहोचून वर म्हणाला असता, 'अरे, मी तर पोहोचलोसुद्धा!'

"तेथील सर्व कार्य विचारांच्या आधारावरच होतात. कारण विचारच सूक्ष्म जगाची नियंत्रणशक्ती आहे. यासाठीच तुला येथे सांगितलं जात आहे, की तू वाटेल ते कर. पण ते करत असताना सदैव सकारात्मक विचार मनात बाळग. नेहमी प्रसन्नतेने भरलेले शुभ विचार कर. आता पारटूच्या जीवनात असलेल्या शुभ आणि सकारात्मक विचारांचं (हॅपी थॉट्स) महत्त्व तुला चांगल्याप्रकारे समजलं असेल. जितक्या लवकर तू ही समज प्राप्त करशील, तितक्या लवकर तुझ्यावर आनंदाचा आणि कृपेचा वर्षाव होईल. पृथ्वीवर

तू जी समज प्राप्त केली आहेस, त्याच्या तुलनेत पारटूमध्ये हजारोपटींनी जास्त आनंद आणि कृपा अनुभवशील'' हे सांगत असताना सरश्रींचा चेहरा एका दिव्य तेजानं उजळून गेला होता.

''वाऽ... किती अद्भुत रहस्य सांगितलं! तेथे मला पैशाची काळजी करण्याचीही गरज नाही. शिवाय मनात विचार येताच हव्या त्या ठिकाणी हजर! किती अप्रूप आहे, नाही का? आता मला विचार पवित्र ठेवण्याचं महत्त्व अधिकच स्पष्ट झालं आहे त्याचबरोबर भाव, विचार आणि क्रियेशी एकरूप होण्याची आवश्यकताही लक्षात आली आहे. सरश्री, या बहुमोल ज्ञानासाठी आपल्याला खूप खूप धन्यवाद.

''आता मी तिसऱ्या भागावर येतो. उद्धरणाचा हा संग्रह सूक्ष्म जगातील विचारांची शक्ती आणि चेतनेच्या स्तरांचे आपापसातील संबंध दर्शवतो.''

''पुढील भाग वाचून दाखव.''

''सरश्री, तिसरा भाग पुढीलप्रमाणे आहे-

* सूक्ष्म जगात माणसाला चेतनेच्या सर्वोच्च स्तरात तोपर्यंत प्रवेश मिळत नाही जोपर्यंत तो सविकल्प समाधीतून(श्वास आणि मंत्रांच्या साहाय्याने समाधी अवस्था प्राप्त केली जाते) निर्विकल्प समाधी (कोणत्याही साहाय्याशिवाय ही समाधी अवस्था प्राप्त करणे) पर्यंत पोहोचत नाही.

* सर्वोच्च चेतना असलेले लोक पारटूमध्ये उच्चतम उपखंडात निवास करतात. पृथ्वीवरच्या अधिकतर लोकांना मृत्यूनंतर चेतनेच्या विभिन्न उपखंडातून जावे लागते. ज्यांनी आपल्या सूक्ष्म शरीराच्या वाईट सवयी आणि संस्कार नाहीसे केले, केवळ असे लोक चेतनेच्या या उच्च उपखंडात लगेच प्रवेश घेऊ शकतात.

* उच्च आणि निम्न स्तराच्या सूक्ष्म शरीरांसाठी तेथे वेगवेगळ्या स्तरांचे वर्तुळाकार उपखंड असतात. ज्यांचा निवास चेतनेच्या उच्चतम उपखंडात असतो अशी शुभ आणि मंगलदायी विचार करणारी सूक्ष्म शरीरं कुठेही जाऊ शकतात. परंतु निम्न चेतना असणाऱ्या सूक्ष्म शरीरांना मात्र मर्यादा असते. ते ठराविक क्षेत्रातच हिंडू-फिरू शकतात. ज्याप्रमाणे स्थूल जगात माणूस पृथ्वीवर राहतो, किडे-मुंग्या आणि सापासारखे प्राणी पृथ्वीच्या खालच्या भागात राहतात, मासे पाण्यात राहतात आणि पक्षी आकाशात उडतात, अगदी त्याचप्रमाणे सूक्ष्म जगात वेगवेगळ्या प्रकारची सूक्ष्म शरीरं निरनिराळ्या ठिकाणी राहतात.

* पारटूमध्ये प्रत्येक माणसाला आपल्या इच्छा-आकांक्षांवर नियंत्रण ठेवणं आणि त्यांना योग्य दिशा देणं शिकावं लागतं. पृथ्वीवर तुम्ही मनावर जितकं नियंत्रण मिळवलं असेल तितकाच जास्त लाभ पारटूमध्ये मिळतो.

* पारटूमध्ये माणूस जितक्या जास्त इच्छा-वासना घेऊन येतो, तितकं अधिक विषादपूर्ण जीवन त्याला तेथील निम्न उपखंडात जगावं लागतं.

* एक माणूस ज्या काही कल्पना करेल, सूक्ष्म शरीर त्याला लगेच वास्तविक रूप देऊ शकतं. उच्चतम उपखंडावर राहणाऱ्या जीवांना सगळ्या प्रकारचं स्वातंत्र्य असतं. ते कोणत्याही कामात सक्रिय झालं नाही तरी कुठल्याही कर्मबंधनाशिवाय त्वरित आपल्या विचारांना वास्तवात आणू शकतात.

''जीवन, 'चेतनेच्या उच्चतम उपखंडात तोपर्यंत जाता येत नाही जोपर्यंत समाधीवर स्वामित्व येत नाही.' असं समाधीविषयी तू जे वाचलं आहेस त्या गोष्टीचं स्पष्टीकरण असं आहे, की अनेक मार्गांपैकी समाधी हाही एक मार्ग आहे...''

१३:१३

'अनेक मार्गांपैकी समाधी एक मार्ग आहे.' या शब्दांचा खोलवर परिणाम जीवनवर त्वरित झाला. त्याने आपल्या शंकेचं समाधान व्हावं यासाठी सरश्रींना एक प्रश्न विचारला, ''समाधीशिवाय एखादा माणूस उच्चतम उपखंडात कसा जाऊ शकेल आणि तेथे नेमकं काय होतं?''

''पृथ्वीवर जे लोक प्रेम, करुणा, निःस्वार्थ सेवा आणि धैर्याने परिपूर्ण असतात ते पारटूमध्ये चेतनेच्या उच्चतम उपखंडावर पोहोचतात. मात्र या सर्व गोष्टी मनाच्या शुद्धतेवर निर्भर असतात. कारण तेथील वातावरण प्रकाशमान, सुंदर आणि आनंददायी असतं. सूक्ष्म जगातील लोकांना भेटल्यावर ते आपलं ज्ञान अधिकच वृद्धिंगत करतात जेणेकरून परमचैतन्याची उच्चतम अभिव्यक्ती समजावी.

''पारटूमध्ये निःस्वार्थ प्रेम, दयाळूपणा आणि करुणेला सर्वोच्च स्थान दिलं जातं. परंतु पृथ्वीवर मात्र या गुणांना जास्त महत्त्व दिलं जात नाही. पृथ्वीवर लोक इतरांना प्रभावित करण्यासाठी किंवा स्वतःचं काम साधण्यासाठी या गुणाचा उपयोग करताना दिसतात. परंतु पारटूच्या उच्चतम उपखंडात याच गुणांचं सर्वाधिक महत्त्व असतं. लोक जसजसे निःस्वार्थी बनत जातात, तसतसे ते उच्चउपखंडात पोहोचतात. हाच खऱ्या अर्थानं विकास असतो, प्रगती असते.

‘‘पारटूमध्ये सत्याचा साक्षात्कार झाल्यानंतर लोक आश्चर्य करतात, हेच का ते लोक आहेत ज्यांचा मृत्यू झालाय? मग पृथ्वीवर राहणारे लोक कोणत्या संभ्रमात जगत आहेत! पृथ्वीवर राहणारे लोक सत्यापासून अद्याप खूप दूर आहेत. परलोकात प्रत्येक माणसात प्रेम आणि शांतीचं महत्त्व समजून घ्यायला सुरुवात होते. पारटूमध्ये अभिव्यक्ती करण्यासाठी संगीत, कला आणि सृजनता अशी वेगवेगळी रूपं आहेत. खरंतर ते जसंच्या तसं, पृथ्वीच्या भाषेत सांगणं अवघड आहे. पृथ्वीवर लांबी, रुंदी आणि उंची असे तीन आयाम असतात. पण पारटूमध्ये या तीनशिवाय चौथा आयामही उपलब्ध आहे. ज्याचं वर्णन आपल्या भाषेत कधी केलं गेलं नाही. कारण तसे शब्दच आपल्या शब्दकोशात नाहीत.

‘‘पारटूमध्ये कुणीही कुणाला धोका देऊ शकत नाही आणि गैरसमजही करून घेऊ शकत नाही. आपल्या अंतर्ज्ञानांनुसार (इन्ट्यूशन्सनुसार) लोक तेथे कार्य करत असतात. तुम्ही कुठेही जाऊन राहू शकता, त्यासाठी कोणताही दंड तुमच्यावर आकारला जाणार नाही असा कायदा जर पृथ्वीवर केला असता तर? शिवाय तुम्ही कुणाचीही हत्या करू शकता, चोरी करू शकता, कुणालाही धोका देऊ शकता. पण तरीही कोणतीच शिक्षा दिली जाणार नाही तर काय होईल? जे लोक चांगले आणि प्रामाणिक आहेत ते एकमेकांबरोबर राहू लागतील आणि जे डाकू-दरोडेखोर, धोकेबाज आहेत, ते स्वतःची अशी टोळी बनवतील. हे वर्गीकरण स्वेच्छेने होईल. त्याचप्रमाणे पारटूमध्येदेखील आपापल्या चेतनेच्या स्तरांनुसार सूक्ष्म शरीरं आपलं वर्गीकरण स्वतःच करतात. जीवन, आता मला सांग, पृथ्वीवर प्रत्येक माणूस चोरी का करत नाही?

‘‘कारण लोक इमानदार आहेत...’’ जीवन उत्तरला.

‘‘ठीक आहे. पण बहुतेक लोक ते इमानदार आहेत म्हणून चोरी करत नाहीत असं नव्हे. किंबहुना चोरी करताना ते पकडले जातील आणि शिक्षा मिळेल या भयापोटीच चोरी करीत नाहीत.

‘‘पारटूमध्ये चोर आपला एक समूह बनवतात. वास्तविक चोरी करण्यासाठी तेथे काहीच नसतं. सद्गुणी लोक आपला संघ बनवतात. जे लोक पवित्र, प्रामाणिक आणि अंतर्यामी मुलांसारखे निष्पाप असतात ते लोक तशाच लोकांबरोबर राहणं पसंत करतात. जे लोक चांगले असण्याचा केवळ दिखावा करतात ते आपल्यासारखेच लोक शोधतात. तेथे कोणीही कुणाला धोका देऊ शकत नाही. चांगल्या लोकांच्या जीवनात हस्तक्षेप करण्याचा अथवा त्यांना आदेश देण्याचा वाईट लोकांना कोणताही अधिकार नसतो. हा

पारटूचा सर्वांत चांगला आणि महत्त्वपूर्ण पैलू आहे.''

किती छान ना!...

''सूक्ष्म शरीराबरोबर बाह्य जगातील त्रास आणि बाधा दूर होतात. वाईट प्रवृत्तींचे लोक चांगल्या स्वभावाच्या माणसापासून विभक्त होतात. त्यांना शुद्ध विचारांच्या लोकांमध्ये प्रवेश मिळत नाही. कारण ते तेथे राहूच शकत नाहीत. एखादा माणूस जर वर्षानुवर्षे अंधाऱ्या खोलीत राहात असेल आणि त्याला जर उजेड असलेल्या जागेत राहायला सांगितलं तर त्याला आवडेल का? नाही. तो आपल्या जुन्या जागेत येऊनच सुटकेचा श्वास घेईल. आपण नेहमी अशा ठिकाणीच राहणं पसंत करतो, जेथे आपल्याला सुख-सुविधेचा अनुभव येतो.''

''आता मी हे अधिक चांगल्या प्रकारे समजू शकतो. पारटूच्या व्यवस्थेसंबंधीचं संकलन यापुढच्या भागात आलं आहे. तेथील लोकांचं वागणं, बोलणं आणि राहण्याविषयी मी सांगणार आहे.

* सूक्ष्म जगात तुमच्या स्वभावानुरूप जे विचार निर्माण होतात ते तत्काळ प्रत्यक्षात येतात. याचा सूक्ष्म अर्थ असा आहे, की तुम्हाला हवी ती वस्तू क्षणार्धात प्राप्त करता येते. तेथे विचारशक्ती लगेच कार्यान्वित होते. पृथ्वीवर मात्र तशा क्रिया होण्यास थोडा अवधी लागतो.

* सूक्ष्म जगात एकमेकांना संदेश देण्यासाठी सूक्ष्म दूरदर्शन (ॲस्ट्रल टेलिव्हिजन) अथवा दूरबोधाचा (टेलिपथीचा) उपयोग करतात. त्यामुळे तेथे कोणताही गोंधळ किंवा संभ्रम तयार होत नाही. जसा पृथ्वीवर शब्द उच्चारण्यात, लिहिण्यात व विचार करण्यात फरक झाल्याने गैरसमज निर्माण होतात.

* सूक्ष्म जगात माणसाचा डामडौल, खोटं व्यक्तिमत्त्व नाहीसं होतं आणि त्याचं वास्तविक रूप समोर येतं, प्रकट होतं. इतरांना प्रभावित करण्यासाठी खोट्या रूपाचा आधार घेतला जाऊ शकत नाही. कपट तर अजिबात करता येत नाही. तेथे माणसाचं खरं अंतःकरणच प्रतिबिंबित होत असतं.

* स्थूल शरीरातून सूक्ष्म शरीरात जात असताना माणसाच्या सूक्ष्म शरीराच्या रचनेत थोडाफार बदल होऊ शकतो. तरीही ते सूक्ष्म शरीर आपल्या शुद्ध अंतर्ज्ञानाच्या शक्तीने, चेतनेच्या भिन्न-भिन्न ठिकाणी असलेल्या आपल्या परिचितांकडून सहजपणे ओळखलं जाऊ शकतं आणि ज्यावेळी त्याचे नातेवाईक सूक्ष्म जगात

प्रवेश करतात, त्यावेळी त्याचं स्वागतदेखील करू शकतं.

* पृथ्वीवर जे लोक एकमेकांना ओळखतात, ते सूक्ष्म देहातही ओळखू शकतात. एखाद्या प्रिय व्यक्तीच्या मृत्यूसमयी माणूस अतिशय दुःखी होतो. त्याला वाटतं, प्रेम क्षणभंगुर आहे. परंतु सूक्ष्म जगात पुन्हा त्या प्रिय व्यक्ती भेटतात आणि प्रेमाचा, शाश्वत स्वभावाचा अनुभव घेत आनंदित होतात.

* पारटूमधील लोकांना पृथ्वीवरील लोकांशी संबंध ठेवण्याची अजिबात इच्छा नसते. सूक्ष्म शरीरं अधिकतर स्थूल शरीराप्रमाणेच दिसतात. परंतु हवं असलेलं रूप ते धारण करू शकतात. हे स्वातंत्र्य त्यांना असतं. ज्याप्रमाणे येथे आपण आपल्या आवडत्या कलाकाराला कोणत्याही रूपात ओळखू शकतो, त्याचप्रमाणे तेथेही आपल्या परिचितांना ओळखता येतं.''

"जीवन, शेवटचा जो भाग तू वाचलास त्यात सूक्ष्म जगातील लोक पृथ्वीवरच्या लोकांशी संबंध ठेवत नाही हे चूक आहे. कारण पृथ्वीवरच्या आणि सूक्ष्म जगातल्या लोकांचा एकमेकांशी संपर्क जोडून ठेवण्यात काही लोक सक्रिय असतात. नव्हे, त्यांचं ते कर्तव्यच असतं हे आधी नीट समजून घे.''

"अरेच्च्या, म्हणजे पृथ्वी असं स्थान आहे जेथे 'माध्यम' येतात. तरीही मला आश्चर्य वाटत होतं, की माध्यम आपलं कार्य कशा प्रकारे पार पाडत असतील?''

"हो, परंतु सगळेच माध्यम प्रामाणिक असतात असं नव्हे. तरीही या दोन्ही जगांचा एकमेकांशी संपर्क कायम राहावा म्हणून काही शरीरांना हे ठरवलेलं कर्तव्य पार पाडावंच लागतं. पुढे तुझ्या शोधाविषयी सांग.''

"शेवटचा भाग सर्वाधिक उत्सुकता जागृत करणारा आहे पण याचं मला पूर्णपणे आकलन होत नाही. या शेवटच्या भागात सरतेशेवटी काय होतं म्हणजे स्वर्गाची प्राप्ती, की पुनर्जन्म?

* मृत्यू आणि पुनर्जन्म सर्वोच्च चेतनेच्या उपखंडात केवळ विचारमात्र असतात. कारण तेथे नित्य विवेकरूपी अमृत पिऊन लोक खूप लवकर विकसित होतात. ते शांतीचं जल प्राशन करून, स्वानुभवात रममाण होऊन विचरण करतात आणि परमानंदाच्या समुद्रात यथेच्छ डुंबत राहतात.

* ज्याप्रमाणे महान व्यक्तींना पृथ्वीवरच्या नश्वर लोकांच्या मार्गदर्शनासाठी पाठवलं जातं, त्याचप्रमाणे काही संतांना पृथ्वीवर मार्गदर्शन केल्यानंतर सूक्ष्म जगात

उच्चतम उपखंडात मार्गदर्शनासाठी पाठवण्याची शक्यता असते.

* उच्चतम उपखंडात हजारो जीव वर्षानुवर्षं राहात असतात. गहिऱ्या ध्यानाद्वारे त्यांची चेतना मुक्त होऊन कारणशरीराला स्वतः होऊन सोडते व सर्वोच्च चेतनेचे शिखर गाठते.

* चेतनेच्या सर्वोच्च शिखरावर विराजमान असलेले लोक एकतर पृथ्वीवरील लोकांना सत्याप्रति मार्गदर्शन करण्यासाठी जन्म घेण्याचा निर्णय घेतात किंवा पारटूमध्ये प्रवेश करणाऱ्या जीवांना योग्य मार्ग दाखवतात.''

''जीवन, यातील मार्गदर्शनासाठी कार्य करण्याची शक्यता योग्य आहे. पण लोक पृथ्वीवर पाठवले जातात हे विधान चुकीचं आहे. कारण लोकांना पाठवलं जात नाही तर त्यांच्या स्मृती पाठवल्या जातात.''

''सरश्री, आपण सांगत असलेलं खरोखरंच माझ्या डोक्यात शिरत नाहीये. या सर्व गोष्टी माझ्या अगदी समजण्यापलीकडच्या आहेत. मी पार गोंधळून गेलो आहे.''

''आता वेळ अधिक झाल्यामुळे या विषयावर आपण पुन्हा चर्चा करू. सध्या तू केवळ तुझ्या मूळ प्रश्नावर मनन कर.''

''बापरे, ते तर मी विसरलोच होतो.'' जीवन काहीसा ओशाळून म्हणाला.

''मरणोत्तर जीवनाची माहिती असणं का आवश्यक आहे, यावर मनन तर करच शिवाय ध्यान करणंही चालू ठेव. वास्तविक तुझा मूळ प्रश्न तर शून्यतेच्या अनुभवाविषयी होता. परंतु त्याऐवजी सरश्रींनी या विषयाला प्राधान्य का दिलं?... तू जो शोध घेत आहेस त्यामुळे सरश्री अतिशय प्रसन्न आहेत. परंतु आज जर तुझा मृत्यू झाला तर सरश्री नक्कीच नाखूश होतील. असं का?''

''ओ...हो. आताशी कुठं माझ्या लक्षात येत आहे, की माझ्या शरीराच्या मृत्यूनंतर सरश्री अप्रसन्न का होतील? आता मी निश्चितच सर्व प्रश्नांवर मनन आणि ध्यान करूनच परत येईन...''

''जीवन, तुझा जो स्वर्ग आणि पुनर्जन्माचा महत्त्वाचा प्रश्न आहे, त्यावर आपण पुढील भेटीत चर्चा करू. त्याचप्रमाणे याच जीवनात तुझा पुनर्जन्म व्हावा हा सरश्रींचा तुला आशीर्वाद आहे...''

सातवा आठवडा – १

मृत्यू संस्कार रहस्य

प्रार्थना कशी करावी

१४:१४

''याच जीवनात तुमचा पुनर्जन्म होवो...'' हे शब्द जीवनच्या हृदयात खोलवर जाऊन पोहोचले होते. तो विचार करू लागला, 'मृत्यूनंतरच्या जीवनात सरश्रींच्या शिकवणुकीचं काय महत्त्व असेल?'

मिलिटरीमध्ये असलेल्या त्याच्या काकांचा देहान्त झाला आहे असा शनिवारी संध्याकाळी जीवनला फोन आला. शिवाय जीवनव्यतिरिक्त इतर कुणीही नातेवाईक त्यांना नसल्यामुळे त्यांचं शव रविवारी संध्याकाळी त्याच्याकडे सोपवण्यात येईल असंही सांगण्यात आलं.

तसं पाहिलं तर जीवनचे आपल्या काकांबरोबर घनिष्ट संबंध नव्हते. फार कमी वेळा तो त्यांना भेटला होता. अगदी शेवटचं तर ज्यावेळी जीवनचे वडील मरण पावले त्यावेळी अंत्यसंस्काराच्यावेळी ते उपस्थित होते एवढंच. त्यावेळीही ते अगदी वाऱ्याच्या झुळकीसारखे आले आणि लगेचच गेलेसुद्धा. परंतु आता जीवनवर वेळ येऊन ठेपली होती, त्यांच्या अंत्यसंस्काराची...

त्याच्या काकाच्या अंत्यसंस्कारांसाठी जीवनकडे पूर्ण एक दिवसाचा अवधी होता. म्हणून त्याने लगेच दर्शनकक्षात फोन करून सरश्रींच्या

भेटीची इच्छा प्रदर्शित केली. वास्तविक खूप कमी लोकांना आठवड्यातून एकदा सरश्रींना भेटण्याची संधी मिळते हे त्याला माहीत होतं. पण ही कृपा त्याच्यावरही झाली होती. थोड्या वेळाने त्याने पुन्हा फोन केला आणि सांगितलं, ''माझ्या काकांचं देहावसान झाल्यामुळे मला मार्गदर्शन हवं होतं. जर शक्य असेल तर...'' तिकडून उत्तर आलं, ''एका तासानंतर समजेल. परंतु बुधवारीच आलात तर बरं राहील. तुमच्या काकांच्या मृत्यूमुळे तुम्ही दुःखी आहात का?'' असंही विचारलं गेलं. तेव्हा जीवन म्हणाला, 'अजिबात नाही. मी जराही शोकाकुल नाही. मला केवळ सरश्रींकडून यावर मार्गदर्शन पाहिजे होतं. बस्स... पण जर शक्य नसेल तर हरकत नाही. मी बुधवारीच सरश्रींना भेटेन...''

आणि काय आश्चर्य, त्याला दर्शनकक्षातून फोन आला, रविवारी प्रश्नोत्तराच्या कार्यक्रमापूर्वी आपली भेट होऊ शकते म्हणून...

दुसऱ्या दिवशी त्याच्या मनात विचारचक्र सुरू झालं, वास्तविक त्याच्या काकांची पारटूची यात्रा कशी होईल, यासाठीच त्याला सरश्रींचं मार्गदर्शन हवं होतं. घाईघाईतच तो दर्शनकक्षात पोहोचला...

◆ ''सरश्री, इतक्या कमी अवधीतच आपण मला भेटण्याची संधी दिलीत त्याबद्दल मी आपला अत्यंत आभारी आहे. त्याचबरोबर इतक्या लवकर आपण मला भेटीची वेळ दिलीत याचं आश्चर्यही वाटलं.'' जीवन उत्सुकतेनं म्हणाला.

''प्रत्येक घटना पुढच्या दृश्याची तयारी आहे. तुला हे ज्ञान देण्याचं एक विशेष कारण आहे. आता सांग, तुझ्या आयुष्यात ही नवी घटना घडल्याने तुला काय वाटतंय आणि तुझी तातडीची गरज कोणती?''

''काल माझ्या काकांचा देहान्त झाला म्हणून मला आपल्याला भेटायचं होतं. त्यांचा अंतिम संस्कार करण्याची जबाबदारी सर्वस्वी माझ्यावर आहे आणि तेसुद्धा आज संध्याकाळीच. याविषयीच मला आपल्याकडून मार्गदर्शन हवं होतं. कारण आपण देत असलेल्या ज्ञानामुळे मला आता सगळे संस्कार, कर्मकांड अर्थहीन वाटू लागले आहेत, त्याविषयी मी अत्यंत उदासीन झालो आहे. आज संध्याकाळी काय करावं, हा महत्त्वाचा प्रश्न माझ्यापुढे आ वासून उभा आहे. अंत्यसंस्काराच्यावेळी जर धार्मिक संस्कार केले तर एखाद्याला पारटूमध्ये उच्च चेतनेच्या स्तरावर जाण्यासाठी त्याचं साहाय्य मिळतं का?''

"मरणोत्तर अनेक धार्मिक कर्मकांडं केली जातात. तू कोणत्या विधींसंबंधी विचारत आहेस?"

"मी हिंदू, ख्रिश्चन आणि मुसलमान धर्मांतील अंत्यसंस्कार अगदी जवळून बघितले आहेत. त्याशिवाय यहुदी आणि तिबेटी बौद्धांच्या अंत्यसंस्काराविषयी वाचलं आहे. त्या सर्व धर्म आणि संप्रदायांच्या संस्कारांना तीन प्रकारे विभाजित केलं जाऊ शकतं.

पहिलं - शरीर अग्नीत दहन करणे किंवा जमिनीत पुरणे, जे मृत माणसाच्या धर्मावर निर्भर करतं.

दुसरं - मृत माणसासाठी शोकसभा आयोजित करणे.

तिसरं - काही विशिष्ट संस्कार आणि प्रार्थना ज्या मृत्यूनंतर तिसऱ्या आणि तेराव्या दिवशी अथवा मृत्यूनंतर एखाद्या ठराविक दिवशी केली जाते. यामागे कोणता तर्क असावा? मी तर नेहमीच तर्क वितर्क लावून हे अस्वीकार करत आलो आहे. परंतु आता हे ज्ञान ग्रहण केल्यानंतर मृत्यूनंतरही सूक्ष्म शरीराचा प्रवास चालूच असतो हे मला ज्ञात झालं आहे. मग आता माझा प्रश्न असा आहे, या संस्कारांचा सूक्ष्म शरीरावर काही प्रभाव पडतो का?"

"जीवन, तू ज्या तीन प्रकारच्या संस्कारांविषयी सांगितलंस ते का केले जातात याची तीन कारणं ऐक...

पहिलं कारण आहे, हे संस्कार घरातील लोकांच्या स्वास्थ्याविषयी सावधगिरी बाळगण्यासाठी केले जातात. ज्या खोलीत मृत शरीराला ठेवलेलं असतं ती धुवून पुसून स्वच्छ केली जाते. ज्या रोगाने तो माणूस मेला होता त्याच्या शरीरातील सूक्ष्म जिवाणूंचा प्रादुर्भाव इतर लोकांना होऊ नये, मृत माणसाच्या शरीरात विकसित झालेल्या जिवाणूंचा समूळ नाश व्हावा म्हणून असे संस्कार केले जातात."

"सरश्री, हे तर अगदी तर्कपूर्ण वाटतंय."

"कोणतेही धार्मिक कृत्य वा संस्कार समजेसह केल्यास चांगलीच असतात. हे संस्कार करण्याचं दुसरं कारण असं आहे, सूक्ष्म शरीराने लवकरात लवकर आपल्या पुढील यात्रेचा प्रारंभ करावा. आपल्या स्थूल शरीराशी आसक्त राहून, तेथेच घुटमळत राहू नये हेच त्यामागे मुख्य कारण आहे. त्यामुळेच शव अग्नीमध्ये दहन केलं जातं किंवा जमिनीत पुरलं जातं आणि हे संस्कार करणं अत्यावश्यकही आहे. जेव्हा सूक्ष्म शरीराला

त्यांच्या स्थूल शरीराच्या नष्ट होण्याचा विश्वास वाटतो तेव्हा ते पुढची यात्रा करण्यासाठी तयार होतं. स्थूल शरीराच्या मृत्यूनंतर सूक्ष्म शरीरासाठी 'आपण मेलो नाही' हा एक मोठाच आघात सिद्ध होतो. कारण आत्तापर्यंत तो 'मी मरत आहे' असाच विचार करत असतो. परंतु प्रत्यक्षात मात्र तो मेलेला नसतो. आहे ना आश्चर्यजनक बाब! त्याच्यात ठासून भरलेल्या मान्यतेमुळे तो अतिशय गोंधळलेला असतो. त्यामुळे पुढील जीवनातही संभ्रमातच राहतो. त्याला हेच कळत नाही, तो जागा आहे की स्वप्नात, मृत आहे की जिवंत?''

''यासाठीच सूक्ष्म शरीर मृत्यूनंतर त्याच्या स्थूल शरीराकडे निरंतर बघत असतं का? आणि आपल्या शरीराचा मृत्यू होईल तेव्हा आपल्या बाबतीतही असंच घडेल का?''

''तुझ्याकडे जर पारटूमध्ये काय घडतं, याचं ज्ञान असेल तर सूक्ष्म शरीर स्थूल शरीराशी जास्त आसक्त राहणार नाही. काही प्रज्ञावान लोकांना धार्मिक कर्मकांड आणि पूजा-पाठाचा अनुभव मनोरंजक वाटू शकतो. वास्तविक सर्व लोकांसाठी अशी धार्मिक कृत्यं करणं आवश्यक नाही. परंतु अधिकतर लोकांमध्ये असे संस्कार सूक्ष्म शरीराला संदेश देण्यासाठी सहायक ठरतात. हे आपण एका उदाहरणाने समजूया...

''जीवन, तू हिंसाचाराने भरलेले आणि रहस्यमय चित्रपट पाहिले असतील. त्यात लोक हत्या करणाऱ्याला पकडण्याचा प्रयत्न करत असतात. अनेक ठिकाणी, अगदी दूरवर त्याला शोधलं जातं. पण शोधाच्या शेवटी लोकांना समजतं, ज्या हत्येसाठी हत्या करणाऱ्याचा पाठलाग केला जात होता वास्तवात ती हत्या झालीच नव्हती. तो माणूस तर जिवंत होता शिवाय पूर्ण स्वस्थ आणि आनंदीही. ज्या चित्रपटात असं रहस्य आणि संभ्रम दाखवला गेला तो तर हास्यास्पद ठरला. अगदी अशाचप्रकारे सूक्ष्म शरीरांना मृत्यूची पूर्ण घटनाही हास्यास्पद वाटते. कारण ती व्यक्ती तर अजूनही जिवंत असते. तिचं केवळ स्थूल शरीर नाहीसं होतं पण ती तर पहिल्यासारखाच अनुभव करत असते, जसा मृत्यूपूर्वी करत होती.

''म्हणून अधिकतर लोकांचा अंतिम संस्कार लवकर करणं खूप महत्त्वपूर्ण असतं जेणेकरून सूक्ष्म शरीराने बिनदिक्कत पुढील यात्रा सुरू करावी...''

१५:१५

जीवनला ही गोष्ट अतिशय गमतीशीर वाटली. सरश्री पुढे काय सांगणार, याची उत्कंठा त्याच्या मनात निर्माण झाली. त्याने त्वरित तिसरं कारण सांगण्याची सरश्रींना विनंती केली...

"मृत्यूनंतर हे संस्कार करण्याचं तिसरं कारण म्हणजे जवळचे नातेवाईक आणि प्रियजनांना साहाय्य करणं होय. जेणेकरून त्यांचं भय त्वरित दूर व्हावं. मृत्यूनंतरचे काही संस्कार तर वास्तविक स्वतःसाठीच केले जातात. कारण, जो माणूस मेला त्याने कोणा अन्य रूपात परत प्रकट होऊ नये अशी भीती लोकांना साधारणपणे वाटत असते. त्याचप्रमाणे जे लोक जास्त कमकुवत मनाचे किंवा अस्थिर बुद्धीचे असतात त्यांना या मृत्यूच्या भयापासून लगेच दूर होता यावं यासाठी काही संस्कार बनविले आहेत. म्हणून कोणतीही शक्यता निर्माण होऊ नये यासाठीच धार्मिक अनुष्ठानं व कर्मकांडं केली जातात.

"काही लोक अपराधबोधामुळे उगाचच घाबरत राहतात. कदाचित मृत व्यक्तीबरोबर त्याचे चांगले संबंध नसावेत म्हणून त्या सूक्ष्म शरीराला शांत करण्यासाठी कर्मकांडाचा आश्रय घेतला जातो. जेणेकरून असे लोक त्यांच्या दुःखाचं कारण बनू नयेत अथवा त्यांच्यासमोर पुन्हा प्रकट होऊन विनाकारण दुःख पदरात पडू नये. खरंतर हा त्यामागचा उद्देश असतो. आपलं भय दूर व्हावं यासाठी लोक काही विशिष्ट गोष्टी करतात. उदाहरणार्थ, गायीला घास देणं, मृत माणसाला आवडणाऱ्या वस्तू एखाद्या पंडिताला खाऊ घालणं, अपराधबोध आणि भयातून मुक्त होण्यासाठी काही दान किंवा एखादा औपचारिक सोहळा करणं."

"सरश्री, मी हे संस्कार आणि कर्मकांड करू की नको? आणि जर करायचेच असतील तर कोणते संस्कार करणं योग्य?"

"मृत्यूनंतर वेगवेगळ्या धर्मात विभिन्न धार्मिक कृत्य केली जातात. परंतु यामागचा उद्देश महत्त्वपूर्ण असतो. तुझा उद्देश जर अन्नदानाचा असेल तर ही औपचारिकता करायला हरकत नाही. मृत व्यक्तीच्या मानसन्मानासाठी काही कर्मकांड करत असशील तर अवश्य कर. परंतु तू त्या व्यक्तीला भोजन घालण्यासाठी जर गायी आणि कावळ्यांना खाऊ घालत असशील तर तुझे सर्व प्रयत्न व्यर्थ ठरतील. त्यासाठी एखाद्याच्या मरणाची वाट पाहू नकोस. याचाच अर्थ गायी, ब्राह्मणांना तू देत असलेलं भोजन त्या मृत व्यक्तीपर्यंत पोहोचेल, जे उपाशी आहेत असं वाटत असेल तर ते पूर्णतः चुकीचं आहे. कारण ज्या

लोकांचा मृत्यू झाला आहे ते या बाह्य आवश्यकतेपासून कधीच मुक्त झाले आहेत. त्यांना न पैशाची गरज आहे न भोजनाची. पारटूमध्ये जिवंत राहण्यासाठी त्यांना भोजनाची कोणतीही आवश्यकता नाही.

''म्हणून एखाद्याच्या मृत्यूनंतर जर तुला काही धार्मिक कर्मकांडं करायचीच असतील तर प्रथम स्वतःला विचार, यामागे नेमका कोणता उद्देश आहे? परंतु लोक स्वतःला प्रश्न विचारायलाच घाबरतात. तुला जर गाय, कावळे आणि ब्राह्मणांना अन्नदान करायचं असेल तर तू ते कधीही करू शकतोस.''

''सरश्री, आपण अगदी योग्यच सांगत आहात'' एवढा वेळ गंभीर असलेल्या जीवनच्या चेहऱ्यावर प्रथमच स्मित उमटलं.

''ज्या लोकांनी रूढी-परंपरा बनवल्या त्यांच्या मनात एक लक्ष्य होतं. यामागे पुढील यात्रेत मृत माणसाला साहाय्य मिळेल असं कार्य करायला हवं असा उद्देश होता. त्यांच्या मदतीसाठी आपण केवळ एकच काम करू शकतो आणि ते म्हणजे 'विचारांच्या शक्तीचा प्रयोग.' आपल्या प्रार्थनेच्या रूपाने विचारांची शक्ती पारटूमध्ये त्यांना सहायक ठरू शकते.

''केवळ प्रार्थनाच त्याला मदत करू शकते. पृथ्वीवर, संपूर्ण विश्वात, स्थूल वा सूक्ष्म शरीरात असताना प्रत्येक ठिकाणी प्रार्थना केली जाऊ शकते. म्हणून तर प्रार्थनेला इतकं महत्त्व आहे. त्यामुळेच तर मृत व्यक्तीसाठी प्रार्थना करायला एखादा विशिष्ट दिवस आयोजित केला जातो. जेणेकरून त्यांच्यासाठी प्रार्थना करणं कुणी विसरू नये.''

''सरश्री, हे धार्मिक विधी, प्रार्थनेला जिवंत ठेवण्यासाठीच बनवले गेले आहेत का?''

''ही गोष्ट काही अंशी योग्य आहे. लोक धार्मिक कर्मकांड व संस्कार याशिवाय प्रार्थना करूच शकत नाहीत. माणसाचं मन अस्थिर असल्यामुळे सैरावैरा धावत असतं. त्यामुळे त्याचं ध्यान प्रार्थनेवर लवकर केंद्रित होत नाही. म्हणून काही कर्मकांडांचं आयोजन केलं जातं, जे मनाला प्रार्थनेवर केंद्रित होण्यासाठी मदत करतं. अनेक ठिकाणी पूजेसाठी काही विशेष पदार्थांचा प्रयोग केला जातो. प्रार्थनेसाठी वातावरण संवेदनशील व्हावं अशी व्यवस्था केली जाते. परंतु लोकांनी तर या प्रार्थनेच्या सभोवताली मनाला एकाग्र करण्यासाठी अनेक धार्मिक विधींचं एक जाळंच विणलं आहे.

''एखादा शिक्षक वर्गात शिकवताना सर्वांत 'ढ' मुलालाही समजावं अशाप्रकारे

शिकवतात. जर ते शिकवत असलेलं त्या मुलाला समजत असेल तर प्रत्येकालाच त्याचं आकलन होण्याची शक्यता असते. अगदी अशाचप्रकारे सर्व धार्मिक कृत्यं, निम्न चेतना आणि निम्न एकाग्रता असलेल्या लोकांना लक्षात ठेवून निर्माण केल्या आहेत.

''परंतु अज्ञानामुळे लोकांना वाटतं, मृत्यूनंतर पशु-पक्ष्यांना खाऊ घातल्याने किंवा अशा प्रकारची कर्मकांड केल्याने अर्पण केलेल्या वस्तू मृत व्यक्तीपर्यंत पोहोचतात. त्याचबरोबर मी जर पूर्वजांसाठी काही केलं नाही तर भावी पिढीही माझ्यासाठी काही करणार नाही, त्यामुळे पुढील जगात मला खूप अडचणींचा सामना करावा लागेल याचंही भय त्यांना वाटतं. या भयापोटीच आपल्या मुलांना पूर्वजांसाठी केलेल्या त्या सर्व कार्यात जबरदस्तीने भाग घ्यायला लावतात. जेणेकरून मुलांनी असे विधी विसरू नयेत. किंबहुना अशा गोष्टी करण्याची त्यांना सवय लागावी. त्याचप्रमाणे आपली मुलं कर्मकांड करणं विसरली तर आपल्याला मुक्ती कशी मिळेल, अशीही त्यांना भीती वाटते. अशाप्रकारे हे चक्र अविरत चालतच राहतं. वास्तविक त्यांचं हे भय अगदी निरर्थक आहे.

''तू जर सत्याविषयीचं ज्ञान प्राप्त केलं असेल तर तुला भयभीत होण्याचं काहीच कारण नाही. त्यावेळी स्वतःलाच प्रश्न विचार, हे आयोजन मी का करत आहे? आणि करायचंच झालं तर मृत व्यक्तीसाठी प्रेम आणि श्रद्धेने कर. त्यांच्याकरिता प्रार्थना करण्यासाठी तुला एखादा कार्यक्रम आयोजित करण्याची, कुणाची वाट पाहण्याची कुठलीही आवश्यकता नाही. प्रार्थना कुठेही आणि कधीही केली जाऊ शकते.''

''सरश्री, आम्हाला मृतकासाठी प्रार्थना करायला हवी असाच याचा अर्थ होतो का?''

''निश्चितच. परंतु प्रथम स्वतःला विचार, जी प्रार्थना तू करणार आहेस त्याची मृतकाला खरोखरच आवश्यकता आहे का? जर त्याने पृथ्वीवर दुराचारी, वाईट व्यवहार केले असतील तर नक्कीच त्याच्यासाठी प्रार्थना कर. त्याने स्वतः कष्टपूर्ण जीवन व्यतीत केलं असेल आणि इतरांनाही त्रास, पीडा दिल्या असतील तर निश्चितच त्याला तुझ्या प्रार्थनेची आवश्यकता आहे. पण एखाद्यानं शांतिपूर्ण, प्रसन्नतापूर्वक सुंदर जीवन व्यतीत केलं असेल तर त्याला प्रार्थनेची कोणतीही आवश्यकता नसते. तसं पाहिलं तर पारटूमध्येच असे जीव आहेत जे स्थूल जगताच्या लोकांसाठी प्रार्थना करतात.''

''प्रार्थनेविषयी आज नवीनच एक गोष्ट जाणली. सर्वांना याचं ज्ञान होणं फारच गरजेचं आहे.''

"हो. आजही विज्ञान प्रार्थनेची शक्ती समजू शकलं नाही. प्रार्थनेमुळे कोणते चमत्कार होऊ शकतात, याविषयी लोक अनभिज्ञ आहेत. संपूर्ण विश्वातील लोकांनी जर एका विशिष्ट वेळी, विशिष्ट ठिकाणी दोन मिनिट प्रार्थना केली तर विश्वयुद्धही टाळता येईल. दोन मिनिटांची एक सामूहिक प्रार्थना काय करू शकते, याविषयी केवळ कल्पनाच केली जाऊ शकते. सामूहिक प्रार्थनेमुळे या विश्वातील सगळ्या दुःखांचा अंत होऊ शकतो. यासाठीच मृत व्यक्तीसाठी सर्वांनी मिळून एकत्रित प्रार्थना करा असं सांगितलं जातं.

"जेव्हा लोक एकसंघ होऊन समूहाने एका विशिष्ट गोष्टीसाठी प्रार्थना करतात तेव्हा अत्यंत शक्तिशाली सामर्थ्य आणि प्रभाव त्या प्रार्थनेपासून उत्पन्न होतो. सर्वांचे सम्मिलीत शुभ विचार आणि भावना मृत व्यक्तीच्या मनातील अज्ञान, घृणा, भ्रम आणि अहंकार नाहीसा करू शकतात.

"सामूहिक प्रार्थना अत्यंत प्रभावी असतात. त्यांच्यात मानसिक क्षमता, सामूहिक शक्ती, सामूहिक उद्देश आणि सामूहिक संकल्पाचे शक्तिशाली तरंग असतात. जोपर्यंत ते संपूर्ण ब्रह्मांडात प्रविष्ट होत नाहीत, तोपर्यंत ते वृद्धिंगत होत राहतात. अशा वातावरणात नकारात्मक भाव म्हणजे भेदभाव, चुकीच्या आकांक्षा, ईश्वरनिंदा पूर्णपणे नष्ट होतात. त्याजागी विधायक भाव म्हणजे बंधुभाव, प्रेम, एकता आणि प्रगाढ विश्वास सर्वदूर पसरतो. यासाठीच सर्व धर्मांत मृत माणसासाठी सामूहिक प्रार्थनेची प्रथा प्रचलित आहे. इतरांबरोबर, इतरांसाठी प्रार्थना केल्याने मन शुद्ध आणि पवित्र होतं.''

"सरश्री, आज खऱ्या अर्थानं मला सामूहिक प्रार्थनेचं महत्त्व लक्षात आलं.''

"विश्वातील सर्व लोक एकाचवेळी प्रार्थना करू लागले तर सगळ्यांच्या एकत्रित प्रार्थनेने एक मोठा चमत्कार होऊ शकतो. तसं पाहिलं तर चेतनेच्या ज्या स्तरावर विश्वाच्या समस्या आहेत त्या स्तरावर त्यांचं निराकरण कधीही होऊ शकणार नाही. त्यासाठी चेतनेचा स्तर वाढायला हवा, प्रत्येक माणसाने आपल्यातील सजगता वाढवायला हवी. अशाप्रकारे सामूहिक रूपात एका नव्या चेतनेचा उदय होईल आणि त्यामुळे जगातील मंदी, गरिबी, आतंकवाद, हुंडाबळी, आजार यांसारख्या समस्यांचा गुंता सुटेल.''

"पण माझ्या मनात एक प्रश्न निर्माण झाला आहे. या धावपळीच्या युगात प्रत्येकजण आपापल्या कामात इतका व्यस्त आहे, की सर्वांनी एकत्र येणं खूपच कठीण बनलंय. अशावेळी या सामूहिक प्रार्थनेचा लाभ कसा घेता येईल?''

''जीवन, यासाठी एक गोष्ट लक्षपूर्वक ऐक. मी जे सांगणार आहे ते जास्तीत जास्त लोकापर्यंत कसं पोहोचेल हे बघायला हवं. तरीही काही अडचणी आल्या तर कमीत कमी तू जो संघ बनवला आहेस त्यांना तरी या गोष्टी निश्चितच सांगू शकशील...

''तू जर सकाळी ६ वाजता उठत असशील तर तुझी प्रार्थना ६ वाजून ६ मिनिटांनी सुरू व्हायला हवी. त्याचप्रमाणे दिवसभरात दर एक तासाने, म्हणजे सात वाजून सात मिनिटे, आठ वाजून आठ मिनिटे, नऊ वाजून नऊ मिनिटे... यावेळात एक ते दोन मिनिटे मौन आणि प्रार्थनेचा अभ्यास करायला हवा. तू जर रात्री दहा वाजता झोपत असशील तर दहा वाजून दहा मिनिटे हा तुझ्या प्रार्थनेचा अखेर... गाढ निद्रेत तुला प्रार्थना करण्याची गरज नाही. कारण त्यावेळी तू ईश्वराच्याच सान्निध्यात असतोस. तू स्वतःलाच आठवण करून द्यायची आहेस. घड्याळ, मोबाईल, कॉम्प्युटरमध्ये रिमाइंडर सेट कर. म्हणजे निसर्गाबरोबर असलेलं तुझं नातं अधिकच दृढ होईल शिवाय नियतीबरोबरचा ताळमेळही वाढेल. असं केल्याने प्रार्थना जास्त परिणामकारक होते. प्रभावी होते. दर एका तासाने डोळे मिटून स्वतःला विचार, 'मी कोण आहे? एक तासापूर्वी मी जे काम केलं ते कसं केलं? हसून की रडून?' आतूनच उत्तर येईल, 'अरेच्च्या, एक तासापूर्वी तर मी स्वतःला विसरलोच होतो की.' आता विचार कर, 'ठीक आहे, पुढे येणाऱ्या तासाभरात मी कसं कार्य करीन?'

''अशाप्रकारे तुझी सजगता वाढतच जाईल. मग असंही होऊ शकतं, की अर्धा तास आठवेल... पुन्हा विसरशील. परत आठवेल... लगेच विसरशील... दिवसभरात अशा कितीतरी घटना घडतील ज्या तुला सजग, जागरूक करतील आणि हीच आजची खरी गरज आहे. दर एक तासाने चेतना जागृत करावयाची आहे. जगात जर सर्व लोक असा अभ्यास करू लागले तर या सरावामुळे चेतनेचा स्तर किती उंचावेल? विश्वाची चेतना किती वाढेल? यामुळे केवळ तुझ्याच नव्हे तर सर्वांच्याच समस्या विलीन होऊ शकतात. प्रत्येक तासाने याची आठवण झाल्याने निसर्गाशी होणाऱ्या ताळमेळाचा फायदा घ्यायला शिकायला पाहिजे. कमीत कमी सकाळ-संध्याकाळ ९ वाजून ९ मिनिटांनी तरी विश्वासाठी सर्वांनी मिळून प्रार्थना करायला हवी. ''आजवर प्रार्थनेसाठी वेळ सांगितली नव्हती. पण प्रार्थनेचा योग्य परिणाम समोर यावा म्हणून प्रथमच वेळ निर्धारित केली गेली. जास्त लोकांनी केलेल्या प्रार्थनेचा परिणाम जास्त परिणामकारक व प्रबळ असतो. यासाठी पुढील प्रार्थना घरातील सर्वजण म्हणा...''

विश्वशांतीसाठी प्रार्थना

०९.०९ सकाळी/संध्याकाळी

पृथ्वीवर शुभ्र प्रकाश (दिव्यशक्ती) येत आहे,
पृथ्वीतून सोनेरी प्रकाशाचा (चेतनेचा) उदय होत आहे.
जगातील सगळी नकारात्मकता दूर होत आहे.
सर्वजण प्रेम, आनंद आणि शांतीसाठी खुलत आहेत.
(ही भावना ठेवून विश्वशांतीसाठी सर्वांनी एकाचवेळी प्रार्थना केल्याने विश्वाची चेतना वाढेल.)

"एखाद्या व्यक्तीच्या मृत्यूनंतरही प्रत्येक तासाने प्रार्थना करायला हवी का?"

"ही सवय तर माणसाला लागायलाच हवी. कारण प्रार्थना सर्वच क्षेत्रात लागू पडते. प्रत्येक समस्येचं समाधान आहे प्रार्थना. आपल्या नातेसंबंधातील एखाद्याच्या मृत्यूसमयी जर तुम्ही सर्वजण चिंतित असाल तर सर्वांनी मिळून मृतकासाठी नक्कीच प्रार्थना करायला हवी. प्रार्थना करण्याची सवय तुम्हाला आधीपासूनच असेल तर अडचणींच्या वेळी निश्चितच ती सहायक ठरेल. तुमची चेतना जितकी उंचावलेली असेल तितका प्रार्थनेचा परिणामही लवकर येईल."

"प्रार्थनेच्या अवस्थेत काय घडतं?"

"तुम्ही जेव्हा डोळे मिटून प्रार्थनेच्या अवस्थेत बसता, तेव्हा निसर्गाला साद घालून, 'मी तयार आहे' असा जणू संदेशच देत असता. नियतीशी माझं घट्ट नातं आहे हेच दर्शवत असता. नाहीतर या धावपळीच्या जीवनात माणसात ग्रहणशीलताच नसते. तो नेहमी कामामुळे तणावात राहतो. ज्या-ज्या वेळी माणसाला तणाव येतो त्या त्या वेळी नियती त्याला संकेत देत असते, 'रिलॅक्स हो... तणावमुक्त हो...' तणावाच्या अवस्थेत ईश्वराला जे काही द्यायचं असेल ते तो देऊ शकत नाही. म्हणून ग्रहणशील बनण्यासाठी शरीर शिथिल सोडायला हवं. एखाद्या प्रियजनाच्या मृत्यूनंतर माणूस पूर्णपणे तणावात बुडून जातो व चारही बाजूंनी नकारात्मक शक्तींना आकर्षित करतो, सकारात्मकतेसाठी दरवाजा बंद करतो.

"तणावात माणूस आक्रसून जातो. संकुचित होतो. अशा अवस्थेत तो कोणाचंही मार्गदर्शन स्वीकारू शकत नाही. तणावामुळे आपल्या विकासात बाधा येत असल्याने काहीही करून त्यापासून दूर राहा."

‘‘तणावाच्या वेळी काय विचार करायचा? कारण विचार केल्याशिवाय तर मन राहूच शकत नाही.’’

‘‘अशावेळी आयुष्यातील सुंदर क्षण आठवायचे. एखाद्या रम्य ठिकाणी तू सहलीसाठी गेला असशील... जेव्हा एखादं बक्षीस किंवा यश मिळालं असेल... ते क्षण जे आठवताच तुला आनंदाची अनुभूती येत असेल... त्या क्षणात राहून मृत नातेवाइकाला आठव आणि पुढील यात्रेसाठी योग्य मार्गदर्शन मिळावं यासाठी प्रार्थना कर.’’

‘‘सरश्री, प्रार्थनेसंबंधी आपण जे सूक्ष्म मार्गदर्शन दिलं त्याबद्दल आपल्याला अनेक धन्यवाद... या सर्व गोष्टीचं स्मरण मी अवश्य ठेवीन. परंतु...’’

१६:१६

‘पण’, ‘परंतु’ हे शब्द जीवनच्या शोधात आजवर नेहमीच बाधा ठरले होते. त्याच्या मनात एक शंका उद्‌भवल्यामुळे त्याने सरश्रींना विचारलं, ‘‘मृत काकासाठी मला कोणते कर्मकांड करायला हवेत? आणि करावे की नाही अशा संभ्रमात मी आहे.’’

‘‘वास्तविक तुला चुकीच्या धारणा आणि पूर्वग्रहातून बाहेर येण्याची अत्याधिक गरज आहे. यातून मुक्त होऊन जर कोणतंही धार्मिक कर्मकांड परिवारासाठी तू करत असशील तर अवश्य करू शकतोस. पण तू असं का करीत आहेस हे मात्र तुला ठाऊक असायला हवं. घरातील लोकांचा कर्मकांड करण्याबद्दल जर काही आग्रह नसेल तर मनात कोणतीही भीती न बाळगता तू काही धार्मिक संस्कार व कृत्य टाळू शकतोस. खबरदारी व स्वास्थ्यासंबंधित कर्मकांड करू शकतोस. पण होतं काय, काही विशिष्ट धार्मिक विधी, अमुक अमुक दिवसानंतर करायचा असतो... काही अकरा महिन्यांनंतर... काही एखाद्या पवित्र तीर्थस्थानावर... असं करणं मात्र योग्य नाही.’’

‘‘सरश्री, वेळ, स्थान आणि वातावरण पाहून पंडित-पुरोहित नेहमी कमी अथवा जास्त दक्षिणेची मागणी करतात हे पाहून माझ्या मनात ते असं का करतात, या विचाराने प्रश्नांचा गुंता निर्माण होतो.’’

‘‘यामागे तथाकथित धार्मिक लोकांचे स्वार्थ आड येतात. ते विचारतात, तुम्हाला पन्नास रुपयांची पूजा करायची आहे, की पाचशेची? कारण पाचशे रुपयांची पूजा मृत माणसाला लवकर मोक्षाप्रत नेईल आणि पन्नास रुपयाची पूजा केलेल्याला थोडा वेळ

लागेल असा त्याचा तर्क सांगतो. वास्तविक पूर्वजांनी काही गोष्टी खूपच समजून-उमजून केलेल्या आहेत पण कालपरत्वे ही समज लुप्त होत गेली, नाहीशी झाली आणि राहिल्या फक्त परंपरा, अंधविश्वास! ही धार्मिक कर्मकांड करणारे पंडित-पुरोहित अशी कृत्यं मनापासून, श्रद्धेने करत नाहीत.

"एवढंच काय पण मृतकाविषयी त्यांच्या मनात कोणताही विचार नसतो. हातात मोबाईल फोन घेऊन त्याचं सगळं लक्ष पुढच्या फोनवर लागून राहिलेलं असतं. न जाणो पुन्हा असा फोन येईल! आतुरतेनं ते दुसऱ्या फोनचीच वाट पाहात असतात. त्यामुळे त्या ठिकाणचे विधी लवकरात लवकर आटोपण्यासाठी प्रयत्नशील राहून प्रार्थनेची वेळ कमी करतात. असे सारे कार्यक्रम व्यर्थ आहेत."

"ढोंगी पंडित-पुरोहितांवर आपण प्रहार करत आहात. परंतु आपला आग्रह तर सामूहिक प्रार्थना करण्यावरच आहे. यासाठीच शोकसभा आयोजित केल्या जातात का?"

"खोट्या धारणा नाहीशा करणं, काल्पनिक कथांचं रहस्य प्रकाशात आणणं हेच सरश्रींचं कार्य आहे. निश्चितच सरश्री सामूहिक प्रार्थनांवर जोर देतात आणि त्यांच्या दृष्टीनं शोकसभांचं महत्त्वही तितकंच आहे. परंतु काळानुसार त्यांचा अर्थ हरवला आहे.

"समजा एखाद्या माणसाचा मृत्यू होतो तेव्हा शोक व्यक्त करण्यासाठी लोक एकत्र जमतात. परंतु त्या शोकसभेत होतं काय तर प्रत्येक जण आपापल्या व्यापारधंद्याविषयी बोलण्यात मग्न असतो. अशा शोकसभेचा काय उपयोग? वास्तविक त्या कार्यक्रमात उपस्थित असलेल्या प्रत्येक शोकाकूल माणसाने अन्य कोणत्याही विषयावर चर्चा न करता मृत माणसासाठी मिळून प्रार्थना करायला हवी. तरच शोकसभा आयोजित करण्याचा उद्देश पूर्ण होतो. लोक जर केवळ आपला चेहरा दाखवून यावा, शिवाय परंपरेचं पालन करत नाही म्हणून इतर लोकांनी त्यांची निंदा करू नये यासाठी जात असतील तर अशा शोकसभेचा काय उपयोग? म्हणून तू तुझ्या काकांना लवकरात लवकर योग्य मार्गदर्शन मिळावं आणि ते त्यांनी स्वीकारावं अशी प्रार्थना कर."

"आपण तर माझी फार मोठी समस्या सोडवलीत. काकांनी माझ्या वडिलांना आर्थिक रूपात खूप साहाय्य केलं होतं. माझे वडील नेहमी म्हणायचे, 'आज आपली जी स्थिती आहे ती केवळ तुझ्या काकांमुळेच.' फक्त हीच गोष्ट मला दुःख देत आहे आणि यासाठी आम्ही त्यांचे खूप ऋणी आहोत. याव्यतिरिक्त मला त्यांची काही माहिती

नाही. म्हणून या घटनेत मी तटस्थ आहे. सरश्री, प्रार्थना करत असताना मी असं काय म्हणायला हवं ज्यायोगे माझी कृतज्ञता त्यांच्यापर्यंत पोहोचेल.''

''तुझ्यासाठी जर एखाद्या माणसाने काही चांगलं कार्य केलं असेल तर तू त्यांच्यासाठी धन्यवाद आणि कृतज्ञतेची प्रार्थना अवश्य करू शकतोस. ज्या भावनेने तू प्रार्थना अर्पित करशील, ती शब्दांपेक्षा अधिक महत्त्वपूर्ण आहे. कोणत्याही शब्दांचा उपयोग तू आपल्या प्रार्थनेत करू शकतोस. फक्त ते शब्द हृदयातून उपजायला हवेत. तुझ्या काकांनी केलेली मदत आठवून जर तुला रडायला येत असेल तर हेदेखील प्रार्थनेचे एक रूप आहे. प्रार्थना केवळ शब्दांच्या माध्यमातूनच समर्पित केली जाते असं नव्हे. तू जर त्यांच्यासाठी समजपूर्वक अश्रू ढाळत असशील, मनात धन्यवादाचे भाव ठेवत असशील आणि त्यांच्याबद्दल चांगलं बोललास तर ती देखील एक प्रार्थनाच आहे.''

''सरश्री, जिवंत माणसासाठीही आपली कृतज्ञता अगदी अशाचप्रकारे पोहोचवता येईल का?''

''हो निश्चितच. एखाद्या माणसाविषयी तुझ्या मनात कृतज्ञता असेल तर तो जिवंत असतानाच त्याच्यासमोर स्वतःच्या भावना प्रकट करायला हव्यात. अन्यथा लोक आपली कृतज्ञता त्या माणसाच्या मृत्यूनंतरच व्यक्त करतात.

''एखादा माणूस जेव्हा आपल्या कंपनीतून अनेक वर्षं काम केल्यानंतर सेवानिवृत्त होतो, तेव्हा लोक त्याची अतिशय प्रशंसा करतात. ते त्याच्या कार्याची निपुणता, सर्वांना बरोबर घेऊन जाण्याची भावना आणि कंपनीप्रती असलेलं त्याचं योगदान याविषयी स्तुतिसुमनं उधळतात. त्याचे मित्र त्याच्या प्रशंसेसाठी वेगवेगळ्या प्रकारचे शब्द शोधतात. पण रिटायर्ड होताना तो निवृत्त होणारा माणूस विचार करतो, जर या लोकांनी आधीच अशी स्तुती केली असती तर मी अधिक चांगल्याप्रकारे आणि आनंदाने काम केलं असतं. आता जेव्हा मी ही कंपनी सोडून जात आहे तेव्हा प्रत्येक माणूस माझ्याविषयी किती भरभरून चांगलं बोलत आहे...

''म्हणून जिवंत माणसाविषयी कृतज्ञता आणि प्रेम प्रकट करणं अधिक महत्त्वपूर्ण आहे. असं केल्याने त्या माणसाबरोबरचे तुमचे संबंध अधिक सलोख्याचे, दृढ होतात.

'' 'धन्यवाद' हा एक साधारण शब्द नसून तो एक हृदयस्पर्शी भाव आहे. तुला अशी प्रार्थना करण्यासाठी मोठमोठ्या अलंकारिक शब्दांचा वापर करण्याची अजिबात आवश्यकता नाही. त्याचबरोबर प्रार्थनेत विशिष्ट मंत्रांचं उच्चारण अथवा ईश्वरस्तुती,

भजन म्हणण्याची तर बिलकुल गरज नाही. जे शब्द तुझ्या अंतरंगातून उपजतात, तेच तुझी प्रार्थना बनतात.''

"सरश्री, हे मी नेहमी लक्षात ठेवीन. अद्याप माझ्या मनात स्वर्ग आणि नरक, पुनर्जन्माविषयी अनेक प्रश्न आहेत. ते मी आपल्याला बुधवारी विचारीन. परंतु काकांविषयी एक विशेष प्रश्न मला विचारायचा आहे. काल सेना कार्यालयातून मला त्यांच्या हेलिकॉप्टर दुर्घटनेविषयी माहिती मिळाली. ज्या अधिकाऱ्याने फोन केला होता तो माझं सांत्वन करताना म्हणाला, ''ईश्वराने तुमच्या काकांना आपल्याजवळ बोलावलं आहे... आता ते स्वर्गवासी झाले... त्यामुळे दुःखी होऊ नका... धैर्य ठेवा... यासारख्या बऱ्याच काही गोष्टी त्यांनी सांगितल्या आणि त्या मला गमतीशीरही वाटल्या. परंतु आता मला आश्चर्य या गोष्टीचं वाटतंय, लोक नेहमी अशाच शब्दांचा प्रयोग का करतात?''

"अशा गोष्टी नातेवाइकांचा त्रास कमी करण्यासाठी सांगितल्या जातात. लोकांना जर सत्य सांगितलं तर ते कदाचित घाबरून जातील. माणसाचं स्थूल शरीर नाहीसं होऊन त्याच्या सूक्ष्म शरीराची यात्रा आत्ताही चालू आहे असं जर त्यांना सांगितलं तर ते गोंधळून जातील. एखाद्या माणसाचा मृत्यू होतो तेव्हा त्याठिकाणी सर्व प्रकारचे लोक उपस्थित असतात. त्यात मुलंही सहभागी असतात. शोकाकुल अवस्थेत खऱ्या गोष्टी ऐकण्यासाठी माणूस तयार नसतो आणि प्रत्येक माणसाला यातील तथ्य समजेलच असंही नाही. त्या गंभीर वातावरणात जर एखाद्याने सांगितलं, वास्तवात हा माणूस मृत नाही तर स्थिती अधिकच गंभीर होण्याची दाट शक्यता असते.''

"हो खरंच!"

"प्रत्येकाला मृत्यूनंतर स्वतःच्या दोन प्रकारच्या मूर्खपणाची जाणीव होते. तो स्वतःला शरीर समजत राहिला ही पहिली मूर्खता. कारण मृत्यूनंतर तो आपल्या शरीराला स्वतःपासून वेगळं बघू शकतो आणि आपला मृत्यू होतो ही दुसरी मूर्खता. त्याचबरोबर त्याला हेही कळतं, ज्याला तो मृत्यू समजत होता तो मृत्यू नव्हताच मुळी!

"एखाद्या माणसाच्या मृत्यूनंतर जर कोणी 'त्याला आपल्या दोन मूर्खता समजल्या आहेत' असं म्हटलं तर आजूबाजूचे लोक गोंधळात पडतील, संभ्रमित होतील. म्हणून त्याचं दुःख कमी करण्यासाठी ईश्वराने त्यांना स्वर्गात आपल्याबरोबर राहण्यासाठी बोलावून घेतलं आहे असं म्हटलं जातं. एखाद्या व्यक्तीच्या मृत्यूनंतर आपल्या मनात दुःखद भावना व दया उत्पन्न होते. त्याच्याबाबतीत असं का घडलं असावं, याचा आपण विचार करतो. त्याच्याबरोबर नेमकं असं काय घडलं असावं... आता तो बिचारा पुढच्या

जन्मात कोणतं रूप धारण करेल... त्याला माणसाचा जन्म मिळेल की कुत्र्याचा, हे जाणण्यासाठी काही विशेष विधी केले जातात. तो कोणत्या लोकात पोहोचला असेल याबाबत पंडित आणि पुरोहितांचा सल्ला घेतला जातो. वास्तविक पंडित आणि पुरोहितांना याबाबत काहीही माहिती नसतं. त्यांच्या पूर्वजांनी शिकवल्याप्रमाणे ते बोलत असतात. आपला धंदा बिनदिक्कत चालण्यासाठी पुरोहित आपल्या मुलांनाही त्याप्रमाणे शिकवतात.

''ज्या लोकांचे निकटवर्तीय परलोकात जातात, त्यांचं दुःख, ताण कमी करण्यासाठी नेहमी अशा प्रकारच्या वाक्यांचा उपयोग केला जातो, 'तो परमात्म्याला शरण गेला... देवाला प्रिय झाला... त्याला ईश्वराने आपल्याजवळ बोलावून घेतलं... आता तो स्वर्गात आहे...' तेथे तो अतिशय प्रसन्न आहे... अशा गोष्टी शोकाकूल लोकांचं दुःख कमी करण्यासाठी सांगितल्या जातात. कारण त्या मृत व्यक्तीचं या पुढचं जीवन चांगलं व्यतीत होणार आहे असं आश्वासन त्यांना पाहिजे असतं. यासाठी ही एक प्रथाच बनली. म्हणून मृतकाविषयी नेहमी चांगल्याच गोष्टी सांगितल्या जातात. वाईट गोष्टी सांगितल्या तर कदाचित नातेवाइकांच्या भावनांवर आघात होईल. नकारात्मक गोष्टीने आधीच दुःखी असलेल्या नातेवाइकांना आणखीच उदासीनता येईल. या सर्व गोष्टी लक्षात घेऊन मृतकाविषयी नेहमी चांगलंच बोललं जातं.''

''सरश्री, आज आपण माझ्या काकांच्या मृत्यूनंतर मी काय करावं, याबाबत जे मार्गदर्शन दिलंत त्याबद्दल आपल्याला खूप खूप धन्यवाद. खरोखरच आज माझी समज प्रगल्भ झाली आहे. आपल्या दर्शनाने मी तृप्त झालो आहे.''

''जीवन, तुला सर्व गोष्टींचं, या ज्ञानाचं व्यवस्थित आकलन व्हावं आणि तूही आपल्या हृदयावर स्थापित व्हावंस हाच माझा आशीर्वाद आहे. त्याचबरोबर सरश्रींनी विचारलेल्या प्रश्नांवर मनन करून तुला ध्यानही करायचं आहे. आज संध्याकाळी होणाऱ्या अग्निसंस्काराला ध्यानाची संधी म्हणून स्वीकार. बुद्ध आपल्या भिक्षूंना स्मशानघाटावर जाऊन ध्यान करण्याचा सल्ला देत असत. महर्षी रमणदेखील मृत्यूवर ध्यान करून स्थितप्रज्ञ बनले. मृत्यूवर ध्यान करणं एक सुंदर ध्यान आहे. मृत्यूवर ध्यान करून लवकरात लवकर आपल्या मूर्खतांमधून मुक्त व्हावंस हीच शुभेच्छा...

सातवा आठवडा - २

अंतिम निर्णयाच्या दिवशी

पृथ्वीवर परतणे।

१७:१७

रविवारी संध्याकाळी जीवनने आपल्या काकांवर अंत्यसंस्कार केले. त्याने आपल्या कुटुंबातील सदस्यांकडून डोळे बंद करून एका विशिष्ट पद्धतीने सरश्रींनी सांगितलेली प्रार्थना करवून घेतली.

सोमवारी जीवनला त्याच्या मित्राच्या लग्नाचं आमंत्रण आलं. हा लग्न सोहळा हॉटेल ताजमध्ये आयोजित केला होता. जीवनला चमचमीत खाणं अतिशय आवडत असल्यामुळे अशा ठिकाणी जायला तो नेहमीच खुश असायचा. त्याने विश्वातील सगळ्या स्वादिष्ट पदार्थांचा स्वाद घेतला होता. जणू काही तो स्वादाचा विशेषज्ञच होता. त्याने आपली दिवसभराची कामं संपवली आणि कार हॉटेलकडे वळवली. हॉटेलमध्ये प्रवेश करताच समोर स्वादिष्ट खाद्यपदार्थ पाहून त्याच्या तोंडाला पाणी सुटलं. मान-च्याऊ सुपापासून सुरुवात करून चार बटर नान, मोठ्या प्रमाणात व्हेज माखनवाला, जीरा-राईस, दाल माखनी, सॅलड, लोणचं, पापड, व्हेज पकोडे इत्यादी गोष्टी आपल्या पानात वाढून घेतल्या. ताटात जणू अन्नाचा डोंगरच दिसत होता. खुर्चीवर बसून जीवनने वीस मिनिटातच सगळी प्लेट साफ केली. आणखी काही तरी घ्यावं म्हणून तो उठणार तितक्यात त्याला, 'अरेच्च्या, मी तर आपल्या पोटाचा गुलाम बनलो

आहे' असा विचार आला. कित्येकदा अगदी अशाच प्रकारे तो स्वादिष्ट भोजनाच्या आधीन कसा होतो हेही चटकन त्याला आठवलं. असे विचार येताच प्लेट खाली ठेवून सर्वांचा निरोप घेत तो क्षणार्धात आपल्या घराकडे रवाना झाला.

तो आता आपल्या क्रियांविषयी अतिशय सजग झालाय हे त्याला जाणवलं. प्रत्येक गोष्टीकडे बघण्याचा त्याचा दृष्टिकोनही बदलला होता. हवेच्या झुळकेसारखा एक विचार त्याच्या मनात अलगद प्रवेश करता झाला. 'पारटू कसं असेल...?'

त्याच्यात आता एकप्रकारची स्थिरता आली होती. सर्व काही त्याच्या मर्जीनुसार घडत होतं. त्याचं मन आज्ञाकारी बनू लागलं. जीवन मनाशीच म्हणाला, अगदी असंच व्हायला पाहिजे. माझ्या मनाची शांती आता कोणीही भंग करू शकत नाही. आज्ञाकारी मन शांत तलावाप्रमाणे असतं. त्यात लाटा उसळणं बंद होतं. पण ही अवस्था कुठपर्यंत राहील. संपूर्ण दिवस त्याने पारटूवर मनन केलं. अचानक त्याच्या लक्षात आलं, सोमवारी आणि मंगळवारी नकळतच तो आपल्या कामाविषयी नको तितका सजग झाला होता. पार्ट वनच्या प्रत्येक वस्तूकडे नव्या दृष्टिकोनातून पाहायला सुरू केल्यानंतर त्याने स्वतःलाच एक प्रश्न विचारला, पारटूमध्ये या गोष्टी कशा दिसत असतील? तेथे टीव्ही असेल का? 'कदाचित नाही' त्यानं अनुमान लावलं.

''द तिब्बेतियन बुक ऑफ द डेड'' या पुस्तकाची डीव्हीडी त्याने पाहिली. आपल्या कुटुंबातील लोकांबरोबर यावर चर्चा करत असताना त्याला सर्वांकडून चांगला प्रतिसाद मिळाला.

आता जीवनला पुन्हा सरश्रींना भेटण्याचे वेध लागले. पुनर्जन्माविषयीचे प्रश्न वादळाप्रमाणे त्याच्या मनात घोंघावत होते. शेवटी ज्या दिवसाची आतुरता मनात होती तो बुधवार उजाडला आणि त्याला वाटलं जणू काही त्याचा पुनर्जन्मच होत आहे...

◆ ''सरश्री, माझं असं सांगणं कदाचित आपल्याला हास्यास्पद वाटू शकेल. परंतु मी एक अंत्यसंस्कार पूर्ण केला आहे.''

''जीवन, एकदा माणसाला समज प्राप्त झाली, की मृत्यूदेखील एक सोहळा बनू शकतो. एक मृत शरीर आपल्याला खूप काही शिकवून जातं. इतरांना शिकवण्यासाठी ते निमित्तही बनू शकतं. अशावेळी जर माणसाने मृत्यूवर गहिरं मनन केलं तर आपलं जीवन उत्कृष्ट बनवून, स्वतः तर आनंद घेतोच शिवाय इतरांनाही आनंदी ठेवण्याचा प्रयत्न करतो. अन्यथा या गोष्टींवर विचार करण्यासाठी माणसाला वेळ असतोच कुठं? आता सांग, तू काय काय केलंस?''

''माझे काका हिंदू धर्मीय असल्यामुळे त्यांच्या शवावर अग्निसंस्कार करणं क्रमप्राप्त होतं. त्यामुळे मी विचार केला, अंत्यसंस्काराच्यावेळी असा विधी का केला जाऊ नये, जेणेकरून त्या सूक्ष्म शरीराला आपल्या शरीराविषयी आसक्ती राहू नये. लवकरात लवकर त्याने पुढील यात्रेसाठी प्रस्थान करावं. कोणतंही कर्मकांड न करता त्यांच्या प्रेताला त्वरित अग्नी देता यावा म्हणून एका वेगळ्याच पद्धतीचा वापर केला. पुढेही काही विधी करण्याचा माझा विचार नाही. आपल्या सर्व नातेवाइकांना डोळे मिटून प्रार्थना करण्यासाठी सांगितलं. ज्यामुळे त्यांचा पुढील मार्ग सुकर होऊन त्वरित त्यांना योग्य मार्गदर्शन मिळावं.''

''तू त्यांना कोणती प्रार्थना करायला सांगितलीस?''

''माझ्या काकांची परलोकयात्रा लवकरात लवकर सुरू व्हावी व शांततेने त्यांनी पुढील मार्गक्रमण करावं. तसेच त्यांना उचित मार्गदर्शन लाभावं अशी प्रार्थना करायला सांगितली.''

''ही गोष्ट तू खूपच चांगली केलीस. तेजज्ञान फाउंडेशनमध्ये जसा तू एक स्वयंसेवक आहेस त्याचप्रमाणे पारटूमध्येही असे स्वयंसेवक आहेत जे तुझ्या काकांच्या सूक्ष्म शरीराला मदत करतील.''

''सरश्री, स्मशानघाटावर असताना काही गमतीशीर गोष्टी मला दृष्टीस पडल्या. त्याठिकाणी बाजूलाच इतर प्रेतंही जळत होती. एक तरुण मुंडण करून अंत्यसंस्कार करत होता. कदाचित तो मृतकाचा पुत्र असावा. त्यावेळी पहिल्यांदा माझ्या लक्षात आलं आपल्या देशात वडीलधाऱ्या माणसांचा मृत्यू झाल्यानंतर मुंडण का करतात! त्यांच्या परिवारात कुणाचा तरी मृत्यू झाल्यामुळे ते दुःखी असतात, त्यामुळे त्यांच्याशी योग्य व्यवहार केला जावा हा यामागचा उद्देश असावा. पण भारतात आता ही प्रथा लोप पावत चालली आहे. थोडेच लोक मुंडण करताहेत. कमीत कमी शहरात तरी ही प्रथा मागे पडत चालली आहे.''

"या संस्कारामागे दुसरं कारण असं आहे की यापुढे मृतकाच्या पुत्राने सर्व गोष्टींची जबाबदारी घ्यावी. त्याचं मुंडण केलेलं डोकं कित्येक दिवस त्याला त्याच्या जबाबदारीचं स्मरण देत राहतं." सरश्री समजावत म्हणाले.

"माझ्या काकांच्या अंत्यसंस्कारानंतर काही वडीलधाऱ्या माणसांनी स्मशानघाटावर स्नान करून, नंतरच घरी जावं असा आग्रह धरला. कदाचित हा संस्कार स्वच्छता आणि शुद्धता यासाठी केला गेला असावा असं मला वाटतं. होय ना सरश्री?"

"हो. या संस्कारामागे आता या मृतकाशी माझा काही संबंध उरला नाही असंही दुसरं संभाव्य कारण असू शकतं. अशाप्रकारे भीतीचे विचारही पूर्णपणे नाहीसे होतात. स्नान करणं हा याच गोष्टीचा संकेत देतं."

"सरश्री, मला मार्गदर्शन दिल्याबद्दल पुनश्च आपल्याला अनेक धन्यवाद. आज मला अगदी मुक्त झाल्यासारखं वाटतंय."

"तुला ज्या प्रश्नावर मनन करायला सांगितलं होतं ते तू केलंस का?"

"होय सरश्री. मरणोत्तर जीवनाच्या महत्त्वावर मनन करण्यास आपण मला सांगितलं होतं. मी ते सगळे प्रश्न त्वरित लिहून ठेवले. आयुष्यात शून्यतेचा अनुभव करण्यासंदर्भात मूळ जे प्रश्न विचारले होते त्याच्या उत्तरादाखल सरश्रींनी हा विषय का काढला, असं आपण विचारलं होतं."

"अगदी बरोबर."

"पार्ट वनमध्ये माझ्या मनाची जशी अवस्था आहे तशीच पारटूमध्येही असेल हे आता मला चांगल्या प्रकारे समजलं आहे. त्याचप्रमाणे मनाच्या अवस्थेनुसारच माझ्या चेतनेचा स्तर असेल. त्याचबरोबर मी पारटूमध्ये कुठे आणि कोणाबरोबर राहीन हे या चेतनेच्या स्तरावरच अवलंबून राहील. यासाठी आत्ताच मनाला प्रशिक्षित करणं किती आवश्यक आहे याची जाणीव मला झाली आहे. माझी चॉकलेट आणि मिठाई खाण्याची भयंकर सवय केवळ पृथ्वीवरच नव्हे तर परलोकातही घातक ठरणार आहे हेही प्रकर्षानं जाणवत आहे. यासाठी मला स्वतःवर बलपूर्वक कुठलाही प्रयोग करायचा नाही तर समजपूर्वक माझ्या स्वभावाचे निरीक्षण करणं मी सुरू केलं आहे. त्यामुळे लालसेतून, मोहातून माझी सुटका होत आहे याची मला खात्री झाली आहे."

"जीवन, असं जर झालं नाही तर या लालसेचं रूपांतर लवकरच व्यसनात होतं. तेव्हा जे लोक पारटूमध्ये चेतनेच्या निम्न स्तरावर असतात ते आपल्या भोजनाच्या

लालसेपायी, संतुष्टीसाठी कार्य करणं चालूच ठेवतात. परंतु पृथ्वीवर असलेल्या भोजनासारखं नाही. तेथील भोजन, पेय आणि झोप वेगळ्या प्रकारची असते. पृथ्वीवर मनाला प्रशिक्षण न मिळाल्यामुळे खाणं-पिणं यांसारख्या गोष्टी ते सहजासहजी विसरू शकत नाहीत. त्यामुळे एक आवश्यकता म्हणून नाही तर केवळ सवयीमुळे ते खात असतात, पीत असतात. पण सूक्ष्म जगात शरीराच्या पालनपोषणासाठी भोजन करण्याची काही गरज नसते. तरीही त्याविषयी विचार करून हव्यासापायी कल्पनेतच ते अन्न निर्माण करतात आणि खातातदेखील.

''चेतनेच्या उच्च स्तरावरील लोक बाह्य वस्तूंमुळे मिळणाऱ्या आनंदाची अभिलाषा करत नाहीत. वास्तविक त्यांना अशा गोष्टींची गरजच नसते. उच्च स्तरावर माणूस जसजशी प्रगती करतो, शुद्ध विचार करतो, तसतसं त्याचं सौंदर्य अधिकच खुलत जातं आणि तेजाची वलयं त्याच्या चेहऱ्यावर झळकू लागतात.''

''याचा अर्थ चेतनेच्या सर्वोच्च स्तरावर प्रवेश मिळण्यासाठी, तेथे असणाऱ्या आध्यात्मिक उन्नतीसाठी मला या जीवनातच प्रशिक्षित व्हायला हवं.'' जीवन म्हणाला.

''तू विचार करतोस तसं नाही. आध्यात्मिक विकास आणि त्या पाचव्याची प्राप्ती, स्थूल अथवा सूक्ष्म कोणत्याही शरीराबरोबर शक्य आहे. म्हणून तू आत्ताच प्रारंभ का करत नाहीस? महाआसमानी शिबिरात तू जे शिकला आहेस, स्वसाक्षीविषयी जे जाणलं आहे, त्याचा अभ्यास खरंतर लगेच सुरू करायला हवा. कारण मन जेव्हा नमन होतं, तेव्हाच स्वसाक्षीचा अनुभव होतो. पारटूमधील विकासाची शिडी चढण्यासाठी, पार्ट वनमध्ये मनाला प्रशिक्षित करणं अत्यावश्यक असतं असं यासाठीच तर सांगितलं जातं. त्याचबरोबर आपल्या ध्यानाला प्रशिक्षित करून मनाला वासनेतून मुक्त करायचं असतं.

''मनाच्या प्रशिक्षणाबरोबर आध्यात्मिक उन्नती हेच तुझं मूळ ध्येय असावं. या गोष्टी पारटूमध्ये करता येतील असं म्हणून त्या टाळायच्या नाहीत. याच जीवनात जर तुला सत्य मिळालं तर तुझं भावी आयुष्य अतिशय उत्कृष्ट असेल. तुझी प्रसन्नता आणि आनंद कित्येक पटीने वाढेल. मात्र याच जीवनात सत्य प्राप्त झालं नाही तर पार्ट टूमध्ये तुला तुझ्या चुकीवर पश्चात्ताप करीत बसावं लागेल. शिवाय 'मी किती मौल्यवान वेळ आणि सुवर्णसंधी घालवली' असा विचार येईल तो वेगळाच. तुझ्या डोळ्यांसमोर जेव्हा संपूर्ण जीवनाचा चित्रपट पुन्हा प्रसारित केला जाईल तेव्हा रडत रडत तू म्हणशील, 'अरेरे माझ्याकडे तर सर्वोच्च ज्ञान प्राप्त करण्याची संधी उपलब्ध होती, ती माझं दार ठोठावत होती तेव्हा मी निरर्थक तो वेळ वाया घालवला.' जीवन, असं म्हणण्याची वेळ

तुझ्यावर कदापि येऊ नये. यासाठी आयुष्याचा खरा उद्देश जाण आणि तो प्राप्त करण्यासाठी त्या दिशेने कार्यरत हो..."

१८:१८

सरश्रींचा हा छोटासाच परंतु गहिरा संकेत जीवनसाठी फारच उपयुक्त होता. यावर लगेच कार्य करण्यासाठी आणि मनाच्या प्रशिक्षणाविषयी पुढचा प्रश्न त्याने सरश्रींना विचारला.

"या आयुष्यात मनाला कोणत्या मूलभूत प्रशिक्षणाची आवश्यकता आहे जेणेकरून त्याला पुढच्या जीवनाची वाटचाल करण्यासाठी तयार होता येईल?"

"मनाला अकंप, निर्मळ, अखंड, आज्ञाधारक आणि प्रेमपूर्ण बनवायचं आहे. तू पृथ्वीवर एका मनासोबत आला आहेस हे प्रथम जाणून स्वानुभव प्राप्त करणं आद्य कर्तव्य असावं.

"पारटूच्या मोठ्या यात्रेत सत्याच्या जाणिवेलाच सर्वोच्च महत्त्व असतं. तेथे पैशाला अजिबात किंमत नसते. पृथ्वीवर अनेक समस्या केवळ माणसाच्या पोटामुळे आहेत. येथे आजारासाठी त्याला पैसा खर्च करावा लागतो, भोजनासाठी पैसा लागतो. परंतु पार्टटूमध्ये भौतिक शरीराच्या गरजा, अन्न, आजार, पैसा या नाहीत. तुला हे सत्य समजून घेऊन त्यापासून प्रेरणा घ्यायला हवी. पृथ्वीवरचे आपले धडे शिकून त्वरित आपल्या समजेचा स्तर वाढवायला हवा. चेतनेचा सर्वोच्च स्तर गाठण्यासाठी तुला सतत प्रयत्नशील असायला हवं. म्हणजे पारटूमध्येपण आत्मअभिव्यक्तीसाठी उच्चासनावर आरूढ होता यावं.

"जीवन, मरणोत्तर जीवनाच्या काही मान्यता आणि रहस्यांविषयी तू वाचलं आणि समजूनही घेतलं असशील. या ज्ञानाच्या आधारे जर तू पृथ्वीवर समज प्राप्त करून वेळेचा सदुपयोग केलास तर हे ज्ञान मिळवण्याचा काही फायदा आहे अन्यथा व्यर्थ तुझा अहंकारच वाढेल."

"होय सरश्री... आता माझे काही प्रश्न स्वर्ग आणि नरक, पुनर्जन्म आणि भूतखेत यासंबंधी आहेत... माझा पहिला प्रश्न आहे, परलोकात चेतनेच्या सर्वोच्च स्तराचा संबंध स्वर्गाशी तर निम्न स्तराचा संबंध नरकाशी आहे का?"

"जेथे मृत्यूनंतर लोकांना पाठवलं जातं असं आकाशात स्थित असलेलं स्वर्ग,

नरक असं कोणतंही स्थान नाही. वास्तविक माणूस आपल्या विचारांद्वारे, भावनेद्वारेच स्वर्ग-नरकाची निर्मिती करत असतो. ज्या माणसाजवळ सकारात्मक विचार आणि चांगल्या भावना आहेत तो, ज्याला स्वर्ग, दिव्यलोक असं म्हणता येईल असं वातावरण निर्माण करेल. ज्याच्याजवळ द्वेष, ईर्षा, घृणा यांसारखे विचार आणि वाईट भावना आहेत तो, नरकतुल्य वातावरणाचीच निर्मिती करेल. हा नरक त्या नरकासारखा नाही जो एखाद्या लोकप्रिय कपोलकल्पित कथांमध्ये वर्णन केला जातो. तथापि ते एक असं स्थान आहे जेथे उच्च चेतनेवरील लोकांना राहायला आवडत नाही. फक्त निम्न चेतनेच्या लोकांनाच असं वातावरण आवडू शकतं. हे वातावरण तोपर्यंत असंच राहातं जोपर्यंत माणसाचे नकारात्मक विचार, प्रसन्न आणि सकारात्मक (हॅपी थॉट्स) विचारांमध्ये परावर्तित होत नाहीत.''

''सरश्री, हे सर्व काही खूपच आश्चर्यकारक आहे.''

''जो माणूस नरकात राहतो त्याला तो नरकात आहे असं कधी वाटतच नाही. पृथ्वीवरसुद्धा स्वर्ग आणि नरक अस्तित्वात आहेत. जेव्हा लोकांना चुकीच्या धारणा आणि मान्यतांमुळे विनाकारण दुःख भोगत असलेलं पाहशील तेव्हा त्यांच्याविषयी काय विचार येईल? 'अरेरे, हे लोक अजूनही अशा क्षूद्र मान्यतांमध्ये अडकलेले आहेत... शिवाय नरकातही जगत आहेत. असंच वाटेल ना? परंतु जेव्हा 'तुम्ही नरकात जगत आहात' असं तू त्यांना सांगायला जाशील तेव्हा ते तुला गालीप्रदान करतील. कारण तू त्यांचा नरक बघू शकतोस, पण ते स्वतःचा नरक बघू शकत नाहीत. तू स्वतःला सीमित दृष्टिकोनातून मुक्त केल्यामुळे प्रसन्नतेचा, स्वर्गात असल्याचा अनुभव घेत आहेस, पण तरीही 'तुम्ही अद्यापही नरकात राहात आहात' असं त्या लोकांना सांगू शकत नाही. कारण ते विश्वासच ठेवणार नाहीत.

''अशाचप्रकारे पारटूमध्येही उच्च स्तरावरील सूक्ष्म जीव, निम्न स्तरावरच्या जीवांना पाहून म्हणतात,' अरेरे, तुम्ही किती दुर्दैवी आहात!' अजूनही खोट्या धारणा आणि चुकीचा विश्वास बाळगून फिरत आहात. जर पृथ्वीवरच या सर्व गोष्टीतून मुक्त झाला असता तर या दुःखद स्थितीत तुम्हाला राहावं लागलं असतं का?

''परंतु ते लोक अशा गोष्टी ऐकण्यासाठी तयारच नसतात. आपण नरकात जगत आहोत या गोष्टीवरच प्रथम त्यांचा विश्वास बसत नाही. त्यांनी स्वतःच्या विचारांनीच हा नरक तयार केला आहे व त्याबाबत ते अनभिज्ञ देखील आहेत. त्यामुळे नवीन काही निर्माण करून त्यातून मुक्त होण्याविषयी ते विचारच करू शकत नाहीत. म्हणून अज्ञानामुळे

सतत नरकसदृश्य वातावरणातच राहतात.

''पृथ्वीवर चेतनेच्या निम्न स्तरावर अनेक लोक राहात आहेत. त्याचप्रमाणे पारटूमधील काही सूक्ष्म शरीरंदेखील निम्न स्तरावर राहतात. उच्च चेतना असलेले लोक निम्न चेतनेच्या लोकांना नरकात राहात असलेलं बघू शकतात. पण निम्न स्तरावर राहणारे लोक उच्च स्तरावर राहणाऱ्या लोकांना कधीही ओळखू शकत नाहीत.''

''सरश्री, चेतनेचा हा सर्वोच्च स्तर प्राप्त करण्यासाठी काय करायला हवं?''

''साधना, ध्यान, मनन, आध्यात्मिक पुस्तकांचं पठण, समज आणि श्रवणाद्वारे हा सर्वोच्च स्तर सहज गाठता येतो. त्या परमश्रेष्ठ अस्तित्वाला जाणायचं असेल तर तुलाही त्याप्रमाणेच बनावं लागेल. चेतनेच्या स्तराचा हा दर्जा अगदी सहजपणे समजला जाऊ शकतो. समोरचा माणूस कोणत्या विश्वासावर जगत आहे हे पाहून क्षणार्धात तो कोणत्या स्तरावर आहे हे समजू शकतं. तू त्या माणसाचे विचारही जाणू शकतोस जे त्याच्यात असलेल्या विश्वासामुळे येतात. त्याचबरोबर त्याचं दुःख आणि वेदनाही समजू शकशील जे त्याच्या विचारामुळे येतं. चुकीच्या मान्यता केवळ स्वर्गाविषयी लोभ आणि नरकाविषयी भीती उत्पन्न करू शकतात आणि त्या माणसाला दुःखाकडेच ओढून नेतात. तू उच्च स्तरावर पोहोचलास तर नरकही सहजपणे पाहू शकशील पण त्याठिकाणी राहणारे तिथे राहूनही पाहू शकत नाहीत.''

''वा. अतिसुंदर! पण सरश्री, या स्वर्ग आणि नरकाच्या धारणा बनवल्याच का गेल्या?''

''नरकाविषयीच्या धारणा पृथ्वीवर राहणाऱ्या लोकांमध्ये भीती निर्माण करण्यासाठी तयार केल्या गेल्या. जेणेकरून त्यांनी सत्याच्या मार्गावर चालावं. त्याचप्रमाणे चांगली कर्मं करण्यासाठी प्रवृत्त व्हावं यासाठी त्यांना स्वर्गाचं प्रलोभनही दिलं गेलं. परंतु हे सगळे काल्पनिक विचारच चुकीचे आहेत. ज्या लोकांनी नरकाचं भय आणि स्वर्गाविषयीची खोटी आश्वासनं दिली ते तरी यातून कुठे सुटले? तेदेखील खोट्या विश्वासाच्या आधारेच जगत राहिले.

''जीवन, तुला मृत्यूसंबंधीचं जे ज्ञान मिळालं त्याचा आणि तुझ्या समजेचा पृथ्वीवर उपयोग करायचा आहे. जर स्वर्ग-नरकाचं हे ज्ञान तुझी समज वाढवण्यात साहाय्यभूत ठरत असेल तर ठीक आहे, अन्यथा असं ज्ञान मिळून न मिळाल्यासारखंच आहे. त्याचा काही फायदा होणार नाही. तू जेव्हा पारटूमध्ये चेतनेच्या सर्वोच्च स्तरावर पोहोचशील

तेव्हा या गोष्टी आपोआपच तुझ्या लक्षात येतील. आज या ज्ञानामुळे जर तुझे विचार प्रगल्भ, समृद्ध होत असतील, आध्यात्मिक अभ्यासाचं महत्त्व समजण्यासाठी साहाय्य करत असतील तरच हे उपयुक्त आहे.''

''सरश्री, खरोखरच हे ज्ञान माझ्यासाठी अतिशय उपयुक्त सिद्ध होतंय. आता माझा पुढचा प्रश्न पुनर्जन्माविषयीचा आहे. हिंदू, बौद्ध आणि जैनधर्मीय म्हणतात पुनर्जन्म होतो. ख्रिश्चन आणि मुसलमानांचं म्हणणं आहे याचं काही अस्तित्वच नाही. सरश्रींनी केवळ पारटूमध्ये जाण्याविषयी सांगितलं आहे. परंतु तेथून पृथ्वीवर परतणं कसं शक्य होतं?''

''दोन्ही गोष्टी योग्य असणं शक्य आहे का? हिंदू धर्मात पुनर्जन्म आणि मरणोत्तर जीवन याविषयी काही गोष्टी सांगण्यात आल्या, तर ख्रिस्ती आणि इस्लाम धर्मात काही वेगळंच सांगण्यात आलं. तेव्हा हे दोन्ही धर्म जे सांगत आहेत ते बरोबर असू शकतं का?''

''सरश्री, हे कशाप्रकारे शक्य असेल?''

''सरश्रींनी मागे स्मृतीविषयी काही सांगितलं होतं हे तुला आठवतंय का?''

''हो. मी त्या लोकांविषयी वाचलं होतं, जे पारटूमधून या पृथ्वीवर मनुष्याच्या मदतीसाठी येतात. परंतु त्यावेळी मला हे फारसं समजलं नव्हतं.''

''सूक्ष्म शरीराची यात्रा हजारो वर्षांपर्यंत चालत असते. हवं तर याला असंही समजता येईल, की पृथ्वीवरच्या जीवनाचा अवधी जर शंभर वर्षे असेल तर पारटूमध्ये ते जीवन दहा हजार वर्षांचं असू शकेल.

''माझ्या माहितीनुसार सूक्ष्म जगात काळाविषयी कोणतीही धारणा नसते आणि आपण केवळ एक सापेक्ष विचार देत आहात.''

''हो, आणि सूक्ष्म शरीराचं जीवन समाप्त झाल्यानंतर त्याचाही अंत होतो. थोडक्यात, शब्दात सांगायचंच झालं तर याला मृत्यू असंही म्हणता येईल. याचाच अर्थ पाचवा पाचव्यात विलीन होतो. ईश्वर ईश्वरात विलीन होतो. अशाप्रकारे माणसाची सीमित, सीमाबद्ध चेतना शेवटी मुक्त होऊन अनंतात विलीन होते. ईश्वरात सामावून जाते. तू याला 'काही नाही' किंवा 'सर्वकाही'च्या रूपात अभिव्यक्त करू शकतोस. म्हणून हे सर्व एकत्र मिळून एक जन्म असंही म्हणू शकतो किंवा स्थूल शरीराची सूक्ष्म शरीरापर्यंतची यात्रा असंही संबोधू शकतोस. सूक्ष्म शरीराच्या जीवनसमाप्तीनंतर त्यांच्या

स्मृतींचा कोणत्याही प्रकारे वापर करता येतो. एका शरीरातील स्मृतींना दुसऱ्या शरीरात प्रयुक्त करता येतं. स्मृतिसंयोगाचा प्रयोगही करता येतो. यालाच लोक पुनर्जन्म असं म्हणतात.''

''सरश्री, याविषयी काही उदाहरणं आहेत का? काही लोकांच्या मनात आपल्या गतजीवनाची आठवण अद्यापही ताजी असते. यासाठीच स्मृतींचा प्रयोग केला जातो का?''

''हो. त्याला असंही म्हणता येईल, जणू काही तू एक इमारत बांधण्याचं कार्य करत आहेस. माणसाचं शरीर आणि मन म्हणजे या निर्माणकार्यात वापरली जाणारी सामग्री. जेव्हा ती बिल्डींग पाडली जाते तेव्हा त्याच्या काही भागाचा उपयोग आणखी दुसरी इमारत बांधण्यासाठी केला जातो. त्यावेळी त्याला तीच बिल्डींग किंवा दुसरी बिल्डींग असंही म्हणता येतं.''

''याचाच अर्थ माझाही परत जन्म झाला आहे तर.'' जीवन मध्येच म्हणाला.

''कोणत्या आधारावर तुझा हा प्रश्न आहे? जीवन, जो स्वतःला एक शरीर मानतो त्या व्यक्तीविषयी तू जर बोलत असशील तर त्या व्यक्तीचा कोणताही पुनर्जन्म होत नाही. जीवन व्यक्तिगत रूपानं त्याच्या स्थूल शरीराशी जोडलेलं आहे. तो जर स्थिरचित्त नसेल तर सूक्ष्म शरीराच्या यात्रेतही स्वतःला वेगळंच मानेल आणि त्याच्यात संस्कार व प्रवृत्ती तशाच राहतील. ज्यावेळी सूक्ष्म शरीराचा नाश होतो त्याचवेळी अहंकाराचाही अंत होतो. म्हणून वैयक्तिक दृष्टिकोनातून पुनर्जन्म नसतो. परंतु ईश्वराद्वारे त्या शरीरातील स्मृतींचा उपयोग मात्र अन्य शरीरात केला जाऊ शकतो.''

''अशाप्रकारे जर पुनर्जन्म होत असेल तर सेल्फचाच पुनर्जन्म होतो का?''

''ईश्वराचा कधीही जन्म होत नाही. कारण तो कधी मरतच नाही. म्हणून त्याच्या दृष्टिकोनातून कोणताही पुनर्जन्म नसतो.''

''सरश्री, केवळ स्मृतींचा उपयोग केला जाऊ शकतो असं आपण सांगत आहात. पण स्मृतींचा उपयोग केला जात नाही हेही शक्य आहे ना?''

''हो.''

''मला हे ऐकून अतिशय दुःख होत आहे. मला वाटलं होतं यात काही तरी तथ्य असेल. सातत्य असेल. परंतु तेथेच त्याचा अंत होतो हे ऐकून तर माझा पूर्ण भ्रमनिरास झालाय.''

"जीवन, अहंकाराला दुःख होतं, तू तर त्यापलीकडे आहेस. सेल्फ आहेस. तुझा मूळ स्वभाव आहे पाचवा. वास्तविक 'तुला' यामुळे काहीही फरक पडत नाही. हे ऐकून जर तुला दुःख होत असेल तर अद्याप आणखीही काही समजून घ्यायचं बाकी आहे असाच याचा अर्थ होतो. आता पुढील दोन वाक्यांवर मनन कर.

" 'मृत्यू एक अंतिम सत्य आहे आणि बाकी सर्व कल्पनामात्र. प्रत्येक माणसाला एक दिवस मरायचंच आहे.' जो हे वाक्य ऐकेल तो म्हणेल ही गोष्ट तर्कसंगत आहे. अगदी सत्य आहे. मृत्यू सर्वोच्च सत्य आहे. कारण प्रत्येकाला एक दिवस मरायचंच आहे...

"मग अचानक तू एखाद्याला असं म्हणताना ऐकतोस. 'मृत्यू एक भ्रम आहे...' दोन्ही वाक्यं प्रथम अगदीच विरोधाभासी वाटतात आणि तू गोंधळून जातोस. कशावर विश्वास ठेवावा हेच तुला समजत नाही. मनाला वाटतं एकच विधान समोर आलं असतं तर बरं झालं असतं. विश्वास ठेवा किंवा ठेवू नका. परंतु हे दोन्ही पैलू वेगवेगळ्या दृष्टिकोनातून योग्य आहेत."

"सरश्री, हे कशाप्रकारे योग्य आहेत? कृपया याचं स्पष्टीकरण द्याल का?"

"तटस्थ दृष्टिकोनातून दोन्ही पैलूंकडे पाहिलं तर या विरोधाभासी वाटणाऱ्या वाक्यांमागे दडलेलं सत्य तू स्पष्टपणे पाहू शकशील. पहिलं वाक्य आहे, 'मृत्यू एक अंतिम सत्य आहे.' हे वाक्य स्थूल शरीरासाठी म्हटलं आहे. माणूस आपल्या शरीराच्या मृत्यूच्या भयाने मृत्यू होण्यापूर्वीच कित्येकवेळा मरतो. यासाठीच सांगितलं आहे, एक ना एक दिवस मृत्यू प्रत्येकाला आपल्या कुशीत घेणार आहे. म्हणून भयभीत होण्याची आवश्यकता नाही.

दुसरं वाक्य, 'चेतनेशी, ईश्वराशी संबंधित आहे. जो शरीर आणि मनाच्याही पलीकडे आहे, भिन्न आहे. मृत्यूला अंतिम सत्याच्या रूपात स्थूल शरीरासाठी म्हटलं गेलं आहे. तर दुसरीकडे आपल्या सर्वांमध्ये असलेल्या चेतनेला उद्देशून, "तुझा कधीही मृत्यू होऊ शकत नाही. मृत्यू एक भ्रम आहे, एक माया आहे. म्हणून जिवंत असतानाच मरा म्हणजे आपल्यातील अहंकार नष्ट करा, त्याला मारा, असं सांगितलं जातं. इथे अहंकार स्वतःच्या पृथकसत्तेचा संदर्भ देत आहे. एकीकडे सांगितलं जातं भयामुळे रोज रोज अर्धवट मरू नका. तर दुसरीकडे शक्यतोवर लवकरात लवकर मरा असं म्हटलं जातं. आता तुझ्या लक्षात येईल, ज्ञान केवळ शरीर आणि मनालाच नव्हे तर त्या चेतनेलाही दिलं जात असतं जी सर्वांमध्येच उपलब्ध आहे. समज प्राप्त होताच या दोन्ही वाक्यांचा अर्थ तुला समजेल."

"आत्ताशी कुठे मला काही गोष्टी समजू लागल्या आहेत." जीवन उत्साही होत म्हणाला.

"जेव्हा तू सर्वसमावेशक (हेलिकॉप्टर व्ह्यू) विहंगम दृष्टीने उच्च स्तरावरून, तटस्थतेने ही दोन्ही वाक्यं ऐकशील तेव्हा असंच म्हणशील, 'दोन्ही गोष्टी अगदी बरोबर आहेत.' वास्तविक या दोन्ही गोष्टी वेगवेगळ्या दृष्टिकोनातून सांगण्यात आल्या आहेत. केवळ कोणाला उद्देशून सांगण्यात आल्या हे मात्र आपण समजून घ्यायला हवं. पुन्हा जन्म नाही असं कोणाला म्हटलं जात आहे? कोणाचा पुनर्जन्म होणार आहे? ज्या लोकांना हे समजलं त्यांनी ईश्वराला वेगवेगळ्या शब्दांमध्ये अभिव्यक्त करण्याचा प्रयत्न केला. कारण सर्व जन्म ईश्वराचेच असल्यामुळे कोणत्याही व्यक्तीचा पुनर्जन्म होत नाही. तथापि सर्व जन्म ईश्वराचेच असतात. जर ईश्वराच्या दृष्टिकोनातून पाहिलं तर हे सर्व तुला योग्य वाटेल आणि दुसऱ्या दृष्टिकोनातून याचा विचार केलास तर तेही खरं आहे असंच वाटेल. व्यक्तीच्या दृष्टिकोनातून पाहिलं तर आपण नेहमी अमर राहावं अशी त्याची मनःपूर्वक इच्छा असते. परंतु सेल्फच्या दृष्टिकोनातून, व्यक्ती म्हणजे केवळ माया, भ्रम जो दिसतो पण असत नाही. अशाप्रकारे तुला सत्याचं पूर्णपणे आकलन होताच एकाचवेळी चार आयाम एकत्र दिसतील आणि जीवनाचं संपूर्ण चित्र तुझ्यापुढे प्रकट होईल..."

१९:१९

संपूर्ण जीवनाचं चित्र मिस्टर जीवनसमोर स्पष्टपणे साकारू लागलं होतं. त्याला झालेला अपूर्व आनंद शब्दात व्यक्त करत तो म्हणाला, "सरश्री, हे सर्व काही फारच अवर्णनीय, अद्भुत आहे. प्रत्यक्षात दिसणारा विरोधाभास आता स्पष्ट होऊ लागला आहे."

"जीवन, पुनर्जन्म तेव्हाच जाणता येईल जेव्हा आपल्याला हे माहीत असेल, ज्याचा जन्म झाला तो कोण आहे? हे एका उदाहरणाने समजून घेऊया...

"राम नावाचा एक माणूस नाटक कंपनीत काम करत असतो. राम कधी शकुंतलेचा अभिनय करीत असे तर कधी शकुनीचा. तेव्हा शकुंतला पुनर्जन्म घेऊन पुढच्या जन्मी शकुनी बनली असं तू म्हणशील का? वास्तविक एकच व्यक्ती दोन्ही पात्रांचा अभिनय करत आहे. याला जर तू पुनर्जन्म म्हणत असशील तर खुशाल म्हणू शकतोस. परंतु मूळ तत्त्व परमचैतन्यच आहे जे वेगवेगळ्या रूपात अभिनय करत असतं. मात्र बाहेरून बघणाऱ्याला वाटतं, याचा पुनर्जन्म झाला... त्याचा पुनर्जन्म झाला... वास्तविक प्रत्येक

पात्र मेंदूत अंकित असलेल्या स्मृतीचा उपयोग करतो. पण उगाचच आपल्या मनात व्यक्तीचा पुनर्जन्म होतो ही चुकीची धारणा निर्माण होते. अहंकार (व्यक्ती) तर केवळ एक अफवा आहे, भ्रम आहे, त्याचा जन्म कसा होऊ शकणार?''

''तेव्हा हिंदूंची, या पृथ्वीवर पुन्हा जन्म झाला आहे ही धारणा आणि मुस्लिम व ख्रिश्चन लोकात असलेली 'अंतिम निर्णयाच्या दिवशी' ही धारणादेखील चुकीची आहे का?''

''जीवन, 'कयामत का दिन' याविषयी तू काय जाणतोस?''

''मी मुस्लिमांचा दृष्टिकोन चांगल्या प्रकारे जाणतो. त्या लोकांना वाटतं माणूस मरतो तेव्हा तो कबरीत आराम करतो आणि एक दिवस असा येईल जेव्हा अल्लाह त्या प्रेतांना कबरीतून बाहेर काढील. जर त्या लोकांनी पवित्र कुराणानुसार आपलं आयुष्य व्यतीत केलं असेल, हजरत पैगंबराच्या उपदेशाचं पालन केलं असेल तर त्यांना पुन्हा जीवनदान मिळेल. त्यांना असं जीवन मिळेल, की पुन्हा त्यांचा मृत्यूच होणार नाही.''

''जीवन, मरणोत्तर जीवनाविषयी वेगवेगळे पैलू आहेत...

* स्थूल शरीरापलीकडे असलेल्या सूक्ष्म शरीराची यात्रा.
* सूक्ष्म शरीराचाही मृत्यू होतो आणि ते परम चैतन्यात विलीन होते. याचाच अर्थ मृत्यू होतो.
* पृथ्वीवरच्या जीवनातच पारटूची तयारी करणे.
* पारटूमध्ये चेतनेच्या सर्वोच्च स्तरासाठी तयारी करणे.

कोणत्याही साहसी कार्याची सुरुवात करताना आधी आपल्या मनाची पूर्वतयारी करण्याची गरज असते हे तुला माहीत आहे. या मायावी जगात सत्य अतार्किक किंवा तर्कातीत वाटतं. कोणतीही विरोधाभासी गोष्ट ऐकून मन म्हणतं, 'मी यांच्याशी सहमत नाही... म्हणून मी हे काम करू शकत नाही... मला माझं आयुष्य या धार्मिक सिद्धान्तानुसार व्यतीत करायचं नाही... म्हणून लोकांसमोर सत्य केवळ एका खंडातच प्रस्तुत केलं जातं. त्यामुळे कमीत-कमी त्यांनी सत्याच्या मार्गावर चालायला प्रारंभ तरी करावा. लोकांनी सदाचारपूर्ण आणि सद्गुणांनी भरलेलं जीवन व्यतीत करावं. अशाप्रकारे आयुष्य जगत असताना सत्यावर ध्यान, मनन करत करत एक दिवस संपूर्ण सत्य त्याला अवगत होईल.

"ज्या लोकांनी आपले आत्मानुभव धार्मिक शास्त्रात लिपीबद्ध केले, उदाहरणार्थ, बायबल, कुराण, गुरुग्रंथसाहेब अथवा वेद, त्या लोकांना संपूर्ण सत्य माहीत नव्हतं का? त्यांना सत्य पूर्णपणे अवगत झालं होतं. त्याविषयी ते सचेतही होते. त्याचबरोबर तर्कातीत असं सत्य समजायला अतिशय कठीण आहे हेही त्यांना ज्ञात होतं. यासाठी समोर असलेल्या लोकांची समज किती प्रगल्भ आहे किंवा सत्याप्रत ते किती ग्रहणशील आहेत हे पाहून सत्याचा एकच पैलू त्यांच्यासमोर प्रस्तुत केला गेला. संपूर्ण सत्य कधी सांगितलंच गेलं नाही. मग आता सांग चार पैलूंपैकी जर दोनच पैलू तुझ्यासमोर प्रस्तुत केले तर तू संभ्रमात पडशीलच ना! अगदी अशाचप्रकारे पुनर्जन्माविषयी अर्धवट सत्य समोर आल्याने सर्वजण गोंधळात पडले."

"सरश्री, हिंदू आणि बौद्धांमध्ये पुनर्जन्माची धारणा, ख्रिश्चन आणि मुसलमानांमध्ये अंतिम निर्णयाची धारणा लोकांना सदाचारपूर्ण जीवन व्यतीत करता यावं यासाठी सांगितली गेली का?"

"इंग्रजी भाषेत सहा क्रमांक (6) लिहिला तर उलट्या दिशेने वाचणाऱ्याला नऊ (9) दिसेल. वास्तविक हा एकच क्रमांक आहे तरीही ज्या दृष्टिकोनातून बघितलं जातं त्यात उल्लेखनीय फरक आहे. ज्या व्यक्तीने हे लिहिलं त्याला, त्याने काय लिहिलं आहे हे माहीत होतं. परंतु लोक याला भिन्न भिन्न दिशांमधून आणि दृष्टिकोनातून बघतात अथवा वाचतात.

"लोक एका विशिष्ट वस्तूकडे दोन पैलूंनी बघू शकत नसतील आणि त्यांच्यासमोर जर चार (6 9 ৩ ౧) पैलू प्रकट केले तर ते त्यांना कसे समजणार? मग तेथे पूर्णपणे अंदाधुंदी माजेल. यासाठी प्रत्येक धर्मात केवळ एकच आयाम सांगितला गेला. कारण सर्व समजून घेण्यासाठी लोक तितके समर्थ नसतात.

"तुम्ही सावधचित्ताने इंग्रजी सहा या संख्येला 6 अथवा 9 ही शक्यता धरून बघू शकता. त्याच संख्येला डावीकडे थोडं वाकडं केलं तर तो एका नावेप्रमाणे भासेल आणि थोडं उजवीकडे केलं तर एका चढत्या क्रमाने भासेल, ज्याच्या बाजूला दोरीही दिसेल. अशाप्रकारे लोक सत्याचा एक विशिष्ट पैलू पकडून त्यानुसारच आपलं जीवन व्यतीत करतात.

"यासाठी आजवर सत्याचा केवळ एकच पैलू प्रकट केला गेला, जेणेकरून लोकांनी त्यालाच योग्यप्रकारे समजून घेऊन त्यानुसार एक चांगलं नैतिक जीवन जगावं. अनेक पैलू पाहून जर लोक भ्रमित झाले तर कधीकाळी ते आपली यात्रा आरंभ करतील

ही शक्यताही उरत नाही. पुनर्जन्माविषयीचे चार पैलू आहेत. परंतु आजवर त्यापैकी केवळ दोनच पैलू सांगितले गेले...आणि त्यामुळे लोक संभ्रमित झाले.''

''सरश्री, लोक कितीही संभ्रमित असले तरी मला मात्र आता हे चांगलंच स्पष्ट झालं. आपल्या दोन-तीन भेटींपासूनच एक प्रश्न मला आपल्याला विचारायचा होता. माझ्या पत्नीच्या भावाचा सहा वर्षांपूर्वी अपघातात मृत्यू झाला तेव्हापासून त्याची आठवण येताच ती अतिशय उदास होते. आपली आज्ञा असेल तर पुढच्यावेळी तिला मी माझ्याबरोबर आणू शकतो का? तिलाही आपलं मार्गदर्शन आणि कृपा मिळेल...''

''अवश्य घेऊन ये आणि तू येथे जे काही ऐकलंस तेही तिला सांग. खरंतर या विषयावर एका पुस्तकाची आवश्यकता आहे. जेणेकरून ज्यांना ज्यांना या विषयावर मार्गदर्शन हवं असेल त्यांना ते त्वरित मिळावं. तरीदेखील तिच्या मनामध्ये आणखी काही प्रश्न असतील तर निश्चितच ती येथे येऊ शकते. शिवाय तू काढलेलं मृत्यूविषयीचं चित्रही तिला दाखव.''

''सरश्री, आपण देत असलेल्या ज्ञानाचा व्यवस्थित उपयोग करून त्याचं पुस्तक बनवता यावं यासाठी आपला शब्द न् शब्द मी लिहून ठेवतो.''

''आधी तू पूर्णपणे सर्व गोष्टी समजून घे. या पृथ्वीवरच्या आयुष्यात मनाला प्रशिक्षित कसं केलं जावं, पारटूच्या जीवनासाठी पार्ट वनमध्येच तयार कसं व्हावं, याविषयी अनेक पैलू समजून घेण्याची तुला नितांत गरज आहे...

आठवा आठवडा

दुःख आणि आत्महत्या

जीवन-संजीवनी

२०:२०

आयुष्याचं चित्र जीवनसमोर अधिक स्पष्ट रूपात साकारलं होतं. पारटूची तयारी पूर्ण करण्याकरिता आपलं जीवन उत्कृष्ट कसं बनवता येईल, यावर विचार करण्यातच त्याने संपूर्ण आठवडा घालवला. राहून राहून त्याला सरश्रींचं वाक्य आठवत होतं. 'अद्याप अशा अनेक गोष्टी आहेत ज्या तुला माहीत नाहीत.'

आज सरश्रींना भेटण्यासाठी जात असताना त्याने आपल्या पत्नीलाही सोबत घेतलं होतं. भावाच्या अचानक झालेल्या मृत्यूमुळे तिच्यावर जो आघात झाला होता त्यातून ती अद्याप सावरली नव्हती. त्यामुळे सरश्रींकडून तिला मार्गदर्शन घ्यायचं होतं. संजीवनीच्या भावाचा सहा वर्षांपूर्वी अपघातात रस्त्यावरच मृत्यू झाला होता. त्यावेळी तो अवघा पंचवीस वर्षांचा होता तर संजीवनी वीस वर्षांची. त्यावेळी संजीवनीला वाटलं, जणू काही तिच्यावर आकाशच कोसळलंय... तिचं सर्वस्वच हरवलंय... तिचं जग स्वैरभैर विखुरलं गेलंय... अगदी खोलवर आघात झाला होता तिच्यावर त्या गोष्टीचा. तीन वर्षं तिने उदास, शोकाकुल अवस्थेत व्यतीत केली होती. रात्री अपरात्री भावाची आठवण येऊन ती ढसढसा रडत असे. तिच्या भावाची प्रत्येक वस्तू बघून गतायुष्यातील

सर्व आठवणी ताज्या होऊन तिचा शोक अनावर होत असे. तीन वर्षांपूर्वी जेव्हा तिच्या मैत्रिणीने सरश्रींविषयी तिला सांगितलं, तेव्हा मागे एकदा ती त्यांना भेटली होती...

पहिल्याच भेटीत सरश्रींनी तिच्याशी अर्धा तास चर्चा केली. लक्षपूर्वक तिचं बोलणं ऐकून घेतलं. त्यानंतर एक अगदी साधारण अशी गोष्ट तिला करायला सांगितली. ते म्हणाले, ''संजीवनी, जरा स्वतःकडे बघ. तुझा चेहरा कसा कोमेजून गेला आहे. शरीर कृश झालं आहे आणि मुठी घट्ट आवळून ठेवल्या आहेत. आता जर तुला या अवस्थेतून बाहेर पडायचं असेल तर, ज्या-ज्या वेळी तुला उदासीनतेचा अनुभव येईल, हाताच्या मुठी घट्ट आवळल्या जातील तेव्हा एक काम करायचं. शरीर ढिलं सोडायचं आणि मुठी उघडायच्या. बस्स... एक आठवडा असं कर आणि मग बघ काय चमत्कार होतो. त्यानंतर पुन्हा भेटायला ये.''

एका आठवडाभरात तिच्या मनोदशेमध्ये आश्चर्यकारक कायापालट झाला. सरश्रींनी सांगितलेल्या गोष्टींवर अभ्यास केल्याने तिच्या चित्तवृत्ती प्रफुल्लित होऊ लागल्या. सरश्रींनी तिला महाआसमानी शिबिर करायला सांगितलं. तिच्या भावासाठी रोज प्रार्थना करायला सांगून प्रत्येक घटना स्वीकार कशी करावी, याविषयीही ज्ञान दिलं. आता महाआसमानी शिबिर करण्यासाठीदेखील ती खूप उत्सुक होती.

या गोष्टीला तीन वर्षं लोटली होती. त्यानंतर तिची भेट जीवनशी होऊन त्यांचं लग्नही झालं होतं. सरश्रींच्या मार्गदर्शनाखाली त्यांची आध्यात्मिक वाटचाल सुकर होऊ लागली. दिवसें-दिवस दोघांचाही विकास होऊ लागला.

संजीवनीवर झालेल्या आघाताचा परिणाम काही अंशी कमी झाला असला तरी ती त्या धक्क्यातून पूर्णपणे सावरली नव्हती. ज्या-ज्या वेळी तिला भावाची आठवण येत असे त्या त्या वेळी तिची हिंमत ढासळून जाई. शोक अनावर होत असे. सरश्री तिला दिलासा देत म्हणत, ''संजीवनी, समज प्राप्त होताच तुझा शोक कमी होईल, दुःखही नाहीसं होईल.''

मरणोत्तर जीवनाविषयीच्या ज्ञानासंबंधी जीवनने माहिती देताच तिला

दिलासा मिळाला. वाटलं, आत्ता कुठे ती जीवनाला समजू लागली आहे. तिच्या अनेक प्रश्नांचं निराकरण झालं होतं. जीवनच्या शोधातून तिच्या भावाच्या मृत्यूचं जणू कोडंच सुटलं होतं. जीवनच्या काकांच्या मृत्यूनंतर पुन्हा एकदा भावाची आठवण तिच्या मनात ताजी झाली आणि परत काही प्रश्न तिच्यासमोर आऽ वासून उभे राहिले. आता सरश्रींना भेटण्याखेरीज तिच्याजवळ अन्य कुठलंही गत्यंतरच नव्हतं...

◆ ''संजीवनी, तू लिहिलेलं पत्र सरश्रींनी वाचलं आहे. तुझ्या आध्यात्मिक विकासासंबंधी जाणून आणि तू खुश आहेस हे वाचून सरश्रींना आनंद झाला.''

''होय सरश्री, महाआसमानी शिबिर केल्यानंतर मनाचा व्यवहार कसा असतो, हे मी जाणलं आहे. एवढंच नव्हे तर मनापलीकडेही मी जाऊ शकले. आजवर इतका आनंद आणि प्रसन्नता कधीही अनुभवली नव्हती, जितकी या शिबिरामुळे मला मिळाली. हे मी आपल्याला पत्रात लिहिलंच आहे. परंतु आजही माझ्या मनाचा एक हिस्सा असा आहे जो माझ्या भावाबरोबरच गतप्राण झाला आहे. एखाद्याने माझी मौल्यवान वस्तू हिसकावून घ्यावी असा अनुभव सारखा मला होत आहे. वास्तविक आता या गोष्टीचा पहिल्यासारखा त्रास होत नाही. परंतु...''

''याचाच अर्थ तुझ्या आयुष्यात दुःख तर आहे, पण तू आता दुःखाचं दुःख करत नाहीस असंच ना?'' सरश्रींनी खुश होत विचारलं.

''होय सरश्री. संजीवनी आता दुःखी नाही आणि आपण तर तिच्या अवस्थेचं अगदी यथासांग, अतिशय सुंदर शब्दांत वर्णन केलंय. महाआसमानी शिबिर केल्यानंतर तिने आपल्या दुःखाला तिलांजली दिलीय, त्याला शिडी बनवलं आहे.'' जीवन मध्येच म्हणाला.

''परंतु हे दुःख मुळापासून दूर झालेलं नाही.'' संजीवनी म्हणाली.

''मागच्या आठवड्यात झालेल्या चर्चेविषयी जीवनने तुला काय सांगितलं?''

''जीवनने प्रत्येक गोष्ट मला सांगितली. तसे त्याविषयी ते अतिशय जागरूक आहेत. आपण सांगितलेली प्रत्येक गोष्ट ते लिहून ठेवतात आणि घरी येऊन मला सांगतात. आपण यांच्या तार्किक मनावर प्रहार केल्याबद्दल अत्यंत धन्यवाद.'' संजीवनी हसत म्हणाली.

''जीवनने तुला जे सांगितलं त्यामुळे तुझ्या अवस्थेत काही फरक पडला का?''

''हो. माझ्या भावाचा मृत्यू झालाच नाही असंच आता मला भासत आहे. कारण त्याच्या सूक्ष्म शरीराची यात्रा चालूच आहे हे जाणल्यानंतर माझा शोक तर कमी झाला परंतु जेव्हा जीवनच्या काकांचा मृत्यू झाला तेव्हा त्यांचं मृत शरीर पाहून पुन्हा त्या आठवणी मनात ताज्या झाल्या.''

''आपल्या प्रियजनांच्या मृत्यूचं दुःख दूर व्हावं यासाठी सरश्री नेहमी एक रूपक सांगतात. समजा तुमचा एखादा नातेवाईक आजारी असल्यामुळे इलाज करण्यासाठी अमेरिकेला गेला. उपचारानंतर त्याची अवस्था बरीच सुधारली. परंतु आता डॉक्टरांनी त्याने काही दिवसांसाठी तेथेच राहावे असा सल्ला दिला. कारण तेथील वातावरण त्याच्या स्वास्थ्यासाठी चांगलं आहे. तेव्हा तुम्ही उदास राहाल का? नाही. तुम्ही म्हणाल, तो कुठेही राहो. चांगला राहो. स्वस्थ राहो. अमेरिकेत त्याचं स्वास्थ्य चांगलं होत आहे ना, यापेक्षा अधिक आम्हाला काही नको. अगदी अशाच प्रकारे जेव्हा आपला निकटवर्ती मरण पावतो तेव्हा आपल्याला वाटतं, फार वाईट घडलं. परंतु हे असं नसतं हे आता आपल्या लक्षात आलंच असेल. जर तो तुमच्याशी बोलू शकला असता तर निश्चितच म्हणाला असता, 'खरोखरच मला मदत करण्याची इच्छा असेल तर आधी रडणं बंद करा. कमीत कमी माझ्यासाठी तरी रडू नका. स्वतःसाठी आपण खुशाल रडू शकता.''' जीवन म्हणाला.

''हो. माझा भाऊ पारटूमध्ये आहे आणि तो तेथे अगदी चांगल्याप्रकारे राहात आहे हे मला समजलं होतं. परंतु 'तुम्ही स्वतःसाठी रडू शकता पण कृपया माझ्यासाठी रडू नका' या वाक्याचा अर्थ मला नीटसा कळला नाही.'' संजीवनी म्हणाली.

''ठीक आहे. हे आणखी एका उदाहरणाने समजून घे. एक माणूस श्रीमंत माणसाच्या कबरीजवळ बसून रडत होता. तेथून जाणाऱ्या एका माणसाने त्याला विचारले, 'हा श्रीमंत माणूस तुझा नातेवाईक होता का?' तो म्हणाला, ' नाही.' आता विचारणारा गोंधळात पडला. त्याने पुन्हा विचारलं, 'जर हा तुझा नातेवाईक नाही तर तू त्याच्यासाठी का रडत आहेस? त्याने उत्तर दिलं, 'यासाठीच तर मी रडत आहे. जर तो माझा नातेवाईक असता तर त्याने माझ्यासाठी बरीच संपत्ती मागे ठेवली नसती का?'

''त्याचं असं सांगणंच दर्शवतं, की तो माणूस श्रीमंत माणसासाठी नव्हे तर आपल्या दुर्दैवावर रडत होता. आता तू स्वतःलाच असा प्रश्न विचार, तुझ्या भावाचा वियोग झाल्यामुळे व त्याचा तरुण वयात मृत्यू होणं अन्यायपूर्ण आहे असं वाटल्यामुळे तू रडत आहेस का?'' सरश्रींनी विचारलं.

''दोन्ही.'' संजीवनी म्हणाली.

''स्वतःसाठी जर तू रडत असशील तर तुझं दुःख कमी व्हावं यासाठी ते ठीक आहे. परंतु जर हा विचार करून रडत असशील, की हा मृत्यू त्याच्यासाठी दुर्भाग्यपूर्ण आहे आणि आता तो या जगात नाही, तर अजिबात अश्रू ढाळू नकोस. कारण ज्या लोकांचा मृत्यू होतो ते परलोकात अतिशय प्रसन्न असतात. उलट ती यात्रा करण्यातच त्यांना आनंद वाटतो. पुढे जाणं त्यांच्यासाठी महत्त्वपूर्ण असल्यामुळे मागे वळून बघायलाही ते तयार होत नाहीत. मृतकासाठी जर खरोखरच तुझी काही करायची इच्छा असेल तर दोन कामं तू करू शकतेस. एक तर त्याच्यासाठी रडू नकोस आणि दुसरी म्हणजे त्याच्यासाठी प्रार्थना कर...

''आजवर ज्या ज्या नातेवाइकांचा मृत्यू झाला आहे त्या सर्वांसाठी प्रार्थना कर. कारण प्रार्थनेत अत्याधिक शक्ती असते. सूक्ष्म शरीराच्या यात्रेत विचारांचा अतिशय प्रभाव पडत असतो. म्हणून मृत माणसासाठी सकारात्मक आणि निर्मल विचारांद्वारे त्याची पुढील यात्रा सफल व्हावी यासाठी प्रार्थना कर. चुकीच्या मान्यता आणि पूर्वापार चालत आलेला त्यांचा विश्वास यातून लवकरात लवकर त्यांना मुक्त होता यावं. त्याचबरोबर पारटूमधील आपल्या जीवनासाठी योग्य मार्गदर्शन घेता यावं यासाठी प्रार्थना करणं केव्हाही हितकर ठरतं.''

''सरश्री, आपण मला माझ्या भावासाठी प्रार्थना कर म्हणून सांगितलं होतं. एक वर्षापर्यंत दररोज मी त्याच्यासाठी प्रार्थना करत होते. प्रार्थनाच त्या दुःखातून मला तारू शकते या गोष्टीचं मला नेहमी स्मरण राहतं.'' संजीवनी म्हणाली.

''हो. प्रार्थना करण्याची आणखीही कारणं आहेत हे स्पष्टपणे समजून घे. तुझ्या भावाच्या सूक्ष्म शरीराने कित्येक दिवसापर्यंत तुला रडताना आणि दुःखी अवस्थेत पाहिल्यामुळे तोही उदास झाला असेल. ज्या क्षणी त्याने उदासीनतेचा अनुभव घेतला असेल त्याच क्षणी त्याच्या सभोवताली तसंच वातावरण बनलं असेल. कारण पारटूमध्ये सगळा विचारांचाच खेळ आहे. तेथे विचाराप्रमाणे वातावरणनिर्मिती होते आणि त्या विचारांच्या वावटळीतच तो गुंतून जाऊ शकतो.''

''ओह... माझे विचार त्याच्यासाठी त्रासदायक ठरू शकतात याचं मला भानच नव्हतं.'' संजीवनी व्याकुळतेनं म्हणाली.

''एखाद्या माणसानं आपल्या यात्रेसाठी निघावं आणि अचानकपणे मागून

कोणीतरी त्याच्या खांद्यावर हळुवारपणे थाप मारावी, अगदी अशाप्रकारे कोणी शोकाकुल होत असेल तर पुढे जाणारा माणूस तेथेच घुटमळत राहतो, जागेवरच थांबतो. यासाठी रडत न बसता प्रार्थना करणं कधीही श्रेयस्कर. संजीवनी, त्याच्यासाठी तुझी प्रार्थना अधिक प्रभावी ठरेल. कारण तुझ्यावर त्याचं जास्त प्रेम होतं...

''पृथ्वीवर मुलांचा जन्म वेगवेगळ्या हॉस्पिटलमध्ये होतो. काही ठिकाणी विशेष योग्यता प्राप्त केलेले अनुभवी डॉक्टर असतात. त्यामुळे तेथे जन्म घेणाऱ्या मुलांचा प्रवेश या जगात शांतीपूर्वक आणि निर्धोकपणे होतो. अगदी अशाचप्रकारे आपल्यालाही येथून जाणाऱ्या लोकांसाठी पारटूमध्ये उच्च चेतना असलेल्या महान संतांकडून त्यांना मार्गदर्शन मिळावं अशी प्रार्थना करायला हवी. जेणेकरून त्यांच्या सूक्ष्म शरीराची यात्रा शांततापूर्वक आणि महानिर्वाण निर्माण करत चालू राहावी. पृथ्वीवर जर काही लोकांनी वाईट कर्म केली असतील तर त्यांच्यासाठी निश्चितच, पारटूमध्ये त्यांचा प्रवेश चांगल्या हॉस्पिटलमध्ये व्हावा, जेणेकरून त्यांना योग्य मार्गदर्शन आणि अनुभवी प्रज्ञावान लोकांबरोबर राहता यावं, अशी प्रार्थना करायला हवी. मुलाचा जन्म होताच ज्याप्रमाणे येथे त्याचं काळजीपूर्वक संगोपन केलं जातं, त्याचप्रमाणे पारटूमध्येही घडतं. परंतु तू कोणाचं ऐकशील?

''एखाद्या नव्या जागी जेव्हा तुम्ही जाता, तेव्हा मार्गदर्शन करणारे चार गाईड एकदम तुमच्यासमोर येतात तेव्हा तुम्ही प्रथम कोणाचं ऐकाल? जे तुम्हाला ऐकायचं असतं आणि समोरचा गाईडही नेमकं तेच सांगत असतो, त्यालाच तुम्ही प्राधान्य देता ना? मार्गदर्शक निवडणं सर्वस्वी तुमच्या आकलनशक्तीवर अवलंबून असतं. यासाठी तुझ्या भावाला सर्वश्रेष्ठ मार्गदर्शक मिळावा आणि ते ऐकण्यासाठी त्यानं तयार व्हावं ही प्रार्थना तू कर. कारण मृत्यूनंतर लगेचच केली जाणारी प्रार्थना अतिशय प्रभावशाली ठरते...''

२१:२१

संजीवनीच्या मनात क्षणार्धात आशेचा एक किरण चमकून गेला. त्याचं समर्थन करण्यासाठी तिने सरश्रींना विचारलं, ''जेव्हा माझ्या स्थूल शरीराचा मृत्यू होईल तेव्हा मी माझ्या भावाला भेटू शकेन का?''

''निश्चितच, मृत्यूनंतर सूक्ष्म जगात गेल्यावर मृतकाची इच्छा असेल तर तो आपल्या नातेवाइकांना (जे त्याच्या आधी मरण पावले) भेटू शकतो. कारण पृथ्वीवरचं

आणि सूक्ष्मजगातील वेळेचं नियोजन भिन्न असतं.''

''सरश्री, सूक्ष्म शरीर किती अवधीपर्यंत असतं?''

''दहा हजार वर्षांपर्यंत! पण हे केवळ एक उदाहरण आहे. पृथ्वीवरची शंभर वर्षे, सूक्ष्म जगाच्या एका वर्षासमान असू शकतात. अशा शब्दांचा प्रयोग केवळ काही गोष्टी स्पष्ट व्हाव्यात म्हणून केला जात आहे. कारण तेथील आयाम आणि मापदंड पूर्णतया वेगळे आहेत. त्यामुळे या शब्दांचा शब्दशः अर्थ न घेता केवळ मथितार्थ जाणून घे.''

''दहा हजार वर्षांचा काळ हे उत्तर चुकीचं आहे का?''

''जीवन, या प्रश्नाचं उत्तर असं आहे, स्थूल शरीराचं आयुष्य जसं दिवस, महिने आणि वर्षांद्वारे सांगितलं जातं, तसं सूक्ष्म शरीराबाबत होत नाही. स्थूल शरीराने योग्यप्रकारे कार्यरत राहावं यासाठी चोवीस तासाचा एक दिवस विभागला गेला आहे. चंद्र, सूर्य आणि चांदण्या यांचा पृथ्वीशी जो संबंध आहे, त्या आधारे ही वेळ निर्धारित केली आहे.

''पृथ्वीवर एका ठिकाणाहून दुसऱ्या ठिकाणी जाण्यासाठी बराच कालावधी लागतो. कारण स्थूल शरीराचं आपलं असं एक बंधन असतं. शरीराची ती मर्यादा नसती तर आपण क्षणार्धात हवं तेथे पोहोचलो असतो. स्थूल शरीरामुळेच समय धारणा निर्माण झाली. समय आणि स्थानापलीकडे अशी कोणती अवस्था आहे याचा विज्ञानही आता शोध घेत आहे. एका विशिष्ट कालावधीत लोक या नव्या पैलूविषयीसुद्धा जाणतील अशा प्रकारची भविष्यवाणीही होत आहे. विज्ञान ज्या गतीने आज प्रगती करत आहे, त्यामुळे लवकरच या सर्व गोष्टी समजण्यास माणूस सिद्ध होईल असं वाटू लागलं आहे. मागच्या हजार वर्षांत विज्ञानाने जितकी प्रगती केली नाही, तितकी या शंभर वर्षांत केली आहे. म्हणून अशा विषयावर इतक्या स्पष्टपणे आपल्याला विचार करता येतो. हे ज्ञान समजून घेण्यासाठी ज्या वैज्ञानिक भाषेची गरज होती, तीच अस्तित्वात नसल्यामुळे हे गूढ ज्ञान कित्येक वर्षं रहस्य बनूनच राहिलं आणि नंतर हळूहळू लुप्त झालं. आज विज्ञानाने अशी यंत्र, रसायने विकसित केली आहेत ज्यामुळे लोक, स्थूल शरीराच्या आतील समाधी-स्थितीचाही अनुभव घेऊ शकतील.''

''पारटूमध्ये वेळेचं मोजमाप कसं केलं जातं?''

''जीवन, पारटूमध्ये वेळेची धारणा इथल्यापेक्षा खूप वेगळी आहे. वास्तविक या सर्व गोष्टी तुला योग्यप्रकारे समजाव्यात म्हणून शब्दात असं सांगितलं जात आहे.

नाहीतर ना येथील आयुष्य लहान आहे ना मोठे. एखाद्या आवडत्या माणसाची जेव्हा आपण अतिशय आतुरतेने वाट पाहात असतो तेव्हा थोडे क्षणही जास्त भासतात. ताप किती आहे हे बघण्यासाठी, थर्मामिटर जेव्हा तोंडात ठेवला जातो तेव्हा एका मिनिटाचा अवधीदेखील किती मोठा भासतो. याउलट एखादा आवडता चित्रपट पाहताना वेळ कसा भुर्रकन निघून जातो हे कळतही नाही. आपण आनंदात असतो... आपल्याला कंटाळा येतो... या गोष्टी स्थूल शरीरामुळेच जाणवतात. अन्यथा वेळेचं अस्तित्वच नसतं. ती फक्त एक धारणा आहे.''

''सरश्री, अगदी असंच होतं...'' जीवन म्हणाला.

''आणि आता माझ्याही लक्षात काही गोष्टी येऊ लागल्यात. पण अचानकपणे माझं दुःख दूर कसं झालं, या गोष्टीचं मला राहून राहून आश्चर्य वाटत आहे.'' संजीवनी उत्साहाने बोलली.

''कारण तुझा विश्वास बदलला! या आघातातून तू बाहेर पडू शकशील की नाही याविषयी तुला आधी शंका वाटत होती.''

''सरश्री, जेव्हा आपण मला देहभाषा बदलण्यास सांगितलं तेव्हा खरंतर तुम्ही माझा चुकीचा विश्वासच दूर करत होता.'' संजीवनी म्हणाली.

''चुकीचा विश्वास आणि मान्यता नाहीशा करण्यासाठी अनेक उपाय आहेत, हा त्यातील एक आणि आता यापुढे तू शोक पण करणार नाहीस. कारण तुझ्यातील खोलवर झालेले संस्कारपण नाहीसे होतील. बालपणापासूनच जर तू लोकांना मृत्यूचा उत्सव साजरा करताना पाहिलं असतं, प्रसन्नचित्त होऊन आनंदाने त्यांना शोभायात्रा निघताना बघितलं असतं, तर मृत्यू इतका भयप्रद वाटला नसता, जितका आज वाटत आहे. शिवाय एखाद्या नातेवाइकाचं निधन झाल्यानंतर तू इतकी रडली असतीस का? प्रत्येक गोष्ट विश्वासाशी निगडित आहे आणि हा विश्वास तुझ्या आई-वडिलांद्वारे संगोपनाच्या वेळीच रुजवला गेला.

''तुमचं भय, तुमचा शोक, तुमची प्रसन्नता, तुमचं यश, तुमचं अपयश, तुमचं जीवन, तुमचा मृत्यू... सर्व काही विश्वास आणि मान्यतांवरच आधारित आहे. मान्यता केवळ भासतात आणि त्या वास्तव वाटल्याने त्यावर तुमचा विश्वास बसतो. पण प्रत्यक्षात त्या नसतात.''

''लोकांनी आपल्या सोयीनुसार ज्याप्रमाणे मान्यता बनवल्या, त्याप्रमाणे तुम्ही

हसता किंवा रडता. फार तर असं म्हणा त्यानुसारच तुम्ही तुमचं आयुष्य व्यतीत करत असता. या खोट्या विश्वासातून तुम्हाला लवकरात लवकर बाहेर पडायला हवं. ज्याला तुम्ही वास्तव, सत्य मानत आहात त्याचं परीक्षण करण्याची वेळ आता येऊन ठेपली आहे. कोणत्याही तथ्यावर दृढ विश्वास ठेवण्यापूर्वी आधी त्याचं परीक्षण करायला हवं. 'सर्वप्रथम वास्तविकता जाणा आणि मगच एका श्रेष्ठ आयुष्याची सुरुवात करा' असं सत्याचा मार्ग निर्देश करतो.''

''सरश्री, या सर्व गोष्टी आपण तीन वर्षांपूर्वी का नाही सांगितल्या? सूक्ष्म शरीराच्या यात्रेविषयीचं ज्ञान त्यावेळी आपण मला का नाही दिलंत?'' संजीवनीने मध्येच विचारलं.

''तेव्हा तू या गोष्टीवर विश्वास ठेवला असतास का? दुःखातून बाहेर आणण्यासाठी सरश्री असं काहीतरी सांगत आहेत असंच तुला त्यावेळी वाटलं असतं. प्रत्येक गोष्ट सांगण्यासाठी एका योग्य वेळेची गरज असते. त्यावेळी जे सांगणं उपयुक्त होतं ते सांगितलं गेलं. संजीवनी, ज्यावेळी तू सरश्रींना भेटायला आली होतीस त्यावेळी आत्महत्या करण्याचा विचार तू करीत होतीस ना?''

''काय सांगताय आपण?'' जीवन जवळ जवळ किंचाळलाच.

''सरश्री, आपल्याला हे कसं माहीत? याविषयी तर मी कुणालाच काही सांगितलं नव्हतं. ही गोष्ट तर मी सर्वांपासून लपवून ठेवली होती. इतकंच काय पण जीवनलाही माहीत नाही.''

''संजीवनी, त्यावेळी हे ज्ञान ऐकण्यासाठी तू तयार नव्हतीस. तुझ्या चेतनेचा स्तर खूपच निम्न होता. मरणोत्तर जीवनाचं रहस्य सांगायला वेळ लागत असल्यामुळे जीवनलाही आठवड्यातून एकदाच बोलावलं जातं आणि तुला मात्र वाटतंय, त्याचवेळी हे ज्ञान मिळायला हवं होतं. हा वेळ तू आयुष्याचे आणखी काही धडे शिकण्यात व्यतीत केला हे त्यातल्या त्यात बरंच आहे.''

''सरश्री, आपण मला 'डिप्रेशन'मधून पूर्णपणे मुक्त केलं आहे त्याबद्दल केवळ 'धन्यवाद' म्हणणंही पुरेसं ठरत नाही. आता मला या गोष्टीचं राहून राहून आश्चर्य वाटतंय, ती सतत उदास राहणारी संजीवनी कुठे गायब झाली?''

''संजीवनी, माफ कर, मध्येच हा प्रश्न विचारण्यासाठी मी तुझी क्षमा मागतो. परंतु सरश्री, संजीवनीने त्यावेळी जर आत्महत्या केली असती तर तिच्याबरोबर काय घडलं असतं?''

‘‘जीवन ‘आत्महत्या’ या शब्दाला ‘शरीरहत्या’ म्हणणं जास्त योग्य राहील. कारण माणूस आपलं शरीर नष्ट करू शकतो पण शाश्वत, अमर असलेल्या सेल्फला, चैतन्याला नाही. यासाठी माणसाला याविषयीचं पूर्ण ज्ञान असणं आवश्यक असतं. अर्धवट ज्ञान भयंकर असल्यामुळे त्याने मोठी हानी होऊ शकते. पृथ्वीवर आपले धडे योग्य प्रकारे न शिकणे याचाच अर्थ सूक्ष्म जगात समस्यांना आमंत्रण देण्यासारखं आहे. त्याचबरोबर स्वतःचं दुःख वृद्धिंगत करणं आहे. असा माणूस परलोकातही ‘तो शरीर आहे’ या विश्वासानेच जगतो, मग ते सूक्ष्म असलं तरी. तो जसा येथे चिंतापूर्ण आयुष्य जगला तसाच तेथेही जगतो. सतत तणावाखाली, त्रस्त होऊन राहतो. चिंता करण्याखेरीज इतर काही करूच शकत नाही. तुम्ही जेव्हा स्वतःला पूर्णपणे जाणाल तेव्हा सूक्ष्म शरीराच्या मृत्यूनंतरच खरा मृत्यू होतो हे अनुभवाल. सूक्ष्म शरीराचा मृत्यू झाल्यानंतरच शरीराची ‘भूमिका’ संपते आणि नव्या अभिव्यक्तीच्या, आविष्काराच्या निवडीचा आरंभ होतो.’’

‘‘सरश्री, मी जर आत्महत्या केली असती तर माझ्याबरोबर काय घडलं असतं? कारण आपण सांगत असलेलं माझ्या नीट लक्षात येत नाही.’’

‘‘संजीवनी, जी व्यक्ती शरीरहत्या करते, ती पृथ्वीवरचे आपले धडे पूर्ण आत्मसात करण्याआधीच थांबते. त्या शरीराच्या ज्या सवयी आहेत, त्या परलोकातही तशाच कायम राहतात. तेथे सूक्ष्म शरीरातही मनाच्या त्याच सवयी कायम राहतात ज्या भौतिक शरीरात असतात. कारण जे मन स्थूल शरीरात कार्यरत होतं तेच सूक्ष्म शरीरातही असतं. मनमयी शरीर सूक्ष्म शरीरात पूर्वीप्रमाणेच कार्य चालू ठेवतं. त्या व्यक्तीचे मनोमय शरीर पूर्ववत्‌च असतं, जुन्याच पूर्वग्रहांना कवटाळून धरणारं असतं. ती व्यक्ती तेथेही पुन्हा तीच चूक करू पाहते, शरीरहत्या करू पाहते; परंतु तेथे शरीरहत्या होऊ शकत नाही कारण अन्नमयी शरीर अस्तित्वातच नसतं. म्हणून ती तेथेही खूप त्रस्त राहते, त्या ठिकाणाहूनही तिला पळ काढायचा असतो. समस्यांपासून पळणारा माणूस कुठेही गेला तरी सतत पळ काढू पाहतो. जणू त्याला ती सवयच झालेली असते.

‘‘एक भिकारी भीक मागत होता, ‘गरिबाला मदत करा, लाचाराला मदत करा.’

एक गृहस्थ त्याला म्हणाला, ‘अरे, तुझे हातपाय धड आहेत. डोळे, कान, नाक सहीसलामत आहेत. मग तू लाचार कसा?’

तो भिकारी म्हणाला, ‘साहेब, भीक मागण्याच्या सवयीने मी लाचार आहे. मला भीक मागण्याची सवयच झाल्यामुळे लाचारीने मी भीक मागतो आहे.’

"ज्या व्यक्तीने आत्महत्या केली, ती व्यक्तीही आपल्या सवयीने लाचार असते, असहाय असते."

"मग मी नरकात गेले असते का? तेथे तर चेतनेचा स्तर निम्न असतो ना?" संजीवनीने विचारलं.

"नरकाचा शाब्दिक अर्थ घेऊ नकोस. जर कुठे नरक असलाच तर तो अशा लोकांसाठीच असतो जे शरीरहत्या करतात. म्हणूनच आपण सगळे धडे धैर्यपूर्वक आत्मसात करायला हवेत. जो माणूस शरीरहत्या करतो, म्हणजे जो विद्यार्थी शाळा मध्येच सोडतो, त्याला सर्वांत जास्त त्रास होतो. कारण त्याला या जगातील सगळ्याच गोष्टी गोंधळात टाकणाऱ्या वाटतात. त्याच्या लक्षात काहीही येत नसल्यामुळे तो संभ्रमित होतो.

"जे लोक आत्महत्या करतात त्यांच्या शरीराच्या वृत्ती म्हणजेच सवयी आधीप्रमाणेच कायम राहतात. पहिले दोन देह तर नष्ट झाले, पण तरीही मनोमय देह हा जुन्या सवयीच जपत असतो. कुठलीही समस्या पुढे आली, की लगेच पळ काढायचा बस्स...एवढंच त्याला ठाऊक असतं. परलोकात काय चाललं आहे, हेच त्याला समजत नाही. त्यामुळे तो जास्तच त्रस्त असतो, त्याचा सर्वाधिक गोंधळ उडतो. मन जेव्हा अस्वस्थ, निराश, त्रस्त असतं, तेव्हा ते नरकातच असतं. नरक नावाचं कोणतंही भौतिक स्थान नाही तर चित्ताची ती एक अवस्था आहे. त्यावरूनच लोकांनी नरकाची कल्पना केली आहे. मन जेव्हा त्रासलेलं असतं तेव्हा लोक स्वतःच्याच डोक्यात गोळी मारायला तयार असतात. कारण अशी व्यक्ती नरकसदृश जीवन जगत असते. ती फार गोंधळलेली असते. नरकाची कल्पनाही खूप चमत्कारिक आहे. तेथे आगीत शरीर जळत असतं वगैरे पण शरीर कधी मरत नाही. तेथे शरीर मरूच शकत नाही कारण ते सूक्ष्म शरीर असतं. त्या व्यक्तीला आत्महत्या करायची सवय असल्यामुळे सूक्ष्म शरीरालाही ती मारू पाहते; पण सूक्ष्म शरीर नष्ट होऊ शकत नाही. त्यामुळे ती व्यक्ती अधिकच संभ्रमित होऊन त्या गुंत्यातून सुटण्यासाठी तेथून दूर पळू पाहते. पण दुर्दैवाने आता तिला पळताही येत नाही...

२२:२२

क्षणार्धात जीवनच्या नजरेसमोर त्याच्या एका दुःखी मित्राचा चेहरा प्रकटला. मरणोत्तर जीवनाविषयीच्या सर्व गोष्टी जीवनने त्या मित्राला सांगितल्या होत्या. ते ऐकून

तो मित्र म्हणाला होता, 'जर सूक्ष्म जगत इतकं सुंदर, आकर्षक आहे तर येथे दुःखात खितपत पडण्यापेक्षा आत्ताच माझ्या जीवनाचा अंत मी का करू नये?'

"याविषयी चुकूनही असा विचार कोणी करायचा नाही कारण पारटूमध्ये सर्वांत जास्त तेच लोक दुःखी आहेत ज्यांनी आत्महत्या केलेली असते. प्रत्येकजण या पृथ्वीवर काही शिकण्यासाठी आला आहे. हे धडे शिकण्यापूर्वीच जर कोणी शरीरहत्या करत असेल तर याचाच अर्थ तो मान्यता, धारणांनी वेढलेला आहे आणि जो माणूस अशाप्रकारे चुकीच्या समजुतीमध्ये जगत असेल तो पारटूमध्येही आनंदात कसा राहू शकेल? तू जर स्थूल शरीरात स्वतःच्या अस्तित्वाला, चैतन्याला जाणू शकत नसशील तर सूक्ष्म शरीरात कसं जाणणार? तुला मैदानात सरळपणे चालता येत नसेल तर तू दोरीवर कसं चालणार? शरीर तर उपहारास्वरूप, काही विशिष्ट उद्देश समोर ठेवून तुला दिलं गेलं आहे. मानवी जीवनाचं अंतिम लक्ष्य तर स्वतःला जाणणं, स्वसाक्षीशी परिचित होणं हाच आहे. म्हणून या आयुष्यात मिळालेला बहुमूल्य वेळ आणि धैर्य तुम्हाला गमवायचं नाही. धैर्याची मदत तर पुढेही तुम्हाला होणारच आहे. यासाठी या स्थूल शरीरात असतानाच जीवनाचे सर्व पाठ शिका. ते न शिकताच येथून पलायन करायचं नाही. पृथ्वीवर प्रत्येक जण आपापले धडे गिरवत आहे. सूक्ष्म शरीराचा अनुभव लवकर घेण्यासाठी, परिपक्वता प्राप्त न करताच जीवनाचा अंत करायचा नाही. जीवन, हे उदाहरण तुझ्या मित्रालाही अवश्य सांग.

"एक संन्यासी होता. तो जंगलात गेला. तेथे त्याला एक कोल्हा दिसला. त्याचा एक पाय तुटलेला होता. त्यामुळे त्याला नीट चालता येत नव्हतं. ते बघून संन्याशाला वाईट वाटलं. हा कोल्हा शिकार कशी करणार? खाद्य कुठून आणणार? कसा जिवंत राहणार, असे विचार त्याच्या मनात आले. त्याचवेळी एक सिंह आपली शिकार घेऊन येत असताना त्याने पाहिलं. सिंहाने शिकार करून मारलेल्या प्राण्यावर भरपूर ताव मारला. पोट भरल्यावर त्याने उरलेले मांस कोल्ह्याला दिलं. ते बघून संन्याशाला समाधान वाटलं. 'परमेश्वराचीही कमाल आहे. त्याने निर्माण केलेली ही सृष्टी मोठी अजब आहे. कोल्ह्यालाही त्याने खाद्य पोहोचवले आणि मी निष्कारणच चिंता करत बसलो. मी आता झाडाखाली जाऊन बसतो. ईश्वर मलाही काहीतरी खायला पाठवून माझ्याही पोटापाण्याची काही व्यवस्था करेलच' असा विचार करून तो मोठ्या प्रसन्नतेने एका झाडाखाली जाऊन बसला. इकडून-तिकडून कुठून तरी खाद्यपदार्थ येतील म्हणून चौफेर नजर टाकत दिवसभर बसून राहिला. पण कोणीही त्याच्यासाठी जेवण घेऊन आलं नाही. दोन दिवस उलटले. तिसऱ्या दिवशी मात्र त्याची अवस्था फारच बिघडली. तो

ईश्वराला म्हणाला, 'अरे, तू इतका निष्ठूर कसा! मी तुझ्यावर इतका भरवसा ठेवला; तू मला जेवण देशील असं समजून चाललो. पण मला कोणीच खायला आणून दिलं नाही. तू त्या कोल्ह्याला अन्न पोहोचवलंस पण मला मात्र काहीच पाठवलं नाहीस.' तेव्हा लगेच आकाशवाणी झाली, 'अरे, नक्कल करायची असेल तर त्या सिंहाची कर. कोल्ह्याची करू नकोस. नक्कल करताना कमीत कमी थोडी अक्कल तर वापर.'

"या उदाहरणातील संकेतावरून काय बोध घ्यायचा हे तुला समजलंच असेल. लवकरात लवकर हे जीवन संपुष्टात आणायचं असा याचा अर्थ अजिबात नाही. या जीवनात जेवढं ज्ञान, जेवढी समज प्राप्त करून घेशील तेवढाच अधिकाधिक आनंद 'त्या' जीवनात आपणास मिळू शकेल. हा अन्नमय देह (कोट) असतानाही आपण स्वतःला जाणून घेऊ शकलो नाही, तर सूक्ष्म शरीरावस्थेत कसं जाणून घेणार? मानवाचं लक्ष्य आहे 'स्व'ला जाणून घेणं, आत्मज्ञान मिळवणं. जर प्रशस्त, सरळ रस्त्यावर आपल्याला चालता येत नसेल तर आपण दोरीवरून कसे चालू शकणार? हा मानवी देह आपल्याला काही विशिष्ट उद्देशाने दिला गेला आहे. हा देह असताना आपण आपले धैर्य आणि संयम कधीही सोडायचा नाही. हेच धैर्य आपल्याला पुढच्या कार्यात उपयुक्त ठरणार आहे. हा देह जिवंत असतानाच आपण सर्व धडे गिरवा. ते धडे आत्मसात न करता पळ काढण्याचा (शरीरहत्या करण्याचा) विचारही मनात आणू नका. प्रत्येक शरीर आपापले धडे गिरवत असतं. मात्र प्रत्येकाला अभ्यासावे लागणारे धडे वेगवेगळे असतात.

"एखाद्या व्यक्तीला जर तू विचारलं, 'आज माझ्याबरोबर सत्संगाला चल.' तर ती व्यक्ती लगेच यायला तयार होते का? हा विचार त्या व्यक्तीला सहजपणे पटत नाही. त्यासाठी तिची खूप मनधरणी करावी लागते. ती लगेच तयार होतेच असं नाही. कशाला हवा आपल्याला सत्संग, असंही ती म्हणेल. चेतनेच्या कनिष्ठ पातळीवर असणाऱ्या व्यक्तीला उच्चस्तरीय चेतनेसाठी तयार करणं फार अवघड असतं. कारण ती व्यक्ती नरकात असली तरी स्वतःला स्वर्गात असल्यासारखंच समजते. जो नरकात म्हणजे चेतनेच्या अगदी खालच्या पातळीवर असतो. त्याला आपण नरकात आहोत याची जाणीवही नसते. मात्र जो स्वर्गात, उच्च चेतनेच्या पातळीवर असतो त्याला हा स्वर्ग आहे आणि समोरचा जीव नरकात आहे याची पूर्णपणे कल्पना असते. त्याला दोन्ही गोष्टी ज्ञात असतात."

"सरश्री, आपण ही गोष्ट अतिशय चांगल्याप्रकारे समजावून सांगितली."

"संजीवनी, बाहेर जर आपण कोणाला 'तू नरकात आहेस' असं सांगितलं तर

ती व्यक्ती नाराज होईल. ती म्हणेल, 'होय, येथे थोड्या अडचणी आणि थोडा त्रास आहे खरा पण याचा अर्थ मी नरकात आहे असं मुळीच नाही. मी नरकाची चित्रं बघितली आहेत. त्या नरकात लोकांना उकळत्या तेलाच्या कढईत टाकतात, आगीत लोटतात. इथं असं कुठं होतंय?' आपण नरकात आहोत हे मान्य करायला कोणीही तयार नसतं. जर तू तिला म्हणालीस, आपलं शरीर म्हणजेच 'मी' असं समजून तू घोर अज्ञानात जगत आहेस, तेव्हा तू काय निर्माण करणार आहेस कुणास ठाऊक? तुझ्या जीवनात तर अजूनही नरकच आहे. पुढेही नरकच राहणार.' तरी ती व्यक्ती ते मान्य करणार नाही आणि तू तिला ते पटवूनही देऊ शकणार नाहीस.''

''आता मला समजलं, की मी केवळ नरकातच गेले नसते तर आधीपासून त्याच ठिकाणी होते. सरश्री, आपली भेट झाली याबद्दल मी परमेश्वराला मनःपूर्वक धन्यवाद देते. ध्यानप्रयोगाने आणि सत्यश्रवणाने मी सकारात्मक विचारांनी भरलेलं परिपूर्ण जीवन जगू शकते याविषयी मला पूर्ण खात्री झाली आहे.'' संजीवनी उसासा टाकत म्हणाली.

''नक्कीच सरश्री. माझ्यासाठी आपण संजीवनीला जीवदान दिलं यासाठी आपल्याला खूप खूप धन्यवाद.'' जीवनही आनंदित होत म्हणाला.

''तुम्हाला धन्यवाद द्यायचेच असतील तर सरश्री जे मागत आहेत ते द्या. ''

''सरश्री, आम्ही काहीही देण्यासाठी तयार आहोत...''

''आज तुम्ही दोघांनी या गोष्टीवर निर्णय घ्यायचा आहे तुमच्या आयुष्यात कोणकोणते 'नाही' यायला नकोत आणि वचन द्या, ते नाही, कायम नाहीच राहतील. ही सरश्रींची इच्छा आहे. तेजज्ञान फाउंडेशनमध्ये नवीन साधकांना या सूचीनुसार प्रारंभिक जीवनासाठी साहाय्य केलं जातं.''

(सरश्री दोघांनाही ती सूची देतात, जी समोर दिलेल्या सूचीप्रमाणे आहे.)

''प्रथम आपण हे कोष्टक नीट वाचा. यात पहिला नकारात्मक विषयाचा उल्लेख आलेला आहे आत्महत्या. त्याच्याच पुढे शरीरहत्या असंही लिहिलेलं आहे. कारण आत्महत्या कधी संभवतच नाही. आत्महत्येच्या पुढे कॉलममध्ये 'कधी नाही. कधी नाही. कधी नाही' असं लिहा. आता तुम्हाला वास्तव माहीत असल्यामुळे शरीरहत्येमुळे काय होऊ शकतं, याविषयीही तुम्ही सजग आहात. या कोष्टकामुळे आयुष्यात जेव्हा जेव्हा निर्णय घ्यायची वेळ येईल, तेव्हा तेव्हा तुम्ही झटपट निर्णय घेऊ शकाल. त्यासाठी कोणाचा सल्ला घेण्याची गरज पडणार नाही. या कोष्टकात बघून काही सूत्रं निश्चित करा. आपण आत्महत्या करणार नाही असं ठरवून नाहीच्या स्तंभात (✓) अशी खूण

करा. अशाप्रकारे या कोष्टकात दिलेल्या बऱ्याच बाबींविषयी आपण 'नाही किंवा कधीच नाही' असा निश्चय प्रकट करू शकाल.

"कोणत्या गोष्टी आयुष्यात कधीही करायच्या नाहीत हा निर्णय आता तुम्हाला घ्यायचा आहे. शिवाय कोणत्या गोष्टी विशिष्ट परिस्थितीत करण्याची तयारी ठेवायची हेही स्वतःच ठरवायचं आहे. उदाहरणार्थ, भरधाव गाडी चालवणे. काही लोकांना खूप वेगाने वाहन चालवण्याची सवय असते. या हौसेपोटी इतर लोकांना त्रास देण्याचा आपल्याला कोणताही हक्क नाही हे वास्तविक त्यांना समजायला हवं. अपघात करून ते स्वतःच्या शरीराला इजा तर पोहोचवतातच शिवाय इतरांना त्या अपघातात जायबंदी करून टाकतात. मी भरधाव गाडी चालवणार नाही. मात्र अपवादात्मक परिस्थितीत गरज भासली तरच भरधाव गाडी चालवेन असे ठरवून वचनबद्ध होऊन नाहीच्या पुढे टिकमार्क करा.''

"सरश्री, आज हा विषय निघाल्यामुळे मी खूप खुश आहे. जीवनच्या बेजबाबदार ड्रायव्हिंग विषयी मी अतिशय चिंतित असते. आज सकाळीच बघाना, येथवर यायला जेथे चाळीस मिनिटे लागतात पण त्याने वीस मिनिटातच मला आणलं.'' संजीवनी म्हणाली.

"सरश्री, आपण नेहमी मर्मावरच बोट ठेवता. यापुढे मी जास्त वेगाने गाडी चालवण्यावर 'नाही'च्या पुढेच टिक करेन.'' जीवन म्हणाला.

"कधी नाही वर टिक करण्याची आवश्यकताच नाही. कारण एखाद्या आपत्कालीन स्थितीत गाडी भरधाव चालवण्याची गरज पडू शकते. अशाप्रकारे बऱ्याच गोष्टी आहेत ज्यांना या कोष्टकाबरोबर जोडायचं आहे. या कोष्टकामुळे जेव्हाकेव्हा निर्णय घेण्याची वेळ येईल, तेव्हा तुम्ही झटपट निर्णय घेऊ शकाल. तुम्हाला निर्णय घेतेवेळी इतरांवर अवलंबून राहण्याची गरज उरणार नाही. हे कोष्टक तुमचं मार्गदर्शक ठरेल. आजच हे कोष्टक पूर्ण भरा व त्यानुसार जीवनातील काही सिद्धान्तांवर निर्णय घ्या. कोष्टकातील दुसरी गोष्ट नकारात्मक विचार, तिसरी टीका करणे, चौथी मादक द्रव्याचं सेवन, धूम्रपान, नंतर इतर काही गोष्टी आहेत. या सर्व गोष्टींमुळे आपल्या सकारात्मक तरंगांना हानी पोहोचते व चेतनेचा स्तर निम्न होतो. जेवढा स्तर कमी तेवढ्या अधिक अडचणी मरणोत्तर जीवनात भेडसावतील. सत्त्वगुणी लोक या पूर्वग्रहातून आणि चुकीच्या मान्यतातून लवकर मुक्त होतात. हट्टी, तामसी, कठोर व्यक्तींच्या चेतनेचा स्तर नेहमी खालच्या पातळीवर असतो. त्यांनी आपल्या चेतनेचा स्तर वाढवायला हवा.''

"सरश्री, हे कोष्टक आजच भरून त्यानुसार अनुकरण करणं लगेच सुरू होईल असं आम्ही आपल्याला वचन देतो.''

"सरश्रींनी आमच्यासाठी जे काही केलं त्याबदल्यात ते फारच लहान गोष्ट मागत आहेत. कारण आपण आमच्याकडून काय मागाल याविषयी मी खूप साशंक होतो. परंतु आपण आमच्यासाठी लाभकारक अशा अनोख्या विधीने आम्हाला वचनबद्ध केलंत. सरश्री आपण खरोखरच महान आहात.''

"संजीवनी, तू इतरांच्या आयुष्यातील दुःख आणि एखाद्याच्या निकटवर्तीयांच्या मृत्यूनंतर होणाऱ्या शोकावर सल्ला देण्याचं काम कधी सुरू करशील?''

"निश्चितच आता हे कार्य मी लगेच सुरू करेन. माझ्या आधीच्या अनुभवात आज ज्या समजेची वृद्धी झाली त्यामुळे यापुढे आता मला शोकग्रस्त राहण्याची आवश्यकता जाणवत नाही. उलट माझ्या प्रगतीत ते बाधाच बनेल. माझा भाऊ समाधानपूर्वक त्याची यात्रा करत आहे म्हणून मी खूप निश्चिंत आहे. आजवर इतरांना शोकाकुल अवस्थेतून बाहेर आणण्यासाठी मी कधीही साहाय्य केलं नव्हतं, केवळ त्याचं दुःख दूर करण्यासाठी मदत केली होती. पण आता तर आपण मला केलेल्या साहाय्यामुळे मी इतरांच्या साहाय्यासाठी सदैव तत्पर राहीन याविषयी मला खात्री झाली आहे. सरश्री आपल्याला खूप खूप धन्यवाद.''

"जीवन, तू आपलं जीवन रूपांतरित करण्यासाठी या शिकवणुकीचा कसा प्रयोग करशील?''

"यातील काही गोष्टी करायला तर मी आधीच सुरुवात केली आहे. त्या मला आपल्याला सांगायच्याच आहेत.''

"त्या सर्व गोष्टी पुढच्या आठवड्यात सांग आणि येताना मृत्यूचं एक चित्रही रेखाटून आण. पुन्हा भेटू तेव्हा मृत्यू म्हणजे काय, हे शब्दात किंवा चित्राद्वारे तुला सांगायचं आहे. कारण लोक मृत्यूला एक भयंकर राक्षस समजतात. मृत्यूसंबंधी भयानक कल्पना करतात. परंतु आता तुला मृत्यूचा बोध झाल्यामुळे तू मृत्यूविषयी कोणकोणत्या कल्पना केल्या आहेत, येथे येऊन काय काय शिकला आहेस, हे सरश्रींना बघायचं आहे.''

"सरश्री, माझ्याकडून मनन करून घेण्याची तुमची ही अतिशय सुंदर पद्धत आहे. पुढच्या बुधवारपर्यंत यासाठी मी भरपूर प्रयत्न करीन...''

"तुम्हा दोघांचे धन्यवाद कारण तुम्ही सेवेची संधी दिलीत आणि हो! जीवन, गाडी हळू चालव.''

सरश्रींना वचन देऊन आणि त्यांची आज्ञा घेऊन ते मोठ्या आनंदाने दर्शनकक्षातून बाहेर पडले पुन्हा येण्यासाठी...

	मनन करण्यासारखे विषय	नाही (No)	कधीच नाही (Never)
१.	आत्महत्या (शरीरहत्या)		✓
२.	नकारात्मक विचार		
३.	दुसऱ्यांवर टीका करणे		
४.	मादक द्रव्यांचे सेवन	✓	
५.	धूम्रपान		
६.	भरधाव वेगाने वाहन चालवणे		
७.	मांसाहार		
८.	मद्यपान		
९.	शिळ्या पदार्थांचे सेवन		
१०.	संताप - क्रोध		
११.	एखाद्याच्या पाठीमागे त्याची निंदा करणे		
१२.	वडील माणसांच्या आज्ञेचा अनादर करणे		
१३.	खोटे बोलणे, अर्धसत्य बोलणे, लपवाछपवी करणे, काही गोष्टी अतिरंजित करून सांगणे		
१४.	वाईट संगत – व्यसनी मित्र		
१५.	सकाळी उशिरा उठणे, रात्री उशिरा झोपणे		
१६.	दुसऱ्यांकडे उसनवार पैसे मागणे		
१७.	वायफळ खर्च करणे		
१८.	वायफळ गप्पा मारण्यात वेळ दवडणे		
१९.	आपल्या वस्तू जागच्या जागी न ठेवणे		
२०.	अन्य दोष... जसे		
२१.	कामापेक्षा जास्त बोलणे, अनावश्यक तर्क-वितर्क करणे		
२२.	आत्मप्रशंसा करून शेखी मिरवणे		
२३.	धर्म, जात-पात, संप्रदाय, गरीब-श्रीमंत, लहान-मोठे यांमध्ये भेदभाव करणे		
२४.	अपराधबोधाने ग्रस्त होणे		
२५.	कारणे देणे, बहाणे देणे		

नववा आठवडा

मृत्यूचं चित्र

मृत्यू तू नाहीस.

२३:२३

दर्शनकक्षातून बाहेर पडल्यानंतर दोघंही गप्प-गप्पच होते. जणू त्यांचं मौनच सांगत होतं 'जेव्हा हृदयाचा प्याला रिता होतो तेव्हा डोकं कार्य करू लागतं आणि जेव्हा हृदय भरभरून वाहतं तेव्हा डोक्याचं कामच शिल्लक राहात नाही.' जीवनने कारचा दरवाजा उघडला, संजीवनी पुढे येऊन बसली. त्याने पार्किंगमधून कार काढून मुख्य रस्त्यावर आणली. अचानक त्याला संजीवनीचा हुंदका ऐकू आला. त्याने फक्त वळून पाहिलं पण तिला थांबवलं नाही की, का रडतेस, म्हणून विचारलंदेखील नाही. जवळ जवळ पंचवीस मिनिटे ती हुंदके देत होती. निरंतर तिच्या डोळ्यांतून अश्रू गालावर ओघळत होते.

गाडी रिकाम्या रस्त्यावरून धावत होती. काही वेळाने संजीवनीचं रडणं थांबलं. ती आता शांत झाली होती. तिला वाटत होतं, जणू तिचा नवा जन्म होत आहे. अंगावरील जुने-पुराणे फाटके कपडे जाऊन नवीन स्वच्छ वस्त्र धारण केले आहेत. आता ती स्वतःला दहा वर्षांनी लहान अनुभवत होती. तिच्या अंतर्यामी एकप्रकारची गहन शांती समाविष्ट झाली होती. त्या शांततेतच विलीन व्हावं असं तिला सारखं वाटत होतं. त्या अवस्थेत एकही शब्द बोलण्याची तिची इच्छा नव्हती.

घरी पोहोचल्यानंतर संजीवनी पूर्ण भानावर येईपर्यंत जीवनने तिचा हात घट्ट पकडून ठेवला. दोघांच्याही डोळ्यांत अश्रू तरळत होते. परंतु प्रेमाचे! आता तिथे कुठल्याच शब्दांची गरज नव्हती. योग्यवेळी योग्य मार्गदर्शन मिळाल्यानंतर फक्त विश्वास, धन्यवाद आणि मौनाचे भाव वातावरणात सर्वत्र विखुरले होते. आयुष्यात एकदाच मिळणारा तो अनुभव होता. ती रात्र दोघांनीही सरश्रींद्वारे दिलेल्या कोष्टकात 'नाही' आणि 'कधी नाही' वर खुणा करण्यातच घालवली.

जीवनच्या आयुष्यात लहान-मोठे बदल घडत होते. 'मृत्यूचं चित्र कसं दिसत असेल' यावर त्याने विचारपूर्वक लक्ष केंद्रित केलं. 'या पृथ्वीवर आपण काही धडे शिकण्यासाठी आलो आहोत' हे सरश्रींनी सांगितलेलं वाक्य त्याच्या मनात प्रतिध्वनीप्रमाणे निनादू लागलं.

मंगळवारी रात्री जीवनसमोर मृत्यूचं चित्र पूर्णपणे स्पष्ट झालं होतं. त्यामुळे बुधवारची वाट पाहात समाधानाने तो झोपला...

◆ "सरश्री, माझ्याकडे मृत्यूचं चित्र आहे. म्हणजे ते शाब्दिक रूपात आहे. पण तरीही मी ते एका उदाहरणाद्वारे आपल्याला सांगणार आहे, जे हुबेहूब चित्राप्रमाणेच आहे.'' जीवन म्हणाला.

"ठीक आहे. त्याचं वर्णन कर.''

"पृथ्वीवर आपलं जीवनदेखील शाळेसारखंच असतं. या शाळेच्या प्रवेशद्वाराबाहेर खूप आकर्षक चित्रं रंगवलेली असतात. त्यामुळे त्यात प्रवेश करण्याचा मोह प्रत्येक मुलाला होतो, पण एकदा मूल आत जाताच प्रवेशद्वार त्वरित बंद होतं. त्या प्रवेशद्वाराच्या आतल्या बाजूला एका राक्षसाचं चित्र काढलेलं असतं. प्रवेशद्वारावर असलेलं राक्षसाचं चित्र त्याला भयभीत करीत असतं. त्यामुळे प्रवेशद्वाराच्या बाहेर पडण्याचा प्रयत्नही मूल करीत नाही. त्या राक्षसाला घाबरून पुन्हा आपल्या वर्गाकडे धाव घेतं.

"राक्षसाचे चित्र हे आपल्या जीवनात मृत्यूचं प्रतीक आहे. मृत्यूच्या भीतीने आपण जीवनरूपी शाळेत या सर्व गोष्टी शिकत असतो. किंबहुना त्या गोष्टी आत्मसात करण्यासाठीच तर आपण शाळेत प्रवेश घेत असतो.

"मूल प्रौढ झाल्यावर विचार करतं, शाळेबाहेर खूप चांगल्या गोष्टी असतील पण त्यासाठी मला काही तरी जोखीम पत्करावी लागेल. कसंही करून या शाळेतील त्रासाचा

अंत करून मला बाहेर पडायलाच हवं. परंतु प्रवेशद्वारावरील राक्षसाचं चित्र पाहून भयभीत होऊन तो मागे फिरतो व मुकाटपणे शाळेच्या अभ्यासावर लक्ष केंद्रित करतो. राक्षसाचं चित्र (मृत्यूचं भय) मुलासाठी निमित्त ठरतं. त्यामुळे मूल आपले धडे व्यवस्थित शिकतं. मृत्यू येईपर्यंत तेवढा काळ शाळेत त्याला थांबावंच लागतं, नाहीतर तो जीवनात पराभूत होऊन शरीरहत्या करण्याचा विचार करू लागतो.

"शाळेत वर्गशिक्षक वेळोवेळी वेगवेगळे विषय शिकवतात. लहान असताना मुलांना सोपे, सरळ धडे शिकवले जातात तर मोठ्या मुलांना थोडे अवघड पण गमतीदार धडे. एखादा मुलगा रागीट असला तर त्याला वेगळाच धडा शिकवला जातो. कोणी द्वेष, मत्सराची भावना प्रकट करीत असेल तर त्याच्यासाठीही वेगळा धडा असतोच. कोणी घाबरट असेल तर त्यालाही इतरांपेक्षा वेगळा धडा शिकवला जातो. कोणी लोभी असतो तर कोणी नातलगांशी फटकून राहतो, प्रत्येकासाठी वेगळे धडे असतात. प्रत्येकाला आपापल्या स्वभाव व वृत्तीप्रमाणे धडे शिकवले जातात.

"अशाप्रकारे प्रत्येक मुलाला प्रायोगिक प्रशिक्षणातून जावं लागतं आणि ते त्याच्या आवश्यकतेनुसार असतं. प्रत्येकाला या जीवनाच्या महाविद्यालयातील धडे मोठे झाल्यावर आपल्या अनुभवातून शिकायचे असतात आणि वास्तविक त्यासाठीच तो पृथ्वीवर आलेला असतो.

"सरश्री, मी काढलेलं असं हे मृत्यूचं चित्र आहे. जीवन एका विद्यालयासारखं आहे. या महाविद्यालयापलीकडे (पृथ्वीजगताच्या पार) असलेल्या सूक्ष्म संसाराच्या जीवनात कार्य करण्यासाठी हे महाविद्यालय आपल्याला प्रशिक्षण देत असतं. त्यासाठी माणसाने आपली वर्दी उतरवून सामान्य वस्त्र जरी धारण केले म्हणजेच स्थूल शरीर सोडून सूक्ष्म शरीर जरी धारण केलं तरी त्याचं प्रशिक्षण चालूच राहतं.

"शाळेत लागलेल्या सवयी तोडणं तितकं सोपं नसतं. कारण त्या सवयी कायम राहतात. जो मुलगा शिक्षण थांबवतो तो त्याच्या पुढच्या आयुष्यात सवयीनुसार आपली योजनाबद्ध कार्येही सराईतपणे टाळतो. त्याची ही सवय सूक्ष्म संसाराच्या जगातही परिणामकारक ठरते. या संसाररूपी शाळेच्या जीवनापेक्षा सूक्ष्म संसाराच्या जीवनाचा अवधी त्यामानाने खूप मोठा असतो.''

"खूपच छान! जीवन, महाविद्यालयाचं द्वार किंवा मृत्यूचं भय सीमारेषा आहे, जी मुलाला जीवनापासून पलायन करण्यास रोखून धरते. नाहीतर असंख्य लोकांनी जीवनाचा त्याग केला असता.

‘‘या छोट्याशा उदाहरणातून आपल्याला एक गंभीर गोष्ट समजून घ्यायची आहे. राक्षसाचे चित्र म्हणजे माणसाला दाखवण्यात येणारं मृत्यूचं भय. मृत्यूचे भय माणसाला दाखवलं गेलं नसतं तर असंख्य लोक आपल्या शरीराची हत्या करण्यास प्रवृत्त झाले असते. शाळेचे फाटक (मृत्यूचे भय) म्हणजे मुलांना शाळेतून पळून जाण्यापासून रोखणारी सीमा.

‘‘हेच उदाहरण आणखी थोडे पुढे नेऊया म्हणजे आणखी काही गोष्टींवर प्रकाश पडेल. हे मूल शाळेत इतर मुलांबरोबर अभ्यास करीत असतं. ज्या मुलांनी कधी शाळेच्या बाहेरचं जग बघितलेलं नाही, ती मुलं शाळेलाच आपलं जग, आपलं सर्वस्व मानत असतात. शिक्षक मुलांना शिकवतात आणि मुलं शिक्षकांकडे पूर्ण लक्ष देऊन आपले धडे शिकतात. असाच दररोजचा दिनक्रम चालतो.

‘‘शाळेच्या वर्गात एका तासाला स्वर्ग–नरक याबद्दल माहिती देण्यात येते. दुसऱ्या तासाला कर्म आणि भाग्य यावर चर्चा होते. मुलं आनंदानं ती सर्व ग्रहण करतात. पहिल्या तासाला अभ्यासाचा आरंभ होतो. दुसऱ्या तासाला शिक्षणाचा पाया घातला जातो. तिसऱ्या–चौथ्या तासाला आयुष्याच्या समस्यांची गंभीरपणे दखल घेण्यात येते आणि त्यानंतर मधली सुटी होते...

‘‘मधल्या सुटीत प्रथमच मुलं वर्गातून बाहेर येतात. शाळेच्या पटांगणात आणि व्हरांड्यात खेळतात, बागडतात. तेथे त्यांना वरच्या वर्गातली मुलं भेटतात. त्या मुलांशी गप्पा गोष्टी करताना मुलं गोंधळात पडतात. कारण या शाळेचे एक प्राचार्यही आहेत असं काही मोठ्या वर्गातील मुलं त्यांना सांगतात. ही गोष्ट लहान मुलांना मात्र ठाऊकच नसते. त्यामुळे मोठ्या मुलांच्या भेटीने लहान मुलांच्या मनात संभ्रम उत्पन्न होतो. तोवर त्या मुलांना वर्गशिक्षक हेच सर्वेसर्वा वाटत असतात. शाळेचे संचालन करणारी कोणीतरी वेगळीच व्यक्ती आहे हेच मुळी त्यांना माहीत नसतं.’’

‘‘सरश्री, या गोष्टीचा संकेत फारच रहस्यमय आहे. त्यामुळे मी गोंधळात पडलोय, की या शाळेचा निर्देशक कोण आहे? वर्गशिक्षक कोण? मधल्या सुट्टीचा अर्थ काय?...’’

‘‘जीवन, ऐक. शाळेचा निर्देशक आहे सेल्फ, परमात्मा, ईश्वर, अल्ला, नियती ही सर्व नावं त्या परमेश्वराचीच आहेत. वर्गशिक्षक म्हणजे आई–वडील. मुलांच्या प्रारंभिक जीवनावर त्यांचा विशेष प्रभाव असतो. मधली सुट्टी म्हणजे जेव्हा माणसाला आयुष्यात भलेबुरे, खरे खोटे अनुभव येऊ लागतात. तेव्हा अशी परिस्थिती त्याच्या आयुष्यात निर्माण होते. मधल्या सुटीत काही लोक भेटतात त्यावेळी माणसाला पुन्हा

नव्या भूमिकेतून जीवनाचा विचार करणं भाग पडतं. हा त्याच्या जीवनाचा अतिशय महत्त्वपूर्ण टप्पा आहे. आपल्या जीवनाची सूत्रं दुसऱ्याच कोणाच्या हाती आहेत हे त्याला प्रथमच उमजतं. आईवडील आणि शिक्षक यांच्यापुरतंच हे जग मर्यादित नाही असं त्याच्या लक्षात येतं. जीवनात भेटलेल्या विद्वानांचे विचार ऐकून त्याच्या विचारांना चालना मिळते, त्याला विचार करायला प्रवृत्त करते.

''मनन-चिंतनानंतर स्वर्ग-नरकाच्या कल्पनांच्या भ्रमातून तो मुक्त होतो. कर्म आणि भाग्य यांचं कोडं त्याला थोडं थोडं उलगडू लागतं. खरं सत्य जाणून घेण्याची तृष्णा, ओढ त्याला अस्वस्थ करते.

''शाळेच्या या उदाहरणावरून, आवश्यकतेनुसार वेगवेगळे शिक्षक आपल्या जीवनात येतात आणि त्या त्या वेळच्या परिस्थितीनुसार ज्ञान देतात हेही त्याच्या लक्षात येतं. प्रत्येक ज्ञान त्या त्या वेळच्या गरजेप्रमाणे आपलं काम करत असतं. सतत पुढे जाणारा विद्यार्थी अंतिम धडा पूर्ण करतो. एखादा विद्यार्थी वेळीच निर्णय घेऊ शकत नाही. तो मध्येच थांबतो किंवा भलत्याच लोकांवर विश्वास ठेवून भरकटत राहतो.

''काही मुले मधल्या सुटीत केवळ भांडणतंटा करतात, खेळत राहतात, खातपीत बसतात, उखाळ्यापाखाळ्या काढतात, खोड्या करत वेळ घालवतात. अशाप्रकारे आयुष्याचा महत्त्वाचा वेळ व्यर्थ दवडतात परिणामी सुटीनंतर वर्गात शिकवल्या जाणाऱ्या धड्यांकडे त्यांचं लक्षच लागत नाही. वर्गात नेहमी त्यांचं अर्धवटच लक्ष असतं. मात्र जी मुलं सुटीच्या वेळातही वरच्या वर्गातील मित्रांना भेटून चर्चा करतात, विचारविमर्श करण्यातच रमतात, ती जीवनाची संधी अचूक पकडतात. मधल्या सुटीनंतर वर्गात आल्यावर त्यांना वर्गात चाललेले धडेही व्यवस्थित कळतात. त्यामुळे ते अध्ययनाचा आनंद तर लुटतातच शिवाय त्यांना परीक्षेचं कुठलं भयही सतावत नाही...''

२४:२४

''सरश्री, मधल्या सुटीत आणखी काय काय होतं हे आपण अधिक स्पष्ट करून सांगाल का?'' जीवनची उत्सुकता क्षणोक्षणी वाढतच होती.

''मधल्या सुटीनंतर वर्गात काय होतं ते आता बघू या. मुलं सुटीनंतर वर्गात येतात तेव्हा वर्गात नवीन शिक्षक प्रवेश करतात. ते मुलांना म्हणतात, ''जर सुटीत काही समस्या आली असेल तर मी त्यावर स्पष्टीकरण देतो. ज्या मुलांनी मनन चिंतन केलं होतं ते

त्वरित प्रश्न विचारून मार्गदर्शन मिळवतात परंतु काही मुलं गोंधळलेल्या स्थितीत असतात. जीवन, तुला याआधी सांगितल्याप्रमाणे शाळेचा एक प्रधान अध्यापकही असतो. त्याचे पूर्ण शाळेवर शासन व नियंत्रण असतं. तो या शाळेपलीकडे किंवा त्यापासून वेगळा असतो. दुसऱ्या एका उदाहरणावरून हे स्पष्ट होईल आणि त्यात महत्त्वपूर्ण संकेत दडलेले आहेत. त्यावर तुला मनन व ध्यान करून ते तुला नीट समजून घ्यायचे आहेत.

"एका वर्गात पाच मुलं असतात. ती वर्षभर अभ्यास करतात. वर्षाच्या शेवटी त्यांची परीक्षा घेतली जाते. त्यातील काही पास होतात तर काही नापास. जे विद्यार्थी नापास होतात त्यांना वरच्या वर्गात बसण्याची परवानगी दिली जाते आणि ज्या विषयात ते नापास झालेत त्या विषयाचा वरच्या वर्गात पुन्हा अभ्यास करून पास होण्यासाठी सांगितलं जातं.

"आता कल्पना कर. पहिला आणि दुसरा मुलगा परीक्षेत पास झाला. परंतु तिसरा मुलगा काही विषयांत नापास झाला होता तरीही त्याला पुढच्या वर्गात प्रवेश दिला गेला. चौथा मुलगा अनुत्तीर्ण झाला कारण त्याने अभ्यासच केला नव्हता. पाचवा परीक्षेलाच बसला नव्हता. सर्व मुलांना प्रगतिपुस्तक देण्यासाठी मुख्याध्यापकांच्या कार्यालयामध्ये बोलावलं गेलं. नियमानुसार तेथे त्यांना, त्यांनी लिहिलेल्या उत्तरपत्रिका दाखवल्या जातात...

"ज्या मुलाने परीक्षा दिली नव्हती तो सुद्धा तेथे गेला होता. परंतु काही लिहिलंच नसल्यामुळे तेथे त्याची उत्तरपत्रिका उपलब्ध नव्हती. इतर मुलं त्यांनी लिहिलेल्या उत्तरपत्रिका बघू लागले. जी मुलं उत्तीर्ण झाली होती, त्यांनी कशाप्रकारे उत्तरं लिहिली आहेत हे बघत होते. काही चुकाही त्यांच्याकडून झाल्या होत्या. आपल्या चुका पाहून पुढच्यावेळी या चुका होऊ नयेत असा विचार ते मनात करत होते. जी मुलं नापास झाली होती ती स्वतःच्या चुका समजून घेण्याचा प्रयत्न करत होती.

"जी मुलं पास झाली होती त्यांना वरच्या वर्गात प्रवेश घेण्यासाठी सांगितलं गेलं. उदाहरणार्थ, जर ते पाचवीत असतील तर त्यांना सहावीत बसायला सांगितलं गेलं. पास झालेल्यांपैकी कोणी सहावीऐवजी सातवीत जाण्याची इच्छा प्रकट केली. तेव्हा तशीही परवानगी त्यांना दिली गेली. अशाप्रकारे त्यांना स्वतःलाच वर्ग निवडण्याचं स्वातंत्र्य दिलं गेलं. जो मुलगा पाचवीत पास झाला होता त्याने एकदम सातवीत जाण्याची इच्छा प्रदर्शित केली. तेव्हा त्याला सातवीचा पाठ्यक्रम अतिशय कठीण आहे असं बजावून सांगण्यात आलं. सातवीच्या पुस्तकातील अनुक्रमणिका आणि पाठ्यक्रमाचा

सारांश त्याला दाखवला गेला. तरीही त्याने ते आव्हान स्वीकारलं. दुसऱ्या पास झालेल्या मुलाने तो सातवीचा अभ्यास करण्यास असमर्थ असल्याचं सांगून सहावीतच राहण्याचा निर्णय घेतला.

‘‘दोन्ही मुलांनी आपली योग्यता आणि समजेनुसार निर्णय घेतला. जीवन, आता हे सांग, तू त्या जागी असतास तर कोणता निर्णय घेतला असतास?’’ सरश्रींनी हसत विचारलं.

‘‘सरश्री, मी उडी मारून एकदम सातव्या इयत्तेत पोहोचलो असतो.’’ जीवन हसत म्हणाला.

‘‘तू उच्च वर्गात जाण्याचा निर्णय घेतला आहेस याचाच अर्थ आयुष्यातील समस्यांकडे अशाप्रकारे बघावं लागेल जणू याचीच तुला गरज आहे. तुला लवकर पुढच्या वर्गात जायचं आहे तेव्हा या समस्या पार केल्याशिवाय पुढे कसं जाणार?’’

‘‘एका विद्यार्थ्याचा एक विषय राहिला होता. तरीही त्याला सहाव्या इयत्तेत बसण्याची परवानगी मिळाली. त्याचबरोबर तू जर सहावीत बसलास तर तुला खूप परिश्रम करावे लागतील, यासाठी तुझी तयारी आहे का? असं त्याला विचारण्यात आलं. त्यावर या प्रश्नावर त्याने विचार करून उत्तर दिलं, ‘होय, माझी पूर्ण तयारी आहे.’ आपल्या चुकांवरून धडा घेऊन नव्या वर्गात सुरुवातीपासूनच अभ्यास करण्यास तो वचनबद्ध झाला. नापास झालेल्या विद्यार्थ्याला त्याच वर्गात बसणं भाग होतं. त्याच वर्गाचा अभ्यास पुन्हा त्याला करावा लागणार होता. अन्य कुठलाही पर्याय त्याच्या समोर नव्हता.

‘‘सरश्री, आपण जे काही सांगितलं ते मला अधिक स्पष्ट होत आहे. आपण अगदी योग्यच सांगत आहात. आपण माझ्या चित्रात जे काही जोडलं ते मला खूप आवडलं.’’

‘‘जीवन, पृथ्वीवर तू वरच्या वर्गात जाण्याचं प्रशिक्षण प्राप्त करण्यासाठी आला आहेस. आयुष्यात तू जेव्हा खऱ्या सद्‌गुरूंना भेटशील तेव्हा तू प्रथमच बुद्धिगत रूपाने सत्य प्राप्त करशील आणि प्रयोगात्मक प्रशिक्षणही घेशील. गुरू तुला ध्यानसाधना करायला शिकवतात. तूही त्याचा नियमितपणे अभ्यास करतोस. असं करत असताना एखाद्या घटनेत अहंकारयुक्त प्रतिसाद दिला गेला तर लगेच तुला गुरूंच्या शिकवणुकीचं स्मरण होतं आणि तुझ्याकडून चुकीचा प्रतिसाद दिला जात नाही, होय ना?’’

‘‘हे तर खूप अद्‌भुत स्पष्टीकरण आहे. आपल्या शिकवणुकीचं महत्त्व आता

मला पटू लागलं आहे. सरश्री, मरणोत्तर जीवनावर मला आणखी एक प्रश्न विचारायचा आहे. माझ्या माहितीप्रमाणे मानवाला मृत्यूचं भय, लोकांनी शरीरहत्या करू नये यासाठी दिलं जातं का? भयभीत होण्यासारख्या अन्य काही गोष्टी आहेत का? असंतुष्ट सूक्ष्म शरीरं भूत-प्रेत बनून आपल्या सभोवताली फिरत असतात का?''

''जीवन, सूक्ष्म शरीराचं जग आपल्यासाठी अज्ञात असल्यामुळे आपलं घाबरणं अनावश्यक आहे. या जगातही दुष्ट प्रवृत्तीचे लोक आपल्या अवती-भोवती वावरत असतात. पण तरीही आपण त्यांच्याबरोबर राहतोच ना? फक्त यासाठी जागरूक राहावं लागतं, सावधगिरी बाळगावी लागते इतकंच. या जगात असो वा परलोकात, दोन्ही जगात अपराधी असतातच. परंतु परलोकातील दुष्ट शक्तींबद्दल ऐकताच आपल्यात भयाची भावना जागते, अंगावर शहारे येतात. पृथ्वीवर अपराधी लोकांमुळे आपण नेहमी घाबरून जीवन जगतो का?''

''नाही.'' जीवन म्हणाला.

''तर मग सूक्ष्म जगाविषयी तुला भय वाटण्याचं काय कारण? मात्र जेव्हा तुम्ही या सूक्ष्म जगातील उपद्रवी जीवांविषयी काही ऐकता तेव्हा गर्भगळित होऊन जाता. वास्तविक वाईट प्रवृत्तीचे लोक तर दोन्ही ठिकाणी आहेत. त्यामुळे त्रस्त होण्याची आवश्यकताच नाही. येथे रात्रीच्या वेळी चोर आपल्या घरात प्रवेश करून चोरी करू शकतात. म्हणून आपण हवालदिल होतो का? रात्रभर जागे राहतो का? उलट आपण रोज रात्री झोपताना दारं, खिडक्या व्यवस्थित बंद करण्याची काळजी घेतो. अशाप्रकारे सुरक्षिततेसाठी उपाय- योजना करून निश्चिंत राहतो. अगदी याचप्रकारे सूक्ष्म शरीराच्या स्वरूपातील दुष्ट आणि अपराधी जीवांपासून बचाव व्हावा म्हणून आपले विचार सकारात्मक ठेवण्याची गरज असते. तुम्ही निर्भय असाल, तुमचं मन कमकुवत नसेल तर असे जीव तुमच्या आसपासही भटकणार नाही आणि तुम्हाला थोडाही त्रास देऊ शकणार नाहीत.

''दोन्ही जगात असे जीव असतात. आपण अपराधांविषयी वृत्तपत्रात दररोज वाचत असतो. पण त्यामुळे भयभीत होतोच असं मात्र नाही. वास्तविक घाबरण्याची काही गरजच नसते. कारण आपलं तुलनात्मक मनच सर्वांत मोठं भूत आहे. ते भयानक, भीतिदायक आणि संशयग्रस्त विचार उत्पन्न करून एका भूतप्रेताप्रमाणे तुम्हाला घाबरवत राहातं. तुमचे विचार सकारात्मक असतील तर तुम्हाला या तथाकथित भूतप्रेतांना घाबरण्याचं काहीच कारण नाही. कारण ते तुमच्याजवळ फिरकणारही नाहीत.

''प्रत्येक व्यक्तीभोवती एक तेजोवलय असतं. यामध्ये वेगवेगळ्या प्रकारचे तरंग असतात. हे तरंग सकारात्मक किंवा नकारात्मकही असू शकतात. या तरंगाद्वारे आपल्याला कोणत्या गोष्टी आकृष्ट करायच्या आहेत आणि कोणत्या दूर ठेवायच्या आहेत हे ठरवता येतं. ज्या लोकांची संकल्पशक्ती कमकुवत आहे, ज्यांचे विचार कमजोर आणि नकारात्मक आहेत, ज्यांना स्वतःचे आपले स्वतंत्र विचार वा मत नाही, ज्यांच्यात चिंतन-मननाची क्षमता नाही अशा शरीरांना हे खोडकर सूक्ष्म देह त्रस्त करू शकतात.''

''सरश्री, याचा अर्थ पारटूमध्ये अशी काही दुष्ट, खोडकर सूक्ष्म शरीरं असतात का?''

''नाही. जे लोक आपल्या मृत्यूला अस्वीकार करून सूक्ष्म जगात मिळणारं मार्गदर्शन धुडकावून याच जगात भ्रमण करतात, त्यातील काही लोकांना उपद्रवी शरीरं म्हणता येईल. परंतु त्यांच्यामुळे आपल्याला काही त्रास होणार नाही. उलट भूताबद्दल आपण ज्या काही कल्पना करतो वास्तविक तसं भूत नसतंच मुळी. चित्रपट, कथा किंवा काही किस्से ऐकून त्याविषयी कल्पना करून आपण उगाचच घाबरत राहतो. चित्रपटनिर्माते पैसा मिळवण्यासाठी अतिशयोक्ती करून अतिरंजित अशी दृश्यं दाखवतात. पृथ्वीवर विभिन्न समज असलेले लोक एकाच स्तरावर राहतात त्यामुळे असं घडतं. पारटूमध्ये तर ही शक्यताच दुरावते. तेथे असं होतच नाही. कारण समज आणि चेतनेच्या स्तरानुसार वेगवेगळ्या उपखंडात तेथे राहावं लागतं. ज्या लोकांचा चेतनेचा स्तर उच्च असतो. केवळ तेच उच्च उपखंडात राहतात आणि निम्न स्तराचे लोक निम्न उपखंडात.''

''सरश्री, अधिकांश चित्रपट आणि कथांच्या परिणामामुळे आता माझ्या मनातदेखील भूतप्रेतांच्या अस्तित्वाविषयी शंका येत आहेत.''

''जीवन, येथे तू जशी कल्पना करतोस तसं भूतप्रेत तेथे नसतंच. सर्वांत मोठं भूत तर तुझ्या अंतर्यामी दडलेलं आहे आणि ते भूत म्हणजे तुझं सतत तुलना करणारं विषमता व विरोधानं भरलेलं तुलनात्मक मन. तुलना करणाऱ्या या मनाने प्रशिक्षण प्राप्त करून मौन प्राप्त करायला हवं. त्याने अकंप बनावं... त्याच्यात भक्ती विकसित व्हावी... त्याची भूतकाळापासून सुटका व्हावी... त्याची कलकल थांबावी... भूत आणि भविष्यात भरकटत न राहता वर्तमानात राहण्याचं महत्त्वपूर्ण प्रशिक्षण त्याला मिळायला हवं.

''भूतप्रेत म्हणून आपण ज्यांना ओळखतो त्या नकारात्मक शक्ती केवळ नकारात्मक गोष्टींबद्दल ग्रहणशील असणाऱ्या व्यक्तींकडेच आकृष्ट होतात. या व्यक्ती सदैव नकारात्मक विचार करून भयभीत अवस्थेतच जगत असतात. सतत भयभीत

असल्यामुळे अशा व्यक्ती संकुचित होऊन जगतात. आपल्या अंतरंगात नकारात्मक गोष्टींना थारा देतात. या उलट निर्भय आणि आनंदी व्यक्ती नेहमी खुललेल्या असतात, विकसित असतात. आपल्या अंतरंगात नेहमी निरोगी गोष्टींनाच प्रवेश देतात.

''भयभीत मन स्पंजाप्रमाणे सच्छिद्र असतं. स्पंजावर पाणी टाकलं तर ते पाणी शोषून घेतं, कारण त्याला अनेक छिद्रं असतात. म्हणून आपल्या मनाला नकारात्मक तरंगांसाठी सच्छिद्र, ग्रहणशील होऊ देऊ नकोस. जेव्हा एखाद्या गोष्टीविषयी तुला भय वाटेल तेव्हा त्वरित पुढील मुक्तिमंत्राचा जप कर, 'मी ईश्वराची संपत्ती आहे. कोणतीही अशुभ शक्ती मला स्पर्श करू शकत नाही.' हा मंत्र आपल्यातील सर्व छिद्रं तत्काळ बंद करेल, मनातील सर्व भय दूर करण्यासाठी साहाय्य करेल.''

''सरश्री, या संदेहयुक्त आणि अस्पष्ट विषयावर स्पष्टीकरण दिल्याबद्दल मी आपला अत्यंत आभारी आहे. आजवर मी भूतप्रेतांविषयी कधीही भयभीत झालो नव्हतो. परंतु लोकांना घाबरलेलं पाहिलं असल्यामुळे मी नेहमी संभ्रमित अवस्थेत मात्र निश्चितच राहात होतो.''

''जीवन, जे लोक भूतप्रेतांना घाबरतात त्यांना, प्रत्यक्षात भूतप्रेत नसतातच हे सांगायला हवं. परंतु काही नकारात्मक ऊर्जा असतात त्या तुमच्या चांगल्यासाठीच निर्माण केल्या गेल्या. शिवाय तुमच्या उन्नतीसाठी त्या निमित्तही ठरतात. त्या नकारात्मक ऊर्जांना शिडी बनवून तुम्हाला तुमची प्रगती साधायची आहे...

२५

आपल्या जिज्ञासेचं उत्तर मिळताच जीवन अतिशय आनंदित झाला. पण त्याचवेळी ज्योतिष, नक्षत्र, ग्रह-तारे यांच्या दडपणाखाली असलेल्या काही लोकांचे चेहरे त्याच्या नजरेसमोर तरळले. त्या लोकांना लक्षात ठेवून त्याने सरश्रींना प्रश्न विचारला, ''भूतप्रेतांप्रमाणे ज्योतिष, ग्रह-तारे, नक्षत्र यांवर विश्वास असलेल्या कित्येक लोकांना भयभीत आयुष्य जगताना मी पाहिलं आहे. तेव्हा या सर्व गोष्टी खऱ्या आहेत का?''

''जीवन, भूतांना घाबरणाऱ्या लोकांना हे नक्की सांग, की प्रत्यक्षात भूतं अस्तित्वात नाहीतच. तुमच्या मनात जे नकारात्मक तरंग आहेत वास्तविक ते केवळ तुमच्या मदतीसाठीच असतात. खरंतर तुम्ही त्याचा वापर शिडीसारखा करायला हवा. अनेक लोक ज्योतिष, कुंडली, भूत, करणी अशा गोष्टींना घाबरतात. परंतु या सर्व गोष्टी माणसाचा विकास होण्यास सहाय्यक असतात. पृथ्वीने जर आपल्याला गुरुत्वाकर्षणामुळे स्वतःकडे

खेचलं नसतं आणि त्याचा परिणाम आपल्यावर झाला नसता तर काय घडलं असतं? आपण चालू फिरू तरी शकलो असतो का? पृथ्वीच्या आकर्षणाचा ज्याप्रमाणे सर्वांवर प्रभाव पडतो त्याचप्रमाणे नक्षत्रांचाही पडत असतो. आपलं काम अधिक चपखल व्हावं, सर्व गोष्टी लीलया पार पडाव्यात, आपल्या आनंदात भर पडावी, यासाठी खरंतर ही सुंदर व्यवस्था असते. परंतु काही लोक मात्र 'माझ्यावर सध्या नक्षत्रांची अवकृपा आहे... माझं कुठलंच काम धड होत नाही... माझ्याच बाबतीत असं का...' असं म्हणत असतात. 'तेव्हा हे लक्षात घे, की नक्षत्रांचा परिणाम केवळ दहा ते पंधरा टक्केच होत असतो, याहून अधिक नाही. नव्वद टक्के परिणाम तर तुमच्या स्वतःच्या विचारांचाच असतो. ज्या वस्तूंप्रति आपण ग्रहणशील असतो त्याचा परिणाम आपल्या जीवनात दिसू लागतो. आपले विचार जर नव्वद टक्के नकारात्मक असतील तर बाहेरच्या छोट्या छोट्या गोष्टींचाही नकारात्मक परिणाम आपल्यावर मोठ्या प्रमाणात पडल्याशिवाय राहणार नाही.

"प्रत्येक व्यक्तीच्या बाबतीत अनेक शक्यता असतात. जेव्हा आपण पेपरमध्ये भविष्य वाचतो किंवा ऐकतो तेव्हा त्या भविष्यात वर्तवलेल्या मिळत्याजुळत्या गोष्टींकडेच आपण जास्त आकृष्ट होतो. उदाहरणार्थ, 'आजचा दिवस चांगला जाणार नाही...' असं भविष्य वाचताच माणसाच्या मनात दिवसभर अनिष्ट विचारांची गर्दी होते आणि जर चुकून एखाद्याचा धक्का लागला तरी त्याला ठामपणे वाटतं, 'आजच्या भविष्यात दिवस चांगला जाणार नाही... असंच तर लिहिलं होतं'. अशाप्रकारे माणूस दैववादी बनत जातो.

"तुमचे विचार जर सकारात्मक झाले तर उरलेल्या दहा ते पंधरा टक्के नक्षत्रांचा परिणाम आपलं काही वाकडं करू शकणार नाही. या उलट आनंदात भर घालण्यासाठी आणि विकास साधण्यासाठी ते निमित्त ठरतील. म्हणून असे विचार करून घाबरून जाऊ नका, 'माझ्यावर कोणीतरी जादूटोणा केला आहे... करणी केली आहे... अमुक ग्रह मला अनिष्ट आहे... अद्याप सात वर्षे मी समस्यांतून बाहेर निघणे कठीण... तोवर मला अनेक अडचणींचा सामना करावा लागेल...' यांसारख्या गोष्टी मनातून काढून टाका आणि जीवनाचा सर्वश्रेष्ठ आनंद प्राप्त करण्यासाठी सकारात्मक दृष्टिकोन अंगीकारा."

"सरश्री, आपण जे काही सांगत आहात ते केवळ मृत्यू आणि भूतप्रेतांच्या भीतीबद्दलच नव्हे तर प्रत्येक प्रकारच्या भयासाठी हे लागू पडतं का?"

‘‘होय. तू आपल्या आयुष्यात अनेक समस्या आणि विपरीत परिस्थितीचा सामना करत असतोस. वास्तविक त्याचा खरा उद्देश तुला कणखर आणि उत्कृष्ट व्यक्ती बनवणं हा असतो. पण या समस्यांमुळे जर तू घाबरून गेलास, हताश झालास, तर मग स्वतःलाच प्रश्न विचार, ‘या समस्येने मला मरण येईल का?’ या प्रश्नाचं उत्तर नाही असंच येईल. जर उत्तर ‘होय’ असं आलं तर मग काही प्रश्नच उरत नाही. कारण तुझ्या जीवनात एखादी समस्या तुला मजबूत बनविण्यासाठीच येते. ती जर तुला मारून टाकत नसेल तर तुला मजबूतच बनवेल. समस्या उद्‌भवली असेलच तर ती आपल्याला मजबूत करण्यासाठी आली आहे असा दृढ विश्वास बाळग. एखाद्या समस्येतून बाहेर येण्याचा मार्ग ती पार केल्यानंतरच दिसू लागतो. कारण जीवनात तुला मोठ-मोठी कार्यं करायची आहेत. तू जेव्हा भीतीचा सामना करतोस तेव्हा भयाचं अस्तित्व नाकारतोस. यासाठी जेव्हा तुला मृत्यूचं भय वाटेल तेव्हा मृत्यूला म्हण, ‘मला माफ कर. परंतु तू नाहीच.’ त्याचप्रमाणे आयुष्यात एखादी समस्या येताच तिला म्हण, ‘समस्या, मला माफ कर. पण तू नाहीसच.’ ’’ सरश्री ओघात बोलतच होते....

‘‘सरश्री, आपली प्रेरणा देणारी वचनं खूपच महान आहेत. हे मी नेहमी आठवणीत ठेवून यांवर प्रयोगही करत राहीन.’’

‘‘जीवन, माणसाचं प्रत्येक भय शेवटी मृत्यूच्या भयाशीच जोडलं जातं. यासाठी जेव्हा केव्हा मृत्यूचं भय वाटेल तेव्हा मृत्यूला सांग, ‘मृत्यू मला माफ कर पण वास्तविक तू नाहीसच.’ कारण जीवनाचा अंत भासणारा असा शरीराचा मृत्यू अस्तित्वात नाहीच. हे लक्षात आलं तर घाबरण्याचं काही कारण नाही. भीती वाटू लागली तर समजेसह भीतीलाच म्हण, ‘‘मला माफ कर, पण तू नाहीस.’’ एवढं लक्षात ठेव की भीती, त्रस्तपणा तुझी प्रगती करण्यासाठी व प्रशिक्षण देण्यासाठी येतो.

‘‘एक कोंबडा जंगलात आंब्याच्या झाडाखाली बसला होता. अचानक त्याच्यावर एक पिकलेला आंबा पडला. त्या आवाजाने तो अतिशय घाबरला आणि सैरावैरा धावू लागला. ‘अरे आकाश पडलं... आकाश पडलं ...असं ओरडत पळू लागला. जंगलातील इतर प्राणीही त्याच्यामागे धावू लागले. जंगलाचा राजा सिंह त्या पळणाऱ्या प्राण्यांकडे आश्चर्याने बघत राहिला. एका प्राण्याला त्याने अडवून विचारलं, ‘आकाश कुठं कोसळलं?’ त्याने उत्तर दिलं, ‘मला माहीत नाही. कारण आकाश पडताना मी कधी बघितलेलंच नाही.’ चौकशीअंती सर्वजण कोंबड्याच्या सांगण्यानुसार धावत आहेत असं सिंहाला समजलं. घडलेला सर्व प्रकार त्याच्या लक्षात आला. सिंहाने त्या

कोंबड्याला गाठलं. त्याला थांबवून विचारलं, 'काय रे बाबा, आकाश कुठे कोसळलं?' त्यावर घाबरून कोंबड्याने उत्तर दिलं, मी स्वतः आकाश पडल्याचा आवाज ऐकलाय. कारण माझ्यावर ते पडलं होतं. मी झाडाखालीच उभा होतो.''

''आता जंगलातील सर्व प्राणी त्या आंब्याच्या झाडाजवळ जमले. तेथे जाताच कोंबडा म्हणाला, 'हे बघा, या ठिकाणी मी उभा होतो आणि अचानक माझ्यावर आकाश कोसळलं. त्या आवाजाने मी धूम पळत सुटलो.' सिंहाने झाडाखाली बघताच त्याठिकाणी एक आंबा पडलेला दिसला. त्याला हसू आवरेना. तो म्हणाला, 'कमाल झाली तुझ्या मूर्खपणाची. झाडावरून तुझ्या अंगावर आंबा पडला आणि तो आवाज ऐकून तू राईचा पर्वत करून आकाश पडलं म्हणत धावत सुटलास...?'

''या कोंबड्याप्रमाणे कुठे आपणही घाबरलेलो नाहीत ना? साध्या साध्या गोष्टीतही लोक आपली कल्पनाशक्ती वापरून, त्यांना भयानक बनवून अफवा पसरवत राहतात आणि इतर लोकांनाही घाबरवून सोडतात. म्हणून आपल्या अंतःकरणाचा आवाज ऐका. हृदयातील भावनेला महत्त्व द्या. हृदय खुलं झालं तरच बुद्धी विकसित होईल.''

''सरश्री, खरोखरच हे वास्तव आहे.''

''प्रत्येक भय किंवा समस्या तुमच्या आयुष्यात प्रगती आणि प्रशिक्षणासाठी येत असते. हा विश्वास तुमच्या अंतर्यामी असणाऱ्या सत्याच्या शक्तीला जागृत करत असतो. दररोज आपले कार्य करत असताना ईश्वराचं स्मरण जर आपण ठेवलं तर आपल्या अंतरंगात सत्याची शक्ती जमा होऊ लागते. आजवर तू असत्याची शक्ती खूप अर्जित केलीस. पण खरोखरच तू भाग्यवान आहेस, कारण असत्याची शक्ती सीमित असते. नाहीतर तुझ्यावर अकालीच मरणाची पाळी आली असती. असत्यात फक्त एक भ्रम तयार करण्याची शक्ती असते. प्रत्यक्षात ती वस्तू नसूनही केवळ ती असल्याचा आभास!

''असत्याच्या अंगी असणारी शक्ती केवळ एकच काम करते. ती आपल्या अंतरंगात 'मी'चा भाव निर्माण करते. वास्तवात 'मी' नसतोच पण त्याचं अस्तित्व आहे असं मात्र जाणवत राहातं. असत्य एवढंच करू शकतं आणि आजवर त्यानं ते करूनही दाखवलं आहे. सत्यामध्ये विराट शक्ती असते तर असत्यात अजिबात नाही. दिवसभरात जितक्या जास्त वेळा तुम्ही ईश्वराचं स्मरण कराल तितक्या वेळा तुमच्या अंतर्यामी एक दिव्य शक्ती जागृत होते. त्यानंतर कोणतीही समस्या तुम्हाला चिंतीत करू शकत नाही, त्रस्त करू शकत नाही.

‘‘या जगात अनेक प्रकारची कामं करत असताना जर तू स्वतःला जाणून घेतलं नाहीस तर सर्व समस्यांचं निराकरण होऊनही शेवटी अयशस्वीच राहशील. तुला कधीही समाधान मिळणार नाही. पण जर अंतिम सत्य प्राप्त झालं तर कितीही समस्या आयुष्यात आल्या तरीसुद्धा तू आनंदातच राहशील. त्या समस्या समस्याच वाटणार नाहीत. यासाठी समस्यांचा सामना करत असतानाही आपलं लक्ष सदोदित सत्याकडेच असायला हवं असा दृढ निश्चय कर. मृत्यू, भय, समस्या, अडचणी यांसारखी कोणतीही गोष्ट अस्तित्वात नाही आणि हेच सत्य आहे.’’

‘‘सरश्री, या गोष्टी अगदीच असामान्य, अप्रतिम आहेत. आपण आम्हाला महाआसमानी शिबिराद्वारे अहंकाराचं समर्पण आणि मनुष्यजीवनाचा अंतिम उद्देश, अंतिम सत्य जाणण्यासाठी सुवर्णसंधी प्रदान केलीत. यासाठी आपल्याला खूप खूप धन्यवाद.’’

‘‘जीवन, या विषयावर आपली पुढची भेट शेवटची असेल. या सर्व गोष्टी ऐकून तू पारटूमध्ये सर्वोच्च अभिव्यक्तीसाठी कितपत तयार आहेस आणि अद्याप तुझ्यात कोणतं परिवर्तन आणावयाचं आहे, हे सांगायची वेळ आता आली आहे.’’

‘‘होय सरश्री. मी यावर कार्य करण्यासाठी अतिशय उत्सुक आहे. आता मलाही या गोष्टींची नितांत आवश्यकता जाणवू लागली आहे. पुढच्या बुधवारपर्यंत प्रतीक्षा करणंही मला कठीण जातंय. परंतु पुढच्यावेळी येताना माझी कार्ययोजना पूर्ण तयार असेल असं मी आपल्याला वचन देतो.’’

‘‘तुझं गहिरं मनन आणि पारटूच्या कार्ययोजनेच्या आधारावरच पुढच्या अंतिम पडावाविषयी सांगितलं जाईल. जेणेकरून, चेतनेच्या सर्वोच्च स्तरावर तू पोहोचू शकशील...’’

दहावा आठवडा

पूर्ण बुद्धत्व सृजन

चेतनेचं सर्वोच्च ज्ञान

२६

आपल्या आयुष्यात प्रथमच इतकं परिवर्तन झालेलं जीवनला जाणवलं. त्याने आणि संजीवनीनं मिळून पुढे जाऊन कशा प्रकारचं जीवन त्यांना व्यतीत करायचं आहे हे ठरवलं. त्याप्रमाणे मनाला प्रशिक्षण देता यावं यासाठी दोघांनी चर्चाही केली. अशा कोणत्या गोष्टी, सवयी आहेत ज्या पार्टवन आणि पारटूच्या यात्रेत त्रासदायक सिद्ध होतील हे संजीवनीकडून त्याला जाणून घ्यायचं होतं. जीवन एक आय.टी. प्रोफेशनल होता. मायक्रोसॉफ्ट एक्सेलचा चँपियन होता. सरश्रींच मार्गदर्शन, त्यांचं अनमोल ज्ञान दैनंदिन जीवनात कसं समाविष्ट करता येईल, यासाठी त्याने एक आराखडा बनवला. त्याचे तीन भाग केले. पहिल्या भागात त्याने ज्या गोष्टीची अजिबात आवश्यकता नाही अशा गोष्टी टाकल्या. दुसऱ्या भागात ज्या गोष्टीवर अद्याप कार्य व्हायचं आहे अशा समाविष्ट केल्या. यात सर्वांत पहिलं स्थान आध्यात्मिक उन्नतीला दिलं गेलं आणि तिसऱ्या अंतिम भागात, इतरांसाठी निमित्त कसं बनावं...

सरश्रींबरोबर मरणोत्तर जीवनावर चर्चा सुरू केल्यानंतर जीवनने मागील काही आठवड्यांपासून आध्यात्मिक विकासालाच प्राधान्य दिलं होतं आणि त्याचे काही अनुभवही त्याला आले होते. त्याला वाटलं, सरश्री

हे ऐकून नक्कीच प्रसन्न होतील...

मरणोत्तर जीवनावरचा वार्तालाप हा या आठवड्यात शेवटचाच होता. त्यामुळे जीवनला खूप उदास वाटत होतं. यावेळी त्याला मनमोकळेपणाने सरश्रींशी बोलायचं होतं. आपले अनुभव, भावना त्यांच्याजवळ व्यक्त करायच्या होत्या. जसजशी त्याची समज प्रगल्भ होत होती, तसतसे त्याच्या हृदयातून केवळ धन्यवादाचेच भाव उपजत होते.

◆ ‘‘सरश्री, मृत्यूसंबंधी प्रत्येक गोष्ट ऐकून मी प्रसन्नतेचा अनुभव करत आहे. परंतु त्याचबरोबर मनातून उदासही आहे. आजची आपली शेवटची भेट आहे.’’ जीवन निराशेच्या स्वरात म्हणाला.

‘‘जीवन, तुझ्या बोलण्याचं तात्पर्य हेच आहे ना, की या विषयासंदर्भात आपली ही शेवटची भेट आहे?’’

‘‘होय सरश्री, मला नेमकं हेच म्हणायचं होतं.’’

‘‘परंतु मी तर अद्याप या विषयावर दहा टक्केच गोष्टी सांगितल्या आहेत आणि तेवढ्याच ऐकून तुला इतका आनंद होतोय?’’

‘‘फक्त दहा टक्केच?... म्हणजे मी आजवर इतकंच जाणलं? मग बाकी नव्वद टक्के गोष्टी मी कशा जाणणार?’’

‘‘आत्ताच इतर गोष्टी जाणण्याची आवश्यकता नाही. जसजशी तू अंतर्दृष्टी प्राप्त करशील, तसतशा अनेक बाबी तुझ्यासमोर स्पष्ट होतील. कारण ते सर्व समजण्यासाठी तुला अधिक ज्ञान मिळवण्याची गरज आहे. शिवाय जेव्हा पारटूमध्ये अभिव्यक्ती करशील तेव्हा आणखी बऱ्याच गोष्टीचं आकलन तुला होईल.’’

‘‘ही तर खूपच आश्चर्याची बाब आहे. प्रत्येक गोष्ट आता मला माहिती झाली आहे असंच मला आजवर वाटत होतं आणि अंतर्दृष्टीविषयी आपण जे सांगत होता त्यातील काही गोष्टी तर माझ्याबरोबर आधीपासूनच घडत आहेत. अचानक मला आत्मविश्वासाविषयी अंतर्ज्ञान झालं. ऑफिसच्या कामासाठी वारंवार मला विमानप्रवास करावा लागतो आणि या प्रवासाची कितीही सवय असली तरी उतरताना मात्र नेहमी भीती वाटते, पोटात गोळा उठतो.

‘‘आता मागच्याच आठवड्यातली गोष्ट घ्या ना. विमान जमिनीवर उतरत

असताना मला पुन्हा क्षणभर भीती वाटली. तेव्हा अचानक माझ्या मनात एक विचार आला, 'जर या क्षणी विमानाला अपघात झाला आणि त्यात माझा मृत्यू झाला... तर. परंतु त्वरित माझ्या आतून आवाज आला, 'मृत्यू, माफ कर, तू तर नाहीच.' हे ऐकता क्षणीच माझी भीती नाहीशी झाली. सरश्री, हीच तर ती अंतर्दृष्टी नाही ना ज्याचा उल्लेख आपण आत्ता केलात.''

''होय, जीवन हीच ती आंतरिक दृढता (कन्व्हिक्शन) आहे.''

''सरश्री, आता मी मृत्यूसंबंधी इतका निश्चिंत झालो आहे, की मृत्यूचा विचारही पुन्हा मनात येणार नाही. माझ्यातून मृत्यूचं भय पूर्णपणे निघून गेलं तर पृथ्वीवर माझ्यासारखा आत्मविश्वासाने भरलेला माणूस दुसरा कोणी नसेल, हा विचारही क्षणभर सुखावून गेला.''

''मृत्यूचं भय प्रत्येक माणसालाच असतं. परंतु तो मृत्यूच्या भयातून नेहमीसाठी मुक्त व्हावा म्हणून त्याला अशी समज मिळणं आवश्यक आहे, जी आज तुझ्याजवळ आहे.''

''सरश्री, ही समज तथाकथित मृत्यूविषयी आपल्याला बेपर्वा ठेवत नाही ही त्यातल्या त्यात चांगली गोष्ट आहे. समज मिळाल्यानंतर आपण असं कधी म्हणत नाही, 'आता माझ्या शरीराचं काहीही होवो, आज जरी मला मृत्यू आला तरी चिंतेची बाब नाही.' कारण आता मी पृथ्वीवरच्या या जीवनाला अधिक मौल्यवान समजू लागलो आहे. याचं ज्वलंत उदाहरण म्हणजे मी आता कारही सावकाश चालवू लागलो आहे.''

''ही तर फार चांगली गोष्ट आहे.''

''सरश्री, मध्येच बोलण्यासाठी क्षमा मागतो. परंतु आता एका दुसऱ्या गोष्टीचाही अनुभव यायला सुरुवात झाली आहे. मृत्यूनंतरही जीवन असतं ही गोष्ट मला अंतर्ज्ञानाने स्पष्ट झाली आहे. म्हणून ही बाब केवळ बुद्धीच्या स्तरावरच सीमित राहिलेली नाही. परंतु अंतर्ज्ञान म्हणजे नेमकं काय, हे मी योग्यप्रकारे अभिव्यक्त करू शकत नाही. ही एक गहिरी अनुभूती आहे इतकंच मला सांगायचं आहे. आपण जे सांगत आहात ते अगदी निर्विवाद सत्य आहे. जसजसं आम्ही ज्ञानसागरात डुंबत जाऊ, तसतशा काही गोष्टी आमच्याबाबत घडू लागतील. यावर माझा दृढ विश्वास बसलाय.

''पाच आठवड्यांपूर्वीची गोष्ट आहे. आपल्यासमोर जेव्हा मी माझ्या काही शंका प्रकट केल्या तेव्हा त्या स्पष्ट करताना आपण मला सांगितलं होतं, 'ही शिकवण पाच आधारांवर टिकली आहे.' हे ऐकताच याविषयी सुरुवातीचा मला बोध होत आहे असं

मी म्हणालो होतो. त्यावेळीही आपण असंच सांगितलं होतं. तेव्हा माझ्याजवळ आता तेच अंतर्ज्ञान आहे का, ज्याचा आपण उल्लेख करत आहात?''

''होय. या ज्ञानाचा पाया म्हणजे दृढ विश्वास उत्पन्न होणं हा आहे आणि आता तुझ्याकडे तो आहे.''

''पण हा दृढ विश्वास योग्य आहे की अयोग्य हे मला कसं समजेल?'' जीवनने विचारलं.

''दृढ विश्वास, दृढ विश्वासच असतो. तो आपल्याला फक्त जाणवतो एवढंच आणि तरीसुद्धा तुला यांवर वैज्ञानिक परीक्षण करायचंच असेल तर ती तुझ्या मनाची एक स्थिती आहे. मनाच्या प्रसन्न अवस्थेत आणि उच्च स्थितीत उत्पन्न होणारा दृढ विश्वासच सत्य असतो. वेगवेगळ्या घटनांमध्ये घेतले जाणारे तुझे निर्णयच तुला सांगतील, तुझा विश्वास अढळ आहे अथवा नाही.''

''सरश्री, हे तर एक महान परीक्षण आहे. सध्या माझ्याबाबतीत एक मनोरंजक घटना होत आहे. माझं तार्किक मन आत्ताही मध्येच हस्तक्षेप करून प्रश्न विचारत असतं, 'ज्या अंतर्ज्ञानाची अनुभूती झाल्याचा दावा तू करत आहेस तो केवळ सरश्रींवर तुझा विश्वास असल्यामुळेच आहे ना?' परंतु मी माझ्या तार्किक मनाला शांत करण्यासाठी तर्काचाच प्रयोग करतो...''

''तो कसा?''

''मी माझ्या मनाला हे सांगतो, अनेक तर्क आणि प्रमाण उपलब्ध असले तरी अशी कल्पना कर, की सरश्री जे सांगत आहेत ते असत्य आहे. हे आयुष्य संपल्यानंतर सर्वकाही समाप्त होतं. तेव्हा तू तरी कसा जगशील? त्यावेळी तुला आपल्या कुकर्मांचं, पापाचं कोणतंही भय नसेल. अविवेक तुझ्यावर शासन करेल... परंतु मी आता माझ्या जीवनात जे काही परिवर्तन घडवून आणत आहे ते केवळ मृत्यूनंतरही जीवन आहे या विश्वासानेच आणि त्यासाठी मला आत्तापासूनच सुरुवात करावी लागेल. सर्वोत्कृष्ट जीवन जगावं लागेल. या परिवर्तनामुळे कित्येक सुखद अनुभव मला आले आहेत. आता मी एक परिपूर्ण आयुष्य जगत आहे आणि या विश्वासासह जीवन जगणं, हे मृत्यूनंतर जीवन नाही या विश्वासावर जीवन जगण्यापेक्षा कितीतरी पटीने चांगलं आहे.''

''तू अगदी योग्यच सांगत आहेस. याशिवाय मौनसमाधीचा अनुभव या दृढतेला आणखीच मजबूत बनवतो.''

"होय सरश्री. महाआसमानी शिबिरात दिलेला 'स्व'चा अनुभव आणि दररोज समाधीत बसण्याचा जो अभ्यास आपण आमच्याकडून करून घेतला आहे त्यामुळे माझं वास्तविक स्वरूप समयातीत आणि स्थानातीत आहे, याविषयीची दृढता वृद्धिंगत झाली आहे. चेतनेची अनुभूती आणि अस्तित्वाचा अनुभव आता मी नाकारूच शकत नाही."

"जीवन, जेव्हा तू समाधीत असतोस, तेव्हा पाचव्या स्तरात प्रविष्ट होतो. जेथे ईश्वर (सेल्फ) स्वतःचा अनुभव करतो, तो स्वसाक्षी बनतो."

"होय आणि मग तेथे मृत्यूचं कोणतंही भय नसतं…"

२७

वास्तविक जीवनच्या मनात आता मृत्यूचं कोणतंही भय उरलं नव्हतं, तरीही राहून राहून त्याच्या मनात एक प्रश्न निर्माण होत होता आणि त्याचा गुंता काही केल्या सुटत नव्हता. म्हणून त्याने तो प्रश्न विचारण्याची अनुमती सरश्रींकडून घेतली.

"सरश्री, जर याक्षणी माझा मृत्यू झाला तर माझ्याबरोबर काय होईल? माझ्या म्हणण्याचं तात्पर्य असं आहे, माझा आध्यात्मिक विकास जाणल्यानंतर आपल्याला काय वाटतं? पारटूमध्ये मला नेमकं कुठे स्थान मिळेल? तो चेतनेचा उच्च स्तर असेल का?"

"जीवन, एका प्रसिद्ध कथेत एका व्यक्तीने भगवान महावीरांना विचारल्यासारखाच हा तुझा प्रश्न आहे.

"एकदा भगवान महावीर ध्यान करीत बसले होते तेव्हा त्यांच्या एका शिष्याने येऊन त्यांना सांगितलं, 'महाराज, अमुक अमुक राजाची फौज तमुक तमुक राज्यावर हल्ला करायच्या तयारीत आहे आणि ज्या राजाच्या राज्यावर हल्ला होणार आहे तो राज्याचा त्याग करून यावेळी जंगलात ध्यानस्थ बसला आहे. मग राजत्याग करणारा हा राजा स्वर्गात जाऊन निर्वाण प्राप्त करेल का?'

"त्यावेळी राज्याचा त्याग करणारा राजा सर्वश्रेष्ठ असून तो निर्वाण प्राप्त करतो अशी सर्वसामान्य जनतेची भावना झालेली होती. त्या काळात महावीरांनी आपल्या राज्याचा त्याग केला होता; त्यानंतर गौतम बुद्धांनीही आपलं राज्य सोडून तपश्चर्या केली होती. त्यामुळे फक्त राजघराण्यातीलच मुलं राज्य, धन-दौलतीचा त्याग करतात आणि तपश्चर्या करून मुक्ती मिळवतात असा समज सर्वत्र रूढ झाला होता. तो त्यावेळचा एक मानदंड होता.

"त्याचप्रमाणे त्या राजानेही राज्याचा त्याग केला होता आणि आता त्याच्या राज्यावर हल्ला होणार होता. तेव्हा काही लोकांनी महावीरांना विचारलं, 'जर या राजाचा याच वेळी मृत्यू झाला तर तो स्वर्गात जाईल की नरकात?' भगवान महावीरांनी उत्तर दिलं, 'तो नरकात जाईल.'

"हे आजच्या भाषेत सांगितलं आहे. स्वर्ग आणि नरक हे काही स्वतंत्र राज्य नाहीत, की त्या वसाहतीदेखील नाहीत पण लोकांच्या हे लक्षात येत नाही. मृत्यूनंतर जीवांना या वसाहतीत किंवा राज्यात पाठवलं जातं हा समजही चुकीचा आहे. प्रत्येक जीव स्वतःचा नरक व स्वर्ग स्वतः तयार करत असतो. त्याबाबतीतही अनेक शक्यता असतात. सेल्फद्वारे म्हणजेच आत्मसाक्षात्कारी लोकांद्वारे निर्माण होणारी अभिव्यक्ती सर्वोच्च असते, कारण तिचा उगम उच्चतम आत्मज्ञानामध्ये असतो.

"तो राजा नरकात जाईल हे भगवान महावीरांचं उत्तर ऐकून सर्वांना आश्चर्य वाटलं. राज्याचा त्याग करून तप करणारा, ध्यान करणारा राजा नरकात जाईलच कसा? काही लोकांनी पुन्हा महावीरांना विचारलं, 'तो नरकात जाईल असं आपण का म्हणालात?' महावीरांनी डोळे मिटले व म्हणाले, "तो जर या क्षणी मृत्यू पावला तर स्वर्गात जाईल."

"भगवान महावीरांनी 'तो राजा याक्षणी मृत्यू पावला तर स्वर्गात जाईल' असं म्हणताच लोक गोंधळात पडले. तो नरकात जाईल असं आधी त्यांनीच सांगितलं होतं. आणि आता तेच म्हणतात, तो स्वर्गात जाईल. असं कसं होऊ शकेल?

"त्यावर महावीर म्हणाले, 'तुम्ही पहिल्यांदा प्रश्न विचारला तेव्हा त्याची अवस्था कशी होती? तो राजा ध्यान करीत होता खरा; पण त्याचवेळी त्या वनातून सैन्य चालले होते आणि हे सैन्य आता आपल्या राज्यावर आक्रमण करणार या विचाराने राजा अत्यंत संतप्त झाला होता. त्यावेळी त्याच्या मनात द्वेष आणि घृणा या भावना उफाळून आल्या होत्या... अशाक्षणी त्याचा मृत्यू झाला असता तर त्याने आणखी काय निर्माण केलं असतं? नरकच ना! त्याने नरकाचीच निर्मिती केली असती आणि तो नरकातच गेला असता... हाच प्रश्न काही वेळाने पुन्हा विचारला गेला. त्यावेळी त्या राजाच्या मनात रागाचा लवलेशही नव्हता. तो शांत झालेला होता. त्याच्या चित्तवृत्ती प्रसन्न झाल्या होत्या. त्याच्यातील विवेकबुद्धी जागृत झाली होती. त्याच्या मनात विचार सुरू झाले, 'मी, माझं राज्य', असं कोणाला उद्देशून बोलत आहे? तू तर राज्याचा त्याग केला असं म्हणतोस आणि आता मात्र खुशाल म्हणत आहेस, 'माझ्या' राज्यावर हा हल्ला होत आहे... म्हणजे 'मी'पणा अजूनही शिल्लक आहे तर... मग त्याग कुठे झाला?' या

विचारांनी त्याची विवेकबुद्धी जागृत झाली. तत्क्षणी मी–माझा हा अहंभाव गळून पडला, अष्टमाया नष्ट झाली म्हणून या क्षणी जर त्याला मरण आलं तर तो मुक्त होऊन मरेल. त्याला निर्वाण प्राप्त होईल. तो स्वर्ग निर्माण करेल.''

''ही दंतकथा प्रसिद्ध आहे. परंतु तिच्यातील काही दुवे मात्र निखळलेले आहेत.

''कथा–दंतकथा सांगितल्या जातात त्या लोकांना प्रेरणा देण्यासाठी, लोकांना सुलभपणे ज्ञान देण्यासाठी, अवघड गुंतागुंतीच्या बाबी सोप्या रीतीने समजून देण्यासाठी. लोकांनी सत्याच्या, सदाचरणाच्या मार्गावरून वाटचाल करावी हे मनावर बिंबवण्यासाठी. सत्याचा मार्ग अवघड, खडतर आहे असं वाटलं तर लोक त्या मार्गावर चालणार नाहीत. म्हणून कथांद्वारे ज्ञान सुलभ करून अशाप्रकारे प्रेरणा दिली जाते.

''मनात जी चेतना आहे, विवेकबुद्धी आहे, तीच कोणत्याही गोष्टीची निर्मिती करते हे या कथेवरून आपल्या लक्षात येईल. मृत्यूच्या क्षणी योग्य, निरामय, निकोप विचार मनात असेल तर तो माणूस स्वर्ग निर्माण करू शकेल... हा या कथेतला निसटलेला दुवा होता. ज्याच्या वृत्ती जुनाट, बुरसटलेल्या असतात तो तेजस्वर्ग, स्वअर्क 'महानिर्वाण' निर्माण करू शकत नाही. ज्याने आयुष्यभर विवेकपूर्ण विचार केलेला असेल, त्याच्याच मनात मृत्यूच्या क्षणीही विवेकभान जागृत असणार. योग्य ज्ञानामुळे मृत्यूच्या वेळीही त्याला सत्यच आठवणार. आयुष्यभर कसंही जगा, मरताना मात्र रामनाम घ्या, नारायणाचं नाम घ्या, म्हणजे मुक्ती नक्की मिळणार! त्यासाठी मुलाचे नाव नारायण ठेवा. अनायासे ते तोंडी येईल... असे शॉर्ट कट लोक काढू लागले. अशा कहाण्या सांगू लागले.

''लोक नाममहिमा सांगत राहतात. मुलाचे नाव नारायण ठेवा, श्रीराम ठेवा, मृत्यूच्या क्षणी मुलाला हाक मारा म्हणजे जणू काही ईश्वराला वाटेल, या व्यक्तीने मलाच हाक मारली आहे आणि ईश्वर स्वतः धावत येईल. असे शॉर्टकट दाखवणाऱ्या गोष्टी प्रचलित आहेत. असे शॉर्टकट दाखवणारा आणि त्याचा अवलंब करणारा दोघेही स्वतःचंच नुकसान करून घेतात. अशाप्रकारे शॉर्टकट दाखवणारा पवित्र पापी असतो. 'मेल्यावर साधू काय आणि सैतान काय, दोन्ही सारखेच! म्हणून खा, प्या, मजा करा. वाट्टेल ते करा' असं जे सांगतात तेही पवित्र पापी आहेत. प्रत्यक्षात आपण काय सांगतो आहोत हेच त्यांना समजत नाही. मनालाही असे युक्तिवाद आकर्षक वाटतात. 'स्वप्नात तुम्ही साधू होता, सैतान होता. जाग आल्यावर दोघे एकच होता. मग पाप केल्याने काय फरक पडतो?' असे तर्कवितर्क करून बुद्धिभेद करणारे लोक पवित्र पापी होत; त्यांच्याजवळ त्याच प्रवृत्तीचे लोक येत राहतात. असे लोक मृत्यूनंतर काय निर्माण करतात?

‘‘अशा तथाकथित पवित्र पापी लोकांच्या सत्संगात जाऊन पाहिलं तर तेथे अवाजवी संपत्ती जमा करून ती उधळण्यासाठी उत्सुक असणारे लोकच जास्त दिसतील. पवित्र पापी लोकांजवळ जाऊन ते त्या पैशांनी आपल्या अहंकाराला गोंजारतात, चरस-गांजा सेवन करतात. सत्संगात न जाता घरीच त्यांनी चरस गांजा सेवन केला तर लोक त्यांना वाईट म्हणतील ना? परंतु अध्यात्माच्या नावावर व्यसन केलं तर कोणी त्याला गैर म्हणणार नाही. असं करून तुम्ही भीषण गर्तेत जात आहात हे त्यांना सांगायला हवं. जोपर्यंत असे सांगणाऱ्याबद्दल त्यांना विश्वास वाटत नाही तोपर्यंत मार्गदर्शन करणंही व्यर्थच ठरतं. माणूस आपल्या हिताचं बोलणंही ऐकायला तयार नसतो.

‘‘अशी व्यसनं, अशा दुष्ट प्रवृत्ती, वाईट सवयी यांपासून मुक्ती देण्यासाठी, कायम सत्यमार्गावरून चालण्याची मनाची तयारी पृथ्वीवर करून घ्यावी लागते. मृत्यूनंतर सूक्ष्म शरीरात जे काही निर्माण करायचं असतं ते आपल्या या वृत्तींच्या आधारे तयार करावं लागतं आणि दुष्ट प्रवृत्तींपासून मुक्त झाल्यावरच ‘महानिर्वाण निर्माण’ होऊ शकतं.

‘‘जीवन, यासाठी आधी हे समजून घे, जर याक्षणी तुझा मृत्यू झाला तर यावेळी तुझ्यात स्वानुभवाची, मरणोत्तर जीवनाची जी समज आहे ती पुढेही तशीच सुरक्षित राहील. तुझ्या मनमयी शरीराला पारटूमध्येही पुढे पुढेच जाण्याची इच्छा होईल, परंतु ही गोष्टदेखील तितकीच खरी आहे, आज जर तुझा मृत्यू झाला तर चेतनेच्या सर्वोच्च स्तरावर तू जाऊ शकणार नाहीस. महानिर्वाण निर्माणाच्या सुसंधीला तुला मुकावं लागेल. तेथे निश्चितच तुला प्रवेश मिळणार नाही.’’

‘‘अच्छा, असं आहे का? परंतु हे एम.एन.एन. नक्की आहे काय?’’

‘‘चेतनेच्या सातव्या स्तरावर जो निर्मळ, स्वच्छ, पवित्र ज्ञानाचा आविष्कार होत असतो त्याला एम.एन.एन. (MNN) असं म्हटलं जातं. यालाच दुसऱ्या शब्दात iMmaculate eNlightenment iNvention, ज्यात प्रत्येक शब्दाच्या आरंभीचे स्वर i, e, i काढून टाकले तर एम. एन. एन. असाच शब्द राहील. हवं तर याला आपण ‘महानिर्वाण निर्माण’ही म्हणू शकतो.’’

‘‘अगदीच अप्रतिम. ‘महानिर्वाण निर्माण’ हा शब्द खरोखरच उत्कृष्ट आहेत. सरश्री, आपल्याकडून एम.एन.एन. या शब्दांची निर्मिती होणं म्हणजे प्रत्येक शब्दाला एक नवीन दिशा देण्यासारखंच आहे, नवीन अर्थबोध घडवून आणण्यासारखं आहे. Immaculate चा अर्थ आहे पवित्र अथवा परिपूर्ण. यासाठीच याला पूर्ण बुद्धत्व शोध (Perfect Enlightenment Invention) असं म्हणतात का?’’

"हो. याला तू पूर्ण बुद्धत्व सृजन (Perfect Enlightenment Creation) असंही म्हणू शकतोस. चेतनेच्या सातव्या स्तरावर ज्याचं तू सृजन करतोस त्याला एम.एन.एन. म्हणतात. या पृथ्वीवर अनेक गोष्टी निर्माण झाल्या आहेत. काही गोष्टी अशा असतात ज्यांची निर्मिती केवळ पृथ्वीवरच होते. जीवन, पृथ्वीवर अशा कोणत्या सर्वोत्कृष्ट गोष्टींचा आविष्कार झाला आहे?"

"ताजमहालाची निर्मिती, इंटरनेटचा एक अद्‌भुत शोध..." जीवन विचार करीत म्हणाला.

"नृत्य, संगीत, योग, मंत्र, प्रार्थना आणि ध्यानाविषयी तुला काय वाटतं? बायबल, कुराण, आणि गीतेविषयी काय काय माहिती आहे? तू यांनाही जगातील महान आविष्कार समजतोस की नाही?"

"निश्चितच, या सर्व गोष्टी म्हणजे सर्वोच्च आविष्कार आहेत. ताजमहाल आणि इंटरनेटच्या तुलनेत वास्तविक त्यांनाच प्राधान्य द्यायला हवं. अतिशय महत्त्वपूर्ण अशा गोष्टी आहेत त्या."

"या सर्वांचा आविष्कार कोणी केला?"

"शहाजहानने आपल्या प्रिय पत्नीच्या स्मृतिप्रीत्यर्थ ताजमहाल बनवला आणि 'इंटरनेट' पहिल्या युनायटेड स्टेट्स ऑफ अमेरिकेच्या रक्षाविभागाद्वारे. आपल्या कॉम्प्यूटरच्या नेटवर्कमध्ये संदेशवहन व्यवस्थित होण्यासाठी याचा प्रारंभ केला गेला."

"नृत्य आणि संगीत कुणी निर्माण केलं?"

"हे मला माहिती नाही, पण इसवी सनापूर्वी पतंजलींनी योगसूत्र लिहिलं."

"योग, नृत्य, संगीत, प्रार्थना, भजन व मूर्तीदेखील आत्मसाक्षात्कारी व्यक्तींकडून निर्माण केल्या गेल्या. ईश्वराचं पहिलं चित्र, मूर्तीही अशीच निर्माण झाली. या सर्व गोष्टी तर त्यांची स्वअभिव्यक्ती होती आणि हे पाहून इतर लोकांनाही ईश्वरीय अनुभव मिळावा असं त्यांना वाटत होतं."

"सरश्री, माझा यावर पूर्ण विश्वास आहे. आज आपण सूफी संतांची गाणी ऐकतो तेव्हा त्यातील कित्येक गाणी आज फिल्मी गाण्यांमध्ये परिवर्तित झाली आहेत आणि ती लोकांना आवडतातही."

"आत्मबोध प्राप्त केलेल्या संतांनी आजवर जे काही सांगितलं ते हृदयाला स्पर्श

करून जातं आणि कायमस्वरूपी ते तसंच राहातं. त्यामुळे गीता, कुराण आणि बायबलसारखी धार्मिक पुस्तकंही अशा आत्मसाक्षात्कारी लोकांद्वारेच निर्माण झाली आहेत याविषयी वादच नाही.

"येशू ख्रिस्तांनीही पृथ्वीवर बरंच काही निर्माण केलं. संत ज्ञानेश्वरांनी संजीवन समाधी घेतली. या शरीराचं येथील कार्य संपलंय, असं लक्षात आल्यावर त्यांनी स्वेच्छेने शरीराचा त्याग केला. आपल्या शरीराकडून नवनिर्माणाची आवश्यकता उरलेली नाही हे जाणल्यानंतर त्यांनी असा निर्णय घेतला. संत ज्ञानेश्वरांनी सूक्ष्म देहाच्या जगात गेल्यावर कोणतं चित्र बनवलं असेल? त्याबद्दल आपण कल्पना तरी करू शकतो का? आपण कल्पनेने कितीही अनेकविध चित्रं समोर उभी केली तरी वाटेल, 'अरे, ही चित्रं तर ज्ञानेश्वरांच्या प्रतिभेच्या जवळपासही फिरकू शकत नाहीत. त्यात काही सौंदर्य नाही.' ज्याला आत्मसाक्षात्कार झालेला नाही, त्याला आत्मसाक्षात्कारी व्यक्तीने काढलेलं चित्रही कदाचित वैशिष्ट्यपूर्ण वाटणार नाही, 'यात काय खास आहे? यात तर विशेष असं काहीच नाही' असंच तो म्हणेल. तेव्हा त्याला सांगावं लागेल, 'बाबारे, हे 'काही नाही' काही नाही नसून तेच 'सर्व काही' आहे. फक्त ते समजण्याची दृष्टी आणि कुवत तुझ्यात असायला हवी. तेवढं प्रगल्भ ज्ञान त्या माणसाजवळ असलं पाहिजे.

"अशाच प्रकारे ईश्वराला अभिव्यक्त करण्यासाठी रमण महर्षी, रामकृष्ण परमहंस आणि संत ज्ञानेश्वरांनी ज्या शब्दांचा प्रयोग केला ते अतिशय सुंदर होते."

"सरश्री, आपणही नेमकं तेच तर करत आहात. आपल्या प्रत्येक शब्दात गहन अर्थ भरलेला असतो. आपला प्रत्येक शब्द सरळ हृदयाला जाऊन भिडतो. आपल्या रसाळ वाणीतून प्रकटलेला शब्द अमृतासमान भासतो..."

"अनेक महान संतांद्वारे अशा प्रकारची अभिव्यक्ती झाली आहे. शरीराच्या, वेळेच्या आणि स्थानाच्या मर्यादा असूनही अनेक गोष्टी त्यांच्याद्वारे आविष्कृत झाल्या. चेतनेच्या सर्वोच्च स्तरावर, जेथे कुठलीही मर्यादा नाही तेथे कशा प्रकारचे आविष्कार होतील, याचा विचार केला आहे का? जीवन, यालाच 'महानिर्वाण निर्माण', MNN अथवा 'दिव्य सृजन' असं म्हटलं आहे.

"प्रत्येक माणसालाच पृथ्वीवर प्रशिक्षित केलं जात आहे. जेणेकरून सत्यपथावर वाटचाल करीत असताना चुकीच्या सवयी आणि संस्कारातून त्याने मुक्त व्हावं, अकंप राहावं. कारण मरणोत्तर तुम्ही जे काही निर्माण कराल ते तुमच्या स्वभावाच्या आधारेच. यासाठी दक्षता घेणं फार गरजेचं असतं. या जीवनात विकसित केलेल्या सवयी तेथेही

कायम राहतील. त्या प्रवृत्तींमधून तू मुक्त झालास तरच उच्चतम अभिव्यक्तीची निवड करशील, 'महानिर्वाण निर्माण' करू शकशील. त्यानंतरच तुला जाणीव होईल, अरेरे, किती चुकीच्या संगतीत आपण इतके दिवस राहिलो. हा तर घोर अनर्थ होता... तुझ्या वृत्ती, प्रवृत्ती तुला मानसिकरीत्या डांबून ठेवत होत्या. तुच्छ वासनांमध्ये तू गुरफटून पडत होतास. मग तुझ्याकडून एम. एन. एन.चं सृजन कसं होणार?''

''सरश्री, पारटूमध्ये आमच्या सूक्ष्म वासना कशा बाधा बनतात?''

''हे काही उदाहरणांद्वारे समजून घ्यावं लागेल. आधी थोडा वेळ मौनात बसून ते समजण्याची तयारी कर...

२८

दर्शनकक्षाचं वातावरण मौनरूपी अमृताने भारलेलं होतं. एक वेगळाच आनंद, अनोखी प्रसन्नता तेथे जाणवत होती. सरश्रींच्या उपस्थितीचे तरंग सर्वदूर पसरले होते. जीवन ध्यानात मग्न होता. काही वेळाने सरश्रींचा आवाज ऐकताच त्याने डोळे उघडले. सरश्रींच्या चेहऱ्यावरचं दिव्य, अप्रतिम तेज पाहून तो थक्क झाला...

''जीवन, जेव्हा एक माणूस एका ठिकाणाहून दुसऱ्या ठिकाणी प्रस्थान करतो तेव्हा तो आपल्याला दिसत नाही. त्यावेळी त्याचा मृत्यू झाला असं आपण म्हणतो का? नाही. कारण त्यावेळी इतर ठिकाणी तो नक्कीच काही ना काही करत असणार. त्याचप्रमाणे माणूसही पृथ्वीवर काही रंग एकत्र करण्यासाठी आला आहे. जेणेकरून पारटूमध्ये असलेल्या कॅनव्हासवर त्याला चित्र काढता यावं. जर इथे तुला प्रशिक्षित केलं नाही आणि मन द्वेषानं भरलेलं असतानाच तुझा मृत्यू झाला तर तेथेही भयंकर चित्रांचीच निर्मिती तुझ्याद्वारे होईल. ज्यांचं मन निर्मळ आहे, जे प्रशिक्षित आहेत आणि आधीपासूनच तयार आहेत ते केव्हाही सर्वोत्कृष्टच सृजन करतील.

''हे आणखी एका उदाहरणाने समजून घे. एखादी दृष्टिहीन व्यक्ती मरण पावली तर सूक्ष्म देहाच्या जगात, पृथ्वीवर जे चित्रपट तिला पाहता आले नाहीत ते गाजलेले चित्रपट येथे आधी बघून घेऊ असं वाटेल. पृथ्वीवर काही आंधळेही चित्रपट बघायला जातात; चित्रपटातील संवाद ऐकून ती दृश्ये मनोमन कल्पनेने उभी (visualize) करतात. अशाप्रकारे मृत्यूनंतरही ते आपल्या अतृप्त वासनांच्या पूर्ततेचा पाठपुरावा करू पाहतात.

''अज्ञानी अंध व्यक्ती करून करून काय निर्माण करील? मनात कायम

घुटमळणाऱ्या आपल्या अतृप्त इच्छा ती प्रथम पूर्ण करू पाहील. कारण सूक्ष्म शरीराच्या प्राप्तीने स्थूल शरीराचे सर्व रोग आता नष्ट झालेले असतात. आंधळे आता दृष्टिहीन राहात नाहीत; लंगडा लंगडा राहात नाही. सर्व व्याधी, सर्व रोगातून मुक्त होतात. परंतु मनातील वासना, विचार मात्र कायम तसेच असतात. सूक्ष्म शरीराबरोबर मन उपस्थित असतं. त्याच्या जुन्या वासना, वृत्ती तशाच राहतात. पृथ्वीवर मनानं जे ज्ञान मिळवलं, ते मात्र कायम तसंच राहतं.

''एखादा माणूस तेजज्ञानाच्या अभावी आंधळा असेल तर तो काय निर्माण करील? ज्याला तेजज्ञान मिळालेलंच नाही, तो आपले शरीर हेच सर्वस्व मानून जगत राहील; मग तो कशाची निर्मिती करेल? तो व्यक्तिगत, स्वतःसंबंधी, आपल्या अहंकाराचं पोषण करणाऱ्या गोष्टीच निर्माण करेल. पृथ्वीवर ज्या गोष्टी त्याला मिळू शकल्या नाहीत त्या मिळवण्याची संधी तो शोधत राहील; त्याच वस्तूची तो निर्मिती करेल. ''बाबा रे, या वस्तू प्राप्त करण्यात काही अर्थ नाही. त्यापेक्षा अधिक उच्चतम शक्यता आहेत; प्रथम त्याकडे लक्ष दे. या क्षुल्लक गोष्टी सोडून काहीतरी मोठी गोष्ट निर्माण कर.'' असं जरी कोणी सांगितलं तरी त्याला ते पटणार नाही. कारण त्याला तेजज्ञानाची दृष्टीच लाभलेली नसते.

''जशी सवय तशीच निर्मिती होते. जशी इच्छा तसेच कार्य घडते. कोणी लंगडा असेल तर प्रथम तो तेथे धावण्यासाठी मैदान निर्माण करेल. 'पृथ्वीवर मनसोक्त धावण्याची माझी इच्छा अतृप्त राहिली; मी ती येथे पूर्ण करणार.' असंच तो म्हणेल. त्यासाठी तो सर्वप्रथम मैदान निर्माण करेल. परंतु तेथे अशा गोष्टी निर्माण करायची खरंतर गरजच नाही.

''ज्याला पोटभर खायला मिळत नाही त्या व्यक्तीची इच्छा काय असणार? त्याला पैसा आणि सत्ता मिळाली तर तो काय करेल? तो हॉटेल आणि खाद्यपदार्थ यांचीच निर्मिती करणार. भयग्रस्त व्यक्तीला काय हवंसं वाटणार? अपंगाला काय इच्छा होणार?

''ज्ञानाच्या बाबतीत अंध नसलेला मात्र 'महानिर्वाण निर्माणा'चीच निर्मिती करेल. हॉटेल आणि मैदान बनवण्याची गरज नाही असं जर त्याला सांगितलं तर तो तुमच्या म्हणण्याला पाठिंबा देईल, नाही तर म्हणणार नाही. पण या गोष्टीत आपण गुंतायचं नाही हे त्याला पक्कं ठाऊक असेल. चेतनेच्या नव्या स्तरावर पोहोचल्यावर त्याला नव्या शक्यता दिसतील. ज्याला हे ज्ञान मिळत नाही तो केवळ नरक, दुःख आणि वासनेची

दलदल निर्माण करण्यातच गुंतून राहील.

''पृथ्वीवर ज्याने मन, शरीर आणि बुद्धी यांच्यावर नियंत्रण ठेवण्याचं प्रशिक्षण घेतलं आहे, त्यासाठी निरंतर साधना केली आहे, तोच माणूस सर्वोत्तम निर्मिती, महानिर्वाण निर्माण, उच्चतम अभिव्यक्ती करू शकतो. इतर माणसं आपल्या वैयक्तिक गरजा, इच्छा पूर्ण करण्यातच वेळ वाया घालवतात. वासनावृत्ती, चुकीच्या सवयी, गैरसमजुती त्यांना भलत्याच रस्त्यावर नेत राहतील. पृथ्वीवरही माणसाच्या वासनावृत्ती उफाळून येतात आणि त्या त्याला गैरमार्गावर नेतात. 'आता थोडा वेळ ध्यानधारणा, साधना यांना रजा द्या, मौज मजा करा. चैन करा. अभ्यास काय कायमचाच आहे' असं त्यांच्या मनात येतं. 'थोडी सुविधा मिळावी, सुरक्षितता मिळावी, थोडी प्राप्ती व्हावी, चटकदार खाद्यपदार्थ मिळावे,' यासारखे विचार माणसाच्या मनात येत राहतात. अशा वासनावृत्ती उफाळून येताच माणसाची साधना, प्रशिक्षण थांबतं; सत्यमार्ग बाजूला पडतो. भौतिक शरीर असतानाही आपण येथे अभ्यास करू शकलो नाही तर तेथे सूक्ष्म शरीराने कसा अभ्यास करणार? प्रशस्त रस्त्यावर आपल्याला चालता येत नसेल तर दोरीवरून कसं चालणार? मरणोत्तर जीवन आणि महानिर्वाण निर्माण या गोष्टींच्या प्राप्तीसाठी प्रत्येक दिवस मौल्यवान आहे. वेळ वाया घालवून चालणार नाही. व्यसनांमध्ये अडकून राहून आणि अभ्यासाकडे दुर्लक्ष करून काहीही साध्य होणार नाही.''

''मरणोत्तर जीवन आणि महानिर्वाण निर्माणाविषयीचं ज्ञान जितकं स्पष्टपणाने तू समजून घेशील तितकं तुझ्यासाठी चांगलं आहे. यामुळे पृथ्वीवरच्या प्रत्येक क्षणाचं मूल्य समजण्यासाठी तू समर्थ ठरशील आणि आपला वेळ निरर्थक कामात वाया घालवणार नाही. मग पृथ्वीवर तू कुठेही असलास तरी आपण येथे कशासाठी आहोत याचं विस्मरण तुला होणार नाही. म्हणजे तुझा सरावही योग्य प्रकारे चालेल शिवाय त्याचा आनंदही घेता येईल. आपण येथे का आलो आहोत, याचाच विसर पडला तर आपला सराव थांबेल. आपल्याला महाजीवनाचा धडा आत्मसात करता येणार नाही. व्यर्थ विचारांमध्ये, 'आज लोकांनी माझ्यासाठी टाळ्या का वाजवल्या नाहीत... आज माझ्याशी कुणी आदरपूर्वक का बोललं नाही... बसायला खुर्ची दिली नाही... प्रशंसा केली नाही... स्तुतिसुमनं उधळली नाहीत... अशा क्षुल्लक गोष्टीतच अडकून आपला वेळ वाया घालवशील. यासाठी योग्य ज्ञान (सत्य) वेळेवर आठवणं अत्यंत आवश्यक आहे. आयुष्य सरलं आणि तरीही सत्याविषयी आपल्याला काही माहिती नसली तर आपल्या आयुष्याचा उपयोगच काय! आपण जीवनाच्या पाठशाळेत महाजीवनाची, संपूर्ण जीवनाची तयारी करत आहोत याचं भान प्रत्येक क्षणी आपल्याला असायलाच हवं.

''संपूर्ण जीवन म्हणजे केवळ भौतिक शरीराच्या मृत्यूपर्यंतचं सीमित जीवन नव्हे. स्थूल शरीराच्या मृत्यूपर्यंतचा प्रवास हा केवळ एक टप्पा आहे. आयुष्याच्या एकूण पाच अवस्था असतात.एक-बाल्यावस्था, दोन-किशोरावस्था, तीन-तारुण्यावस्था, चार-प्रौढावस्था आणि पाच-वृद्धावस्था. जन्मानंतर मुलाने किशोरावस्थेत प्रवेश करणे हा एक टप्पा झाला. तारुण्यात पदार्पण करणे हा दुसरा टप्पा, वृद्धावस्था हा तिसरा टप्पा तर स्थूल शरीराचा अंत होऊन सूक्ष्म शरीराचा प्रवास सुरू होणे हा चौथा टप्पा आहे.

''संपूर्ण जीवन म्हणजे पूर्ण जीवन, उच्चतम अभिव्यक्ती, उच्चतम इच्छा आणि उच्चतम निवड या सर्व गोष्टी जेथे एकत्रितपणे जाणून घेता येतात ते हे जीवन. ही जाणीव जर माणसाला पक्की झाली असेल तर आयुष्यातला एक दिवसही वाया घालवणं त्याला योग्य वाटणार नाही आणि याचं जर भान नसेल तर दिवस काय, वर्षं निघून जातात पण माणूस झोपेतून जागा होत नाही. उच्चतम अभिव्यक्तीसाठी आवश्यक असलेली साधना करत नाही, अंगी सजगता आणत नाही. जीवनाच्या या महत्त्वपूर्ण कलेपासून तो सदैव अनभिज्ञ राहतो.''

''होय सरश्री, आता मला या अतिमहत्त्वपूर्ण, सर्वश्रेष्ठ अभिव्यक्तीविषयी सर्व काही स्पष्ट झालं आहे. त्याचबरोबर महानिर्वाण निर्माणाविषयीही मला ज्ञात झालं आहे. स्वानुभव प्राप्त करून त्यात स्थापित होण्याची ही सर्वोच्च आकांक्षाही मला खुणावत आहे, परंतु ही श्रेष्ठतम निवड नक्की काय आहे?''

''नेहमी सर्वोच्चाचीच निवड करणे, अत्युच्च गोष्टीकडे लक्ष देणे, पारटूला ध्यानात ठेवून प्रत्येक गोष्टीत सजगता ठेवणे.''

''या परिस्थितीत कोणती महत्त्वपूर्ण आणि सर्वोत्तम निवड शक्य आहे असं निरंतर विचारणं हाच पृथ्वीवरचा महान अभ्यास होऊ शकतो का?''

''कोणताही निर्णय, मनात जीवनाविषयीचं संपूर्ण चित्र आणि पार्ट वन व पारटूच्या जीवनाला समोर ठेवून घेतला जावा.''

''होय सरश्री. ही समज देण्यासाठी आणि आपल्या या अमूल्य मार्गदर्शनासाठी अनंत धन्यवाद. परंतु याव्यतिरिक्त मला स्मरणात ठेवण्यासारखा आणखी एखादा महत्त्वाचा संदेश आहे का?''

''जीवन, आज जी समज तू प्राप्त करत आहेस ती पृथ्वीवरची सर्वाधिक महत्त्वपूर्ण समज आहे. तुझ्या या जीवनात, मनुष्यदेहात तू जी समज प्राप्त करण्याचं कर्म करत

आहेस तीच तुला पारटूमध्ये मार्गदर्शन करेल. यासाठी सर्व संतांनी माणसाच्या कर्मावर विशेष भर दिला.''

''सरश्री, कर्म म्हणजे नेमकं काय?''

''जीवन, त्यासाठी आणखी काही सत्रांची आवश्यकता आहे. पण पारटूमध्ये तुझ्या चेतनेचा स्तर, आध्यात्मिक ज्ञान आणि समज महत्त्वाची आहे. पण आत्ता तू एवढंच समजून घे. शिवाय जी कर्मं तुला सर्वोच्च स्तरापर्यंत घेऊन जाण्यास सहायक ठरतात तीच महत्त्वपूर्ण आहेत.''

''सरश्री, मी या गोष्टी नक्कीच आठवणीत ठेवीन आणि कर्मावर मार्गदर्शन घेण्यासाठी मी लवकरच सक्षम होईन अशी आशा करतो.''

''प्रत्येक घटना पुढच्या घटनेची तयारी असते...''

महाजीवनाची डायरी

२९

प्राचीन तिबेटमध्ये आत्मबोध झालेल्या लोकांकडून, मरणासन्न व्यक्तीसाठी मरणोत्तर जीवनाच्या ज्ञानाविषयी काही सांगितलं आहे. याचा लाभ लोकांना अनेक शतकं घेता यावा यासाठी हे ज्ञान, पुस्तकाच्या रूपानं प्रस्तुत केलंय. आज या पुस्तकाला 'द तिब्बेतियन बुक ऑफ द डेड' या नावाने लोक ओळखतात.

जिचा अद्याप मृत्यू झाला नाही अशा मरणासन्न व्यक्तींसमोर या पुस्तकाचं पठण केलं जातं. हे ज्ञान ऐकता-ऐकताच माणूस पुढील जीवनासाठी तयार होतो. ज्याप्रमाणे एखाद्या मुलीला सासरी जाताना तिचे आई-वडील मार्गदर्शन करतात, 'तू सर्वांशी मिळून मिसळून राहा... मोठ्यांचा आदर कर... नेहमी आनंदात राहा' वगैरे... त्याचप्रमाणे या पृथ्वीवरून जाणाऱ्या माणसालाही त्याने सकारात्मक विचार ठेवावेत यासाठी हे ज्ञान ऐकवलं जातं. याशिवाय मरणाऱ्या माणसाचे नातेवाईकदेखील हे ज्ञान ऐकून नकारात्मक विचारांसह त्याला निरोप देतात. नाहीतर लोकांच्या दुःखद भावना, जाणाऱ्या माणसाला निष्कारणच रोखून ठेवतात. अशाप्रकारे मृत्यूविषयीचं असं सखोल ज्ञान, सर्वांच्या शुभेच्छा आणि आयुष्यातील चिंतेतून मुक्त होऊन चेतनेचा सर्वोच्च स्तर कायम ठेवून तो पारटूमध्ये प्रवेश करतो.

'द तिब्बेतियन बुक ऑफ डेड' या पुस्तकात, सूक्ष्म शरीराला ज्या अवस्थेतून जावं लागतं, त्या सर्व अवस्थांचा समावेश आला आहे. मृत्यूनंतर जे लोक पुन्हा जिवंत झाले त्यांनीही याचं वर्णन केलंय. मृत व्यक्ती स्वतःला शरीराबाहेर पाहते... आपल्या शवाजवळ बसून नातेवाईक व मित्र रडत असलेले ती बघते... स्वतःच्या शवाला अंतिम संस्कारासाठी नेत असतानाचं दृश्यही तिला दिसतं... त्यावेळी तिला आपल्या प्रतिक्रिया व्यक्त करायच्या असतात पण कोणालाच त्या ऐकू येत नाहीत. तेव्हादेखील ती आता जिवंत नाही ही गोष्ट मृत व्यक्तींना समजत नाही. कारण तेव्हाही आपण चेतनारूपी ऊर्जेने भरलेले आहोत असंच त्यांना जाणवतं. हे ज्ञान जर त्यांना अवगत नसेल तर बराच काळ संभ्रमित अवस्थेतच जातो. कारण काय करावं, कुठे जावं, हेच त्याच्या लक्षात येत नाही. काहीकाळ ते आजूअबाजूलाच भटकत राहतात. 'माझा मृत्यू झाला आहे' ही गोष्ट पक्की झाल्यानंतर त्याला या गोष्टीचं आश्चर्य वाटतं, 'अरे व्वा, अजूनही माझ्याजवळ शरीर आहे! आणि तेही इतकं हलकं फुलकं, वेदनारहित आणि दिव्य जाणवतंय, शिवाय आता ते हवं तिथे जाऊही शकतंय!'

त्यांची इंद्रियं अधिक तीक्ष्ण आणि कुशल होतात. सूक्ष्म-सूक्ष्म गोष्टीही त्यांच्या लगेच लक्षात येऊ लागतात. पृथ्वीवर जर ते अंध, बहिरे असतील तर तेथे या उणिवा नाहीशा होतात. प्रकाशाचं आच्छादन असलेल्या आपल्यासारख्याच लोकांना ते पाहतात. तिबेटी पुस्तकाच्या मार्गदर्शनानुसार मरणासन्न व्यक्तीला सांगितलं जातं, 'तू तेथे ज्यांना ज्यांना भेटशील त्या सर्वांविषयी मनात प्रेम, करुणा आणि धैर्याचे भाव बाळग. अशी भावना ठेवल्यानेच तुझा विकास होईल. अन्यथा द्वेष, तिरस्कार व चिंता तुला जड वातावरणात नेतील.' त्यांना या अवधीत जीवनाचं आकलन समजपूर्वक व कपटमुक्त होऊन कर आणि पश्चात्ताप न करण्याचा सल्ला दिला जातो. अशाप्रकारे मरणासन्न माणसाला त्याच्या भावना नेहमी सकारात्मक राहून आपल्या चुका स्पष्टपणे पाहता याव्यात यासाठी पारटूमधील परिस्थितीशी जुळवून घेण्याच्या गोष्टीचं ज्ञान आधीच दिलं जातं. जेणेकरून त्याला महाजीवनाचा अधिकारी बनता यावं.

* * * *

Gवन ते पारटू आणि पारटू ते महानिर्वाण निर्माणाचा प्रवास पूर्ण जीवन, महाजीवन आहे. अज्ञान, आळस आणि अविश्वासामुळे माणसाला महाजीवनाचा आनंद उपभोगता येत नाही. म्हणून या पुस्तकात दिलेल्या प्रत्येक संकेतांचा लाभ त्याने उठवायला हवा. कारण जीवन म्हणजे वेगळं व्यक्तिमत्त्व नव्हे, तर ते आधीपासूनच आपल्या अंतरंगात

उपलब्ध आहे. नव्हे, आपणच 'जीवन' आहोत आणि हे जीवन महान परमेश्वराचं थोर कार्य करण्यासाठी नेहमीच उतावीळ असतं. अहंकाराच्या ओझ्याखाली दबलेलं जीवन महाजीवन बनत नाही, तर ते रावणासारखं क्रूर, हिंस्र बनतं. मात्र हे मरणोत्तर ज्ञान त्या रावणासाठी, त्याच्या अंताची सुरुवात असते. यासाठी हे ज्ञान ऐकताना, पठण करताना आपलं मन खुलं असायला हवं. योग्यप्रकारे हे समजून आपल्या सर्व चुकीच्या संस्कारातून मुक्त होण्यासाठी याचा उपयोग करायचा आहे.

शब्दातच महाजीवनाचा अर्थ सांगायचा झाला तर जेथे जीवनाचा जन्म होतो आणि मृत्यूचा मृत्यू. माणूस जेव्हा भक्तीमुळे आपल्या व्यक्तिगत अहंकाराचा त्याग करायला तयार होतो तेव्हाच खऱ्या अर्थानं महाजीवनाचा जन्म होतो. त्यानंतर मृत्यूविषयीचं भयही दूर होतं. अशी अवस्था याच जन्मात आपल्याला प्राप्त व्हावी यासाठीच वास्तविक माणसाचा जन्म मिळतो. ज्यावेळी आपण मृत्यूचं हे रहस्य जाणून घेऊन त्या ज्ञानाआधारे जगायला लागाल, त्याचवेळी आपल्या जीवनाचं रूपांतरण महाजीवनात होईल. माणसाच्या स्थूल शरीराच्या मृत्यूबरोबरच त्याचं जीवन समाप्त होत नाही. माणसाचं शरीर निर्माण होण्यापूर्वी आणि मृत्यूनंतरही जीवन विद्यमान असतंच हे जाणून सजगतेनं आपलं आयुष्य व्यतीत करायला लागल्यानंतर आपल्या महाजीवनाची यात्रा सुरू होते. याहून सुकर असं दुसरं काहीच नसतं. श्वास घेणंही कठीण, डोळ्याची पापणी लवणंही कठीण त्यापेक्षा सहज असतं स्वतःला जाणणं, आपल्या केंद्रस्थानी पोहोचणं आणि तेथे स्थापित होणं...

आपण कोण आहोत, याचं विस्मरण होणं, विचारांच्या प्रवाहात वाहून जाणं, कल्पनेत कोलांटउड्या खाणं या सवयी दूर होताच महाजीवन प्राप्त करणं सहजशक्य होतं. कारण यावेळी वर्तमान क्षणाचा बोध प्रकट होतो व तोच आत्मसाक्षात्काराचं कारण बनतो.

वारंवार अहंकाराचा जन्म-मृत्यू होणं बंद होतं, तेव्हाच महाजीवन सुरू होतं. वास्तविक अहंकाराच्या जन्म आणि मृत्यूमुळेच जन्ममरणाचा खेळ रचला गेला आहे. माणसाला ज्याक्षणी सत्याचा साक्षात्कार होतो त्याचक्षणी, त्याच जीवनात त्याला महाजीवन प्राप्त होऊ शकतं. अहंकाराचा मृत्यू महाजीवन देतं तर आयोजित मृत्यू (मेडिटेशन) समाधीचा अनुभव प्रदान करतं.

माणसाच्या शरीराचं वय वाढलं म्हणजे तो वृद्ध होतो असं नाही. शरीराचं वय कितीही असलं तरी जोवर मृत्यूचं भय वाटत नाही तोवर माणूस म्हातारा होत नाही.

'स्व'ला जाणणारा नेहमी तरुणच असतो.

मृत्यूपासून दूर पळाल तर फसाल हे रहस्य जाणून घेऊन त्याच्यापासून पळू नका तर त्याचं जवळून दर्शन करा. मृत्यूचं संपूर्ण दर्शन घेणारे 'महानिर्वाण निर्माण' करण्याचा संकल्प घेतात.

आयुष्यात सर्वोच्च अभिव्यक्ती करून खरं ध्येय प्राप्त करणे म्हणजेच 'महानिर्वाण' निर्माण होय. पृथ्वीवरचं आणि परलोकातील जीवन दोन्ही समोर ठेवून संपूर्ण जीवनाचं लक्ष्य प्राप्त करणं व सूक्ष्म जगात चेतनेच्या सर्वोच्च स्तरावर सेवाकार्य करणं यालाच महानिर्वाण निर्माण असं म्हटलं आहे. यासाठी प्रथम आपल्याला सर्व मान्यतेमधून मुक्त होणं आवश्यक असतं. ज्यायोगे सत्यमार्गावरील आपला प्रवास वेगाने होईल आणि आपल्याला अकंप, निर्मळ मनाने सर्वोत्कृष्ट अभिव्यक्ती करता येईल.

एक सजग माणूसच मृत्यूला सोहळा म्हणून साजरा करू शकतो. जेणेकरून मृत्यूला निमित्त समजून इतर लोकांची समज वाढवता यावी. असे लोक त्यांच्या स्थूल शरीराच्या मृत्यूनंतर काय व्हायला हवं, हे आधीच लिहून ठेवतील. जेव्हा त्यांच्या स्थूल शरीराच्या मृत्यूची वेळ येऊन ठेपली असेल तेव्हा ते त्यांच्या सर्व नातेवाइकांना अशा प्रकारचं निमंत्रण धाडू शकतील... स्थूल शरीर सोडल्यानंतर अमुक अमुक दिवसात त्यांचे सर्व नातेवाईक भेटण्यासाठी येऊ शकतात पण अट एकच असेल... त्यांनी नाचत, गात यायला हवं... दुःखी होऊन अजिबात नाही... सर्व नातेवाइकांना एकत्र करण्याचं तात्पर्य हेच असेल, की त्या सर्वांना मृत्यूवर मनन करण्याची संधी मिळावी. शिवाय तथाकथित मृत्यूविषयीचं ज्ञान अवगत व्हावं. तेव्हा त्या जागृत माणसाची मृत्युयात्रा धुमधडाक्यात निघेल व सर्व लोक त्याला हसत हसत निरोप देतील. त्या दिवसापासून प्रेतयात्रा पाहून माणसाच्या मनातून मृत्यूचं भय नष्ट व्हावं हेच मुख्य उद्दिष्ट असेल.

पृथ्वीवर स्थूल शरीराच्या मृत्यूसमयी ज्ञान प्राप्त केलेल्या माणसाची समज इतक्या सर्वोच्च स्तरावर असू शकेल. ते जिवंत असतानाच आपल्या मृत्यूचं निमंत्रणपत्र स्वतः तयार करून लोकांना धाडू शकतील. जर त्यांना हे करता आलं तर कृपाच ठरेल आणि नाही करता आलं तर त्यांच्या समजेनुसार कोणतीही तक्रार नसेल. कारण आता त्यांना जीवन-मृत्यूच्या ज्ञानाविषयीची पूर्ण समज मिळाल्यामुळे ते चेतनेच्या उच्च स्तरावरच विराजमान असतील.

माझ्या स्थूल शरीराचा मृत्यू किंवा मृत्युपत्र इतरांना जागृत करण्यासाठी निमित्त बनावं अशा प्रकारच्या भावना मनात उपजणंही अभिव्यक्तीच आहे. म्हणून आजपासूनच

अशी समज प्राप्त करा, जी आपल्याला पृथ्वीजीवन आणि मरणोत्तर जीवन दोन्हीही ठिकाणी आनंदी राहण्यासाठी मदत करेल. जेणेकरून विश्वातील सगळी रहस्यं आपल्यासमोर प्रकट होतील. यासाठीच पृथ्वीवर जन्म-मृत्यूची ही समज प्राप्त करणं आवश्यक आहे. पृथ्वीजीवनाच्या शेवटी आपल्यात केवळ समाधान, आनंद, भक्ती आणि धन्यवादाचेच भाव असतील...

* * * *

लोकांच्या मनात मृत्यूविषयी खूप भय असतं हे पाहून सगळ्या आत्मसाक्षात्कारी ऋषिमुनींनी या विषयावर कधी भाष्य केलंच नाही. जे लोक त्यांच्याकडे इतर काही गोष्टी शिकण्यासाठी येत होते, तेही भीती आणि अविश्वासामुळे शिकणं बंद करतील हे त्यांनी जाणलं होतं. या पुस्तकातील काही गोष्टींमध्ये जर तुमच्या मनात गोंधळ निर्माण झाला असेल तर त्या गोष्टी पार्किंगमध्ये ठेवून आपलं सत्यश्रवण, पठण नियमित चालू ठेवा.

नियतीद्वारे दिला गेलेला 'मृत्यू' हा एक सुंदर विधी आहे. ज्याद्वारे विश्वाची ही लीला पुढे सरकत असते. या विधीद्वारे माणूस आपले तरंग वाढवून सूक्ष्म जगतात अभिव्यक्ती करू शकतो. वास्तविक स्थूल शरीराचा मृत्यूही सूक्ष्म शरीर प्राप्त करण्याचा एक विधी आहे. परंतु हा विधीच लोकांच्या दुःखाचं कारण बनतो. माणसाला पृथ्वीवर मृत्यू पाहून दुःख होता कामा नये. कारण त्याची पुढची यात्रा याच जीवनाचा विस्तार असते. भावना व्यक्त करण्यासाठी स्थळ-काळाचं कोणतंही बंधन नसतं. माणसाच्या भावना सहजतया पृथ्वीवरून पारटूमध्ये पोहोचतात. या गोष्टी जेव्हा माणसाला स्पष्ट होतात, तेव्हा तो आपल्या दुःखद भावनांवर नियंत्रण तर ठेवेलच शिवाय आपल्या मृत नातेवाइकांविषयी सकारात्मक भावना बाळगेल.

मृत्यूसंबंधी कर्मकांडाचं मूळ लक्ष्य जाणण्याऐवजी लोक आज केवळ अंधानुकरण करतात म्हणून या प्रथांमागे असलेली समज लुप्त होत चालली आहे. परंतु काळानुसार आणि मननाद्वारे या कर्मकांडांमध्ये परिवर्तन आणलं जाऊ शकतं. प्रत्येक कर्मकांडाचं मूळ लक्ष्य जाणून नवीन प्रथा निर्माण करता येतील आणि त्यामुळे लोकांमध्ये मृत्यूविषयीची समज उत्पन्न होईल. पार्ट वनमधून पारटूमध्ये गेल्यावर सूक्ष्म शरीराला दोन प्रकारची समज मिळते. एक तर त्याचा मृत्यूच झाला नाही आणि दुसरी म्हणजे तो शरीर नव्हता. कारण त्याने त्याच्या शरीराला जळताना किंवा पुरताना पाहिलं होतं.

पारटूमध्ये रचनात्मक कार्य करण्यासाठी अपार संधी असतात. प्रेम, सेवा आणि आनंदोत्सव साजरा करण्याची अनेक कारणं उपलब्ध असतात. पारटूमध्ये विचारांची गती इतकी जास्त असते, की माणसाची रचनात्मकता आणि नवनिर्माण आपोआपच वृद्धिंगत होते.

पारटूमध्ये माणूस आपापल्या चेतनेच्या स्तरांनुसार वेगवेगळ्या उपखंडात जातो. तेथे कोणत्याही प्रकारचा भेदभाव नसतो. त्याचप्रमाणे पोटापाण्याची भूमिकाही नसते. पोटापासून मुक्ती म्हणजे पैसे कमावण्याच्या कष्टापासूनही तो मुक्त होतो. एका ठिकाणाहून दुसऱ्या ठिकाणी जाण्यासाठी वाहनाची आवश्यकता नसल्यामुळे पेट्रोलचीही गरज भासत नाही. पोटाचं पेट्रोल भोजन, तर वाहनाचं भोजन पेट्रोल. या दोन्हीतून मुक्ती म्हणजेच पारटू!

पृथ्वीवर जर सर्व लोकांना, आपली यापुढची यात्रा पारटूमध्ये होणार आहे आणि पृथ्वीवरील सवयी, वृत्ती-प्रवृत्ती तेथे सहयोग करणार नाहीत हे कळलं तर त्वरित ते आपल्या वागण्यात परिवर्तन आणतील. माणूस थोड्या अवधीसाठीच पृथ्वीवर आला आहे ही गोष्ट जर तो विसरला नाही, सूक्ष्म जगताची माहिती ज्ञात करून तेथे आवश्यक असणारे सर्व गुण विकसित केले तर त्याचं पृथ्वीवरचं जीवन सुंदर होईल, यात शंकाच नाही...

मृत्युसार

३०

* मृत्यूबाबतचं ज्ञान मिळवायचं असेल तर मृत्यू हाच सर्वोत्तम गुरू ठरेल. गुरू आपल्या जीवनात यमराजाची (अहंकाराचा मुक्तिदाता) भूमिका करीत असतात. या जीवनातच आपल्या गुरूंकडून मृत्यूचा अनुभव मिळवण्याची ध्यानसाधना शिकून घ्या.

* सगळे लोक आरशात आपली प्रतिमा बघतात. परंतु आरशातली आपली प्रतिमा बघून 'हा मीच आहे का?' किंवा 'जर मी म्हणजे हे शरीर नाही तर मी आहे तरी कोण?' असा प्रश्न फार कमी लोकांना पडतो. त्याचप्रमाणे मृत्यूबाबतही फार कमी लोक काही जाणून घेऊ इच्छितात.

* अव्यक्त जेव्हा व्यक्त होतं तेव्हा हा संसार निर्माण होतो. शरीराशी जोडला गेल्याने अव्यक्त 'व्यक्ती' बनतो. व्यक्तीच्या अंतर्यामीचा अहंकार मृत्यूची भीती उत्पन्न करतो. मृत्यूचं ज्ञान आपल्याला निर्भय बनवतं.

* पृथ्वीवर मानवी शरीरात एक अपूर्व तयारी सुरू आहे. मृत्यू आल्यावरही जीवन चालूच असतं हे सत्य जाणून घेणारी व्यक्ती आपल्या आयुष्याचा एकही क्षण वाया घालवणार नाही. प्रत्येक

घटनेपासून बोध घेऊन ती आपले धैर्य वाढवील.

* जीवनाच्या विद्यालयात सुटीच्या वेळेचा उपयोग लोकांच्या भेटीगाठी, संवाद, विचारविनिमय, परस्परांच्या मतांची देवाणघेवाण यासाठी करावा. त्यामुळे आपण जीवनातील संधीचा नेमका लाभ उठवू शकाल.
* जीवनातील दु:खांना (परीक्षांना) घाबरून ड्रॉप (शरीरहत्या) घेऊ नका, त्यामुळे तुमच्या पुढच्या प्रवासात अडचणी येतील.
* जीवनाच्या विद्यालयाचे प्राचार्य ईश्वर, अल्ला, मालिक या नावांनी ओळखले जातात, ते सर्वांसाठी एकच आहेत.
* मृत्यूविषयक अज्ञान हेच मृत्यूला भयानक रूप देते. जर मृत्यूविषयक अचूक ज्ञान आपण मिळवलं तर जीवनाची कला शिकण्यासाठी मृत्यूचा उपयोग होऊ शकेल.
* जी व्यक्ती आपल्या जीवनाचं रहस्य जाणते, आत्मस्वरूप ओळखते, तीच आपल्या शरीराच्या मृत्यूसाठी योग्य वेळी निर्भयपणे सिद्ध राहते.
* पृथ्वीवर एकच पदार्थ आहे आणि तोच वेगवेगळ्या तरंगांच्या रूपात रूपांतरित होत असतो. (विद्युत, चुंबकीय तरंग आणि कंपन) आपलं अंतिम लक्ष्य जाणून घेणे हेच माणसाचं ध्येय आहे. आपलं शरीर तरंगित होत असतं, क्षणाक्षणाला बदलत असतं. म्हणून मृत्यूची भीती बाळगण्याची गरज नाही.
* माणसाला चार प्रकारचे देह असतात आणि पाचवा त्या चार शरीरांना चालवत असतो. या पाचव्यापर्यंत पोहोचणं हे आपलं ध्येय आहे.
* माणसाच्या चारही दिशांना आभामंडल आहे. त्याच्याच प्रभावाला आपण व्यक्तिमत्त्व (Personality) म्हणतो. ज्याचं व्यक्तिमत्त्व प्रखर असतं त्याचं आभामंडलही तेवढंच प्रखर असतं. भयग्रस्त व्यक्तीचं तेजोवलय संकुचित होत जातं.
* एखाद्या व्यक्तीने बनियन, शर्ट, स्वेटर आणि कोट घातलेला असेल तरी तो या कपड्यांपेक्षा वेगळा असतो. नकली मृत्यूनंतर व्यक्तीची पहिली दोन शरीरं म्हणजे कोट आणि स्वेटर बाजूला होतात. तरीही अजून शर्ट आणि बनियन परिधान करणारा शिल्लक असतोच.
* माणूस मरण पावतो तेव्हा फक्त कारची बॉडी दूर होते. स्कूटरवर त्याचा प्रवास चालूच असतो. कारण स्कूटर आणि ती चालवणारा अजून जिवंतच असतो. त्याची यात्रा सूक्ष्म शरीरासह (स्कूटर) चालूच राहते.

* स्थूल शरीर निष्प्राण झाल्यावर माणूस मरण पावला असं वाटतं; परंतु सूक्ष्म शरीरामध्ये त्याची यात्रा चालूच असते. आपल्या डोळ्यांची क्षमता मर्यादित असते. त्यामुळे सूक्ष्म शरीर आपल्याला दिसत नाही. म्हणून तो माणूस मरण पावला असं आपण म्हणतो.

* भौतिक शरीर निष्प्राण होतं तेव्हा नकली मृत्यू होतो कारण त्याचं सूक्ष्म शरीर कार्यरत असतंच. जेव्हा सूक्ष्म शरीरही गळून पडतं तेव्हा माणसाचा खरा मृत्यू होतो.

* आपण झोपेत असतो तेव्हा आपलं सूक्ष्म शरीर कितीतरी वेळा बाहेर जाऊन फेरफटका मारून येतं. त्यामुळे एखादी घटना वा एखादं स्थळ बघितल्यावर ते पूर्वी प्रत्यक्षात बघितलेलं नसतानाही कुठे तरी बघितल्यासारखं वाटतं.

* काही व्यक्तींची मृत्यूपूर्वी प्रकृती एकदम ठीक होते आणि ते शांत होतात. कारण त्यांना हा मृत्यू खरा नाही हे अनुभवाने जाणवतं. त्यांना ही समज मृत्यूच्या वेळी होते. पण आपल्याला हे ज्ञान अगोदरच दिलं गेल्यामुळे ते फार महत्त्वाचं ठरतं.

* आपण आयुष्यभर ज्या गोष्टींचा विचार केलेला असतो त्याच गोष्टी मृत्यूच्या क्षणी आपल्याला आठवतात. गुरूकडून याच जन्मात पूर्ण ज्ञान जर मिळालं तर मृत्यूच्यावेळीसुद्धा सत्याचेच विचार मनात येतील.

* ग्रे पीरियडमध्ये (संधिकालात) आपल्याला आपलं संपूर्ण जीवन आठवतं. संपूर्ण जीवनाचा मागोवा घेऊनच आपलं जीवन यशस्वी की अयशस्वी हे ठरवावं. अर्धवट जीवन बघून कधीही निष्कर्ष काढू नयेत.

* पृथ्वीवरील जीवन आणि सूक्ष्म शरीराचे जीवन यांची कालगणना वेगवेगळ्या पद्धतीने होते. त्यामुळे सूक्ष्म शरीराचं आयुष्यमान किती हे येथील भाषेत सांगता येत नाही. एवढं मात्र खरं, की सूक्ष्म शरीराचं आयुष्य येथील जीवनाच्या कितीतरी पट जास्त असतं.

* मृत झालेली व्यक्ती आपल्या नातलगांना रडू नका असं सांगू इच्छिते परंतु सूक्ष्म शरीराचे तरंग वेगळे असल्यामुळे ती सांगू शकत नाही व लोक ऐकू शकत नाहीत.

* मृत व्यक्तीला आपल्या आधी मरण पावलेल्या नातलगांना जर भेटायचं असेल तर भेटता येतं. कारण परलोकातील आणि भूतलावरील कालगणना भिन्न आहे.

* समयातित अवस्था, अवकाशमुक्त (अवकाशरहित) अवस्था कशा असतात याचा शोध विज्ञान घेत आहे. विशिष्ट अवधीनंतर लोकांना कोणती साधने उपलब्ध होतील याबद्दल वेळोवेळी भाकिते वर्तवली जात आहेत. मृत्यूनंतरच्या

जीवनाविषयीच्या आकलनातही शास्त्रीय भाषेचा उपयोग होऊ शकेल.

* नकली मृत्यूनंतर रडत बसण्याऐवजी त्या व्यक्तीसाठी प्रार्थना करा. तिला लवकरात लवकर पुढची यात्रा सुरू करता यावी यासाठी प्रार्थना उपयुक्त ठरते. प्रार्थनेत मोठी ताकद असते. सूक्ष्म शरीराला पुढच्या प्रवासाचं महत्त्व जास्त असतं. म्हणून त्याच्यासाठी रडू नका. प्रार्थना करा.

* सूक्ष्म शरीरात केवळ विचारच काम करतात. म्हणून नेहमी शुभविचार करा. हॅपी थॉट्स ठेवा.

* सूक्ष्म शरीराच्या जगात 'समज' हाच आपला पासपोर्ट असतो म्हणून पृथ्वीवर असतानाच 'समज' प्राप्त करा आणि मान्यतांमधून मुक्त व्हा.

* सूक्ष्म शरीराच्या यात्रेमध्ये माणसाची जितकी बंधनं गळून पडतील, जितके भ्रम दूर होतील, तितकं त्याला स्वच्छ दिसू लागेल. अन्यथा दीर्घ काळापर्यंत तो संभ्रमावस्थेत भरकटत राहील.

* याच जीवनात सर्व धडे आत्मसात करा. जीवनातील अडचणींपासून दूर पळू नका. स्वत:चा अभ्यास स्वत: करा. इतरांना त्यांचे धडे शिकण्यासाठी मदत करा.

* सूक्ष्म शरीराला दगड आणि छडी यांनी हानी पोहोचवता येत नाही. मात्र शब्दांनी नुकसान करता येते. म्हणून कोणाचा मृत्यू झाल्यावर त्याची निंदा करू नका. त्याच्यासाठी प्रार्थना मात्र जरूर करा.

* ज्यांनी शरीरहत्या केली आहे त्यांना सूक्ष्म शरीरावस्थेत त्रास होऊ शकतो म्हणून पृथ्वीवर पूर्ण ज्ञान संपादन करा. अर्धवट ज्ञान असेल तर पुढच्या प्रवासात खूप त्रास सहन करावा लागेल.

* मृत्यूनंतर काही विशिष्ट हेतूने कर्मकांड केलं जातं. कर्मकांड समजून उमजून केलं तर ठीक; अंधश्रद्धेच्या आहारी जाऊन केलं तर ते निष्फळ ठरतं. कर्मकांड करताना 'समज' बाळगा.

* सूक्ष्म शरीर भूत बनून परत येईल व त्रास देईल म्हणून लोक त्याला घाबरतात. पण आपण चित्रपटात बघतो तसे भूत-प्रेत काही नसतं. सर्वांत मोठं भूत म्हणजे आपलं तुलनात्मक मन.

* जे लोक नकारात्मक विचार करतात, त्यांचे शरीर नकारात्मक गोष्टी स्वीकारण्यासाठी ग्रहणशील असतं आणि अशा शरीरातच नकारात्मक विचार त्रास देतात. म्हणून नेहमी सकारात्मक विचार करा आणि भीती बाळगू नका.

* स्वर्ग-नरक या मरणानंतरच्या गोष्टी नाहीत. प्रत्येक जण आपला स्वर्ग व नरक बरोबर घेऊन हिंडत असतो. नरकाची भीती आणि स्वर्गाची लालूच लोकांना सत्कर्माला प्रवृत्त करण्यासाठी दाखवण्यात येते.
* नरकात असणाऱ्याला आपण नरकात आहोत याची जाणीवच नसते. जो स्वर्गात आहे त्याला मात्र समोरचा जीव नरकात आहे याची पूर्ण कल्पना असते. जो चेतनेच्या उच्च स्तरावर असतो तो निम्न स्तर असणाऱ्या जीवाला ओळखू शकतो. निम्न स्तरावर असणारा जीव मात्र उच्च स्तरावरील जीवाला कधी ओळखू शकत नाही.
* पुनर्जन्म फक्त सर्वांच्या अंतर्यामी असणाऱ्या चैतन्याचा होतो, शरीराचा होत नाही. शरीर पुन्हा जन्माला येते ही लोकांची धारणा चुकीची आहे. शरीराची पाच तत्त्व - पृथ्वी, आप, तेज, वायू, आकाश ही मृत्यूनंतर पंचत्वात विलीन होतात.
* आपण पृथ्वीवर जन्म घेतो तो सराव, साधना करण्यासाठी. ही साधना सूक्ष्म शरीरात महानिर्वाण निर्माण करता यावं यासाठी असते. म्हणून पृथ्वीवर असताना आपला अभ्यास व्यवस्थित पूर्ण करा.
* उच्चतम चेतना असणारे सूक्ष्म शरीर आध्यात्मिक दृष्ट्या अत्यंत प्रगत असते. जोपर्यंत एखादी व्यक्ती या पृथ्वीवर सविकल्प समाधीच्या अवस्थेत अतिक्रमण करून निर्विकल्प समाधीच्या अवस्थेत पोहोचत नाही, तोपर्यंत त्याला उच्च चेतनेच्या जगात प्रवेश मिळत नाही.
* स्वाद, गंध, स्पर्श, शब्द आणि रूप यांचा अनुभव घेणाऱ्या इंद्रियांद्वारे विषयाशी जोडला गेलेला माणूस स्थूल शरीराद्वारे कार्य करीत असतो. ज्यावेळी तो कल्पना किंवा इच्छा करतो त्यावेळी तो आपल्या सूक्ष्म शरीराद्वारे कार्य करीत असतो. जेव्हा तो गंभीरपणे चिंतन वा ध्यान करीत असतो तेव्हा तो आपल्या कारण-शरीराची अभिव्यक्ती करीत असतो.
* सूक्ष्म जगत हे प्रकाश आणि रंग यांच्या सूक्ष्म तरंगांनी बनलेलं आहे आणि या स्थूल जगापेक्षा ते शेकडो पटींनी मोठं आहे.
* जगण्यासाठी माणूस हवेतून प्राणशक्ती मिळवतो. परंतु सूक्ष्म जगाचे रहिवासी दिव्यज्योतीने, तेजप्रकाशाने शक्ती मिळवतात.
* पृथ्वीवर माणसाचं जीवन स्वार्थी आणि पापपूर्ण राहिलं तर परलोकात त्याला अंधकारमय, दुःखदायक आणि बोजड वातावरणात राहावं लागतं. तेथे भय

आणि वेदना यांचं साम्राज्य असतं.

* मरणारी व्यक्ती जर लोभी, स्वार्थी, हिंसक, लंपट असेल तर परलोकात तिला समविचारी सूक्ष्मशरीर घेरून टाकतात. तेथील वातावरण उदास आणि जड असतं.

* मरणाऱ्या व्यक्तीचं पृथ्वीवरचं जीवन सेवाभावी आणि सहानुभूतिपूर्ण राहिलेलं असेल तर परलोक त्याला आनंद, प्रेम, सौंदर्य यांनी परिपूर्ण असलेलं अपूर्व जीवन बहाल करतं.

* सूक्ष्म जगात माणूस जसजसा प्रगती करीत राहतो, आपल्या विचारांचे पावित्र्य वाढवत जातो, तसतसं त्याचं शरीर कांतिमान आणि सौंदर्यपूर्ण होऊ लागतं. पृथ्वीवरच आपण आपले विचार आणि मन शुद्ध करायला हवं असं त्यासाठीच सांगण्यात येतं.

* प्रेम, करुणा, सेवा आणि धैर्य अंगी असणारे पृथ्वीवरील लोक मरणोत्तर आपल्या मनाच्या शुद्धतेनुसार उच्च उपखंडात पोहोचतात.

* परलोकात आल्यावर काही लोकांना सत्याची ओळख होते आणि त्यांना जाणवतं, की आत्मवंचना करीत पृथ्वीवर जगणारे जे जीव आहेत वास्तविक तेच खरे मृतक आहेत.

* लांबी, रुंदी आणि खोली (उंची) या तीन परिमाणांबरोबर एक चौथंही परिमाण परलोकात जोडलं जातं; परंतु आपल्या भाषेत ते व्यक्त करू शकत नाही.

* परलोकात कोणाला फसवता येत नाही किंवा कोणाबाबत गैरसमज होऊ शकत नाही. तेथे अंतर्ज्ञानाने लोक काम करत असतात.

* तेथे सर्व क्रिया विचारांद्वारे होतात. विचार हीच तेथील शक्ती असते. म्हणूनच सकारात्मक विचार करा, हॅपी थॉट्स ठेवा असं सांगण्यात येतं.

* सीमित मानव-चेतना शेवटी मुक्त होऊन सूक्ष्म जगातील जीवांना पुढील मार्ग दाखवण्यास निमित्त बनते, पृथ्वीवरील लोकांना मार्गदर्शन करते. अथवा, अनंत अशा परमात्म्याशी एकरूप होऊन जाते...

हे पुस्तक वाचल्यानंतर आपला अभिप्राय कृपया या पत्त्यावर अवश्य पाठवा.
Tej Gyan Global Foundation, Pimpri Colony Post Office,
P. O. Box 25, Pune - 411 017. Maharashtra (India).

परिशिष्ट

'सरश्रीं'द्वारे रचित इतर पुस्तकं

शोधयात्रा
ईश्वरप्राप्तीची सात पावलं

पृष्ठसंख्या : २४०   मूल्य : ₹ १५०

Also available in Hindi & English

लोकांच्या मनात ईश्वराबद्दल ज्या कल्पना असतात, त्यामुळे ईश्वर ही शोधण्याची गोष्ट आहे, असं त्यांना वाटतच नाही. शोध, मग तो परमात्म्याचा असो, आनंदाचा असो की स्वतःचा, एकाच शोधाची ही तीन वेगवेगळी नावं आहेत. परमेश्वराचा शोध म्हणजे प्रत्यक्षात आनंदाचा शोध, स्वतःचाच शोध आहे, हे जेव्हा लोकांना उमजेल, तेव्हाच ते त्याला योग्य तेवढं महत्त्व द्यायला लागतील.

'लोकांनी तुमच्याशी जसं वागावं असं तुम्हाला वाटतं, तसंच तुम्ही लोकांशी वागा, कारण आपल्या सर्वांमध्ये एकच चैतन्य वास करतं... एकच शक्ती अभिव्यक्त होते... बाह्यतः आपण एकमेकांपासून कितीही वेगळे भासत असलो, तरी आपला आंतरिक अनुभव एकच असतो... ही अनुभूती आल्यानंतर प्रेमाचा दुर्गंध सुगंधामध्ये बदलतो... प्रेम प्रार्थना बनतं... प्रेमाचा वन्ही रौरवातली भीषण आग न राहता शीतल अग्नी बनतो... प्रेमाचा करिष्मा पोकळ न होता अमृत बनतं... प्रेमगीतं मनोरंजनाची साधनं न राहता भजनं बनतात... प्रेमातलं बळ सेवा बनतं... प्रेमाची आठवण अहंकाराचं समर्थन करण्याऐवजी निराकाराकडे नेणारी ठरतात... हृदयात प्रेमाची अनुभूती गवसते... प्रेमाची साद तेजप्रेम बनतं... येथेच लाभते साधकाच्या शोधयात्रेला पूर्णत्व...!

मोक्ष

अंतिम साफल्याचा राजमार्ग

पृष्ठसंख्या : २१६ मूल्य : ₹ १८०

Also available in Hindi & English

मोक्षाच्या प्रचलित संकल्पनांना छेद देणारे आणि वाचकांचे जीवन बदलून टाकणारे पुस्तक मोक्ष... मृत्यूनंतर नव्हे... जिवंतपणीच! आत्ता... याच क्षणाला.

मोक्ष म्हणजे मुक्ती... भीतीपासून, चिंतेपासून, अगदी शारीरिक बंधनांतूनसुद्धा... मोक्षानंतर असतो केवळ आनंद. शब्दांमध्ये वर्णन न करता येणारा पण प्रत्येक क्षणी अनुभवता येणारा, जीवन व्यापून टाकणारा - तेजआनंद. म्हणून मोक्ष आहे सुखी जीवनाची गुरुकिल्ली आणि अलौकिक यशाचा राजमार्ग. हे तेजयश, हा तेजआनंद, हे सुखी जीवन म्हणजेच मोक्ष कसा प्राप्त करायचा, मोक्ष आपल्या जीवनाचे अंतिम उद्दिष्ट कसे, याचा मार्ग सोपा करून दाखवणारे पुस्तक.

मोक्ष... या कल्पनेबाबत सर्वसामान्य लोकांमध्ये प्रचलित असलेली एक समजूत अशी की मोक्ष हा माणसाला त्याच्या मृत्यूनंतरच मिळतो. पण ही समजूत अगदीच चुकीची कशी आहे, हे या पुस्तकात वाचणार आहोत. आपण कोण आहोत? हा देह गेल्यावर आपण कुठे असणार? हे ज्ञान होणे म्हणजेच मोक्ष. यासाठी मृत्यू व्हायची वाट बघावी लागत नाही. 'याचि देही, याची डोळा' हे ज्ञान होऊ शकतं.

मोक्ष आपल्या अंतरंगातच आहे व आपल्याच अस्तित्वाचाच एक अभिन्न भाग आहे. मोक्ष हा अतिशय गहन विषय, सामान्य माणसालाही समजेल अशा सोप्या व लोकभाषेत या पुस्तकात सांगितला आहे.

एक अल्प परिचय
सरश्री

स्वीकार मुद्रा

सरश्रींचा आध्यात्मिक शोधाचा प्रवास त्यांच्या बालपणापासूनच सुरू झाला होता. हा शोध सुरू असतानाच त्यांनी अनेक प्रकारच्या पुस्तकांचं अध्ययन केलं. त्याचबरोबर या शोधकाळात त्यांनी अनेक ध्यानपद्धतींचा अभ्यासही केला. त्यांच्यातील या जिज्ञासेने त्यांना अनेक वैचारिक आणि शैक्षणिक संस्थांमध्ये जाण्यासाठी प्रेरित केलं. जीवनाचं रहस्य समजण्यासाठी त्यांनी **प्रदीर्घ काळ मनन करून आपलं शोधकार्य सातत्याने सुरू ठेवलं. या शोधातूनच त्यांना 'आत्मबोध' प्राप्त झाला.** आत्मसाक्षात्कारानंतर त्यांना जाणवलं, की **अध्यात्माचा प्रत्येक मार्ग ज्या शृंखलेने जोडलेला आहे, तो म्हणजे 'समज'** (Understanding). आत्मबोधप्राप्तीनंतर त्यांनी अध्यापनाचं कार्य थांबवलं आणि जवळ जवळ दोन दशकांहूनही अधिक काळ आपलं समस्त जीवन अखिल मानवजातीच्या आध्यात्मिक विकासासाठी अर्पण केलं.

सरश्री म्हणतात, "सत्यप्राप्तीच्या सर्व मार्गांचा प्रारंभ जरी वेगवेगळ्या मार्गांनी होत असला, तरी सर्वांचा अंत मात्र एकच समज प्राप्त केल्याने होतो. ही **'समज'च सर्व काही असून ती स्वतःमध्ये परिपूर्ण आहे. आध्यात्मिक ज्ञानप्राप्तीसाठी या 'समजे'चं श्रवणच पुरेसं आहे.**" ही समज प्रकाशमान करण्यासाठी आजपर्यंत त्यांनी **आध्यात्मिक विषयांवर तीन हजारांहून अधिक प्रवचनं दिली आहेत.** या प्रवचनांद्वारे ते अध्यात्मातील अतिशय गहन संकल्पना सहज, सुलभ आणि व्यावहारिक भाषेत समजावून सांगतात. समाजातील प्रत्येक स्तरावरील मनुष्य सरश्रींद्वारे सांगितल्या जाणाऱ्या या समजेचा लाभ घेऊ शकतो.

ही समज प्रत्येकाला आपल्या अनुभवातून प्राप्त व्हावी, यासाठी सरश्रींनी **'महाआसमानी परमज्ञान शिबिर'** आणि त्यासाठी आवश्यक असणारी कार्यप्रणाली (सिस्टिम) तयार केली. **तिचा लाभ आज लाखो लोक घेत आहेत.** या प्रणालीला आय.एस.ओ. (ISO 9001:2015) प्रमाणपत्रही लाभलंय. या प्रणालीमुळेच अनेकांना

सत्यमार्गावर वाटचाल करण्याची प्रेरणा मिळाली आहे. या समजेचा प्रचार आणि प्रसार करण्यासाठी त्यांनी 'तेजज्ञान फाउंडेशन' या आध्यात्मिक संस्थेचा पाया रचला. **'हॅपी थॉट्सद्वारे उच्चतम विकसित समाजाची निर्मिती करणे,'** हेच या संस्थेचं मुख्य उद्दिष्ट आहे.

विश्वातील प्रत्येक मनुष्य आज सरश्रींच्या मार्गदर्शनाचा लाभ घेऊ शकतो. त्यासाठी कोणत्याही धर्म, जात, उपजात, वर्ण, पंथ वा लिंग यांचं बंधन नसतं. विश्वाच्या प्रत्येक कानाकोपऱ्यांतील लोक आज 'तेजज्ञान'च्या अनोख्या ज्ञानप्रणालीचा (System for Wisdom) लाभ घेत आहेत. याच व्यवस्थेचा आणखी एक महत्त्वपूर्ण भाग म्हणजे, **दररोज सकाळी आणि रात्री ९ वाजून ९ मिनिटांनी लाखो लोक विश्वशांतीसाठी प्रार्थना करत आहेत.**

बेस्ट सेलर पुस्तक 'विचार नियम' शृंखलेचे रचनाकार म्हणूनही सरश्रींना ओळखलं जातं. **केवळ पाच वर्षांच्या कालावधीत या पुस्तकाच्या १ कोटीपेक्षा अधिक प्रती** वितरित झाल्या आहेत. याशिवाय आजवर त्यांनी विविध विषयांवर **१०० हून अधिक पुस्तकं लिहिली** आहेत. त्यांपैकी 'विचार नियम', 'स्वसंवाद एक जादू', 'शोध स्वतःचा', 'स्वीकाराची जादू', 'निःशब्द संवाद एक जादू', 'संपूर्ण ध्यान' इत्यादी पुस्तकं बेस्ट सेलर झाली आहेत. ही पुस्तकं दहापेक्षा अधिक भाषांमध्ये अनुवादित असून, पेंगुइन बुक्स, हे हाउस पब्लिशर्स, जैको बुक्स, मंजुळ पब्लिशिंग हाउस, प्रभात प्रकाशन, राजपाल ॲण्ड सन्स, पेंटागॉन प्रेस आणि सकाळ प्रकाशन इत्यादी प्रमुख प्रकाशन संस्थांद्वारे ती प्रकाशित झाली आहेत.

तेजज्ञान फाउंडेशन परिचय

तेजज्ञान फाउंडेशन आत्मविकासातून आत्मसाक्षात्कार प्राप्त करण्याचा एक मार्ग आहे. यासाठी सरश्रींद्वारा एक अनोखी बोधप्रणाली (System for Wisdom) निर्माण झाली आहे. या प्रणालीला आंतरराष्ट्रीय प्रमाणपत्राद्वारे ISO 9001:2015च्या आवश्यकतेनुसार आणि निकष पडताळून सरळ, व्यावहारिक आणि प्रभावी बनवलं गेलं आहे.

या संस्थेच्या प्रबोधनपद्धतीच्या भिन्न पैलूंना (शिक्षण, निरीक्षण आणि गुणवत्ता) स्वतंत्र गुणवत्ता परीक्षकांद्वारे (Quality Auditors) क्रमबद्ध पद्धतीने पडताळलं गेलं. त्यानंतर या पैलूंना ISO 9001:2015साठी पात्र समजून या बोधपद्धतीला हे प्रमाणपत्र प्रदान करण्यात आलं.

या फाउंडेशनचे लक्ष्य आहे नकारात्मक विचारांकडून सकारात्मक विचारांकडे वाटचाल. सकारात्मक विचारांकडून शुभ विचारांकडे म्हणजे हॅपी थॉट्सकडे प्रगती. शुभ विचारांकडून निर्विचार अवस्थेकडे मार्गक्रमण आणि निर्विचार अवस्थेच्या अंती आत्मसाक्षात्कार प्राप्ती. 'मी सर्व विचारांपासून मुक्त व्हावे' हा विचार म्हणजे शुभ विचार (हॅपी थॉट्स). 'मी प्रत्येक इच्छेपासून मुक्त व्हावे', अशी इच्छा म्हणजे शुभ इच्छा.

तेजज्ञान म्हणजे ज्ञान व अज्ञान या दोहोंच्या पलीकडचे ज्ञान. पुष्कळ लोक सामान्य ज्ञानाच्या (General Knowledge) माहितीलाच ज्ञान मानतात. परंतु अस्सल ज्ञान आणि नुसती माहिती यांत फार मोठे अंतर आहे. आजमितीला लोक सामान्य ज्ञानाच्या उत्तरांनाच जास्त महत्त्व देतात. अशा ज्ञानाचे विषय म्हणजे कर्म आणि भाग्य, योग आणि प्राणायाम, स्वर्ग आणि नरक इत्यादी. आजच्या युगात सामान्यज्ञान प्राप्त करणारे लोक, शिक्षक मोठ्या प्रमाणावर आहेत; परंतु हे ज्ञान ऐकून जीवनात परिवर्तन घडून येत नाही. असे ज्ञान म्हणजे केवळ बुद्धिविलास आहे किंवा अध्यात्माच्या नावावर चाललेला बुद्धीचा व्यायाम आहे.

सर्व समस्यांवरील उपाय आहे तेजज्ञान. क्रोध, चिंता आणि भय यांपासून मुक्त जीवन म्हणजे तेजज्ञान. शारीरिक, मानसिक, सामाजिक, आर्थिक आणि आध्यात्मिक प्रगतीचा, सर्वांगीण प्रगतीचा मार्ग आहे तेजज्ञान. तेजज्ञान आपल्या अंतरंगात आहे. येथे या आणि या गोष्टीचा अनुभव घ्या.

आपल्याला असे ज्ञान हवे आहे, की जे सामान्य ज्ञानापलीकडे आहे, जे प्रत्येक समस्येवरील उत्तर आहे, जे प्रत्येक समजुतीपासून, गृहीत धारणांपासून आपल्याला मुक्त करते, ईश्वरी साक्षात्कार घडविते, अंतिम सत्यात स्थापित करते. आता वेळ आली आहे शाब्दिक, सामान्यज्ञानातून बाहेर येऊन तेजज्ञानाचा अनुभव घेण्याची!

आजवर जप-तप, तंत्र-मंत्र, कर्म-भाग्य, ध्यान-ज्ञान, योग-भक्ती असे अनेक मार्ग अध्यात्मात सांगितले आहेत. या सर्व मार्गांनी प्राप्त होणारी अंतिम समज, अंतिम ज्ञान, बोध एकच आहे. अंतिम सत्याच्या शोधकाला, साधकाला शेवटी जी एकच 'समज' प्राप्त होते, ती 'समज' श्रवणानेसुद्धा प्राप्त होऊ शकते. अशा समजप्राप्तीसाठी श्रवण करणे यालाच तेजज्ञान प्राप्त करणे म्हटले गेले आहे. तेजज्ञानाच्या श्रवणाने सत्याचा साक्षात्कार घडतो, ईश्वरीय अनुभव मिळतो. हेच तेजज्ञान सरश्री महाआसमानी शिबिरात प्रदान करतात.

महाआसमानी परमज्ञान
शिबिर परिचय आणि लाभ (निवासी)

तुम्हाला सर्वोच्च आनंद हवाय? असा आनंद, जो कोणत्याही बाह्य कारणावर अवलंबून नाही... जो प्रत्येक क्षणी वृद्धिंगत होतो. या जीवनात तुम्हाला प्रेम, विश्वास, शांती, समृद्धी आणि परमसंतुष्टी हवी आहे का? शारीरिक, मानसिक, सामाजिक, आर्थिक आणि आध्यात्मिक अशा आयुष्याच्या सर्व स्तरांवर यशस्वी होण्याची तुमची इच्छा आहे का? 'मी कोण आहे' हे तुम्हाला अनुभवाने जाणावंसं वाटतं का?

तुमच्या अंतर्यामी अशा सर्व प्रश्नांची उत्तरं जाणण्याची इच्छा आणि 'अंतिम सत्य' प्राप्त करण्याची तृष्णा असेल, तर तेजज्ञान फाउंडेशनतर्फे आयोजित 'महाआसमानी शिबिरा'त तुमचं स्वागत आहे. हे शिबिर सरश्रींच्या मार्गदर्शनावर आधारित आहे. सरश्री, आजच्या युगातील आध्यात्मिक गुरू असून, ते आजच्या लोकभाषेत अत्यंत सहजपणे आध्यात्मिक समज प्रदान करतात.

महाआसमानी परमज्ञान शिबिराचा उद्देश :

विश्वातील प्रत्येक मनुष्यानं 'मी कोण आहे', या प्रश्नाचं उत्तर जाणून तो सर्वोच्च आनंदाच्या अवस्थेत स्थापित व्हावा, हाच या शिबिराचा मुख्य उद्देश आहे. प्रत्येकाला

असं ज्ञान प्राप्त व्हावं, जेणेकरून त्यानं प्रत्येक क्षणी वर्तमानात जगण्याची कला आत्मसात करावी. तो भूतकाळाचं ओझं आणि भविष्याची चिंता यांतून मुक्त व्हावा. प्रत्येकाच्या आयुष्यात कधीही न संपणारा आनंद आणि योग्य समज यावी. शिवाय, प्रत्येकानं समस्या विलीन करण्याची कला आत्मसात करावी. थोडक्यात, मनुष्यजन्माचा उद्देश सफल व्हावा, हाच या शिबिराचा उद्देश आहे.

'मी कोण आहे? मी येथे का आहे? मोक्ष म्हणजे काय? या जन्मातच मोक्षप्राप्ती शक्य आहे का?' असे प्रश्न जर तुमच्या मनात असतील, तर त्यांवरील उत्तर आहे- 'महाआसमानी परमज्ञान शिबिर'.

महाआसमानी परमज्ञान शिबिराचे मुख्य लाभ :

वास्तविक या शिबिराचे लाभ तर असंख्य आहेत; पण त्यांपैकी मुख्य लाभ पुढीलप्रमाणे-

* जीवनात शक्तिशाली ध्येय निश्चित होतं
* 'मी कोण आहे' हे अनुभवाने जाणता येतं (सेल्फ रियलायजेशन)
* मनाचे सर्व विकार विलीन होतात.
* भय, चिंता, क्रोध, बोरडम, मोह, तणाव या नकारात्मक बाबींतून मुक्ती
* प्रेम, आनंद, मौन, समृद्धी, संतुष्टी, विश्वास अशा दिव्य गुणांशी युक्ती
* साधं, सरळ पण शक्तिशाली जीवन जगता येतं
* प्रत्येक समस्येचं निराकरण करण्याची कला प्राप्त होते
* 'प्रत्येक क्षणी वर्तमानात जगणं' हा तुमचा स्वभाव बनतो
* आपल्यातील सर्व सकारात्मक शक्यता खुलतात
* याच जीवनात मोक्षप्राप्ती होते

महाआसमानी परमज्ञान शिबिरात सहभागी कसं व्हाल?

या शिबिरात सहभागी होण्यासाठी तुम्हाला खालील बाबींची पूर्तता करायची आहे-

१) तुमचं वय कमीत कमी अठरा किंवा त्यापेक्षा अधिक असायला हवं.

२) सर्वप्रथम तुम्हाला 'सत्य-स्थापना' (फाउंडेशन ट्रुथ रिट्रीट) शिबिरात सहभागी व्हावं लागेल. या शिबिरात, तुम्ही प्रामुख्यानं दोन बाबी शिकाल- प्रत्येक क्षणी वर्तमानात जगण्याची कला कशी आत्मसात करावी आणि निर्विचार अवस्था कशी प्राप्त करावी.

३)	प्राथमिक स्तरावर तुम्हाला काही प्रवचनं ऐकायची असून, त्यांतून तुम्ही मूलभूत समज आत्मसात कराल आणि महाआसमानी शिबिरात प्रवेश करण्यासाठी तयार व्हाल.

हे शिबिर साधारणपणे एक-दोन महिन्यांच्या अंतराने आयोजित करण्यात येतं. यात हजारो सत्यशोधक सहभागी होतात. या शिबिराची तयारी दोन पद्धतींनी करू शकता. पहिली पद्धत- मनन आश्रम, पुणे येथे ५ दिवसीय शिबिरात भाग घेऊ शकता. दुसरी पद्धत- तेजज्ञान फाउंडेशनच्या जवळच्या सेंटरवर जाऊन सत्यश्रवणाद्वारेही करू शकता. महाराष्ट्रात अहमदनगर, सातारा, औरंगाबाद, नाशिक, नागपूर, वर्धा, अमरावती, चंद्रपूर, यवतमाळ, कोल्हापूर, सांगली, रत्नागिरी, लातूर, बीड, नांदेड, परभणी, पनवेल, मुंबई, ठाणे, सोलापूर, पंढरपूर, जळगाव, अकोला, बुलढाणा, धुळे, भुसावळ आणि महाराष्ट्राबाहेर सुरत, अहमदाबाद, बडोदा, नवी दिल्ली, बेंगलुरू, बेळगाव, धारवाड, रायपूर, भुवनेश्वर, कोलकाता, रांची, लखनौ, कानपूर, चंदीगढ, जयपूर, चेन्नई, पणजी, म्हापसा, भोपाळ, इंदोर, इटारसी, हर्दा, विदिशा, बुऱ्हाणपूर या ठिकाणी महाआसमानी शिबिराची पूर्वतयारी करू शकता.

तेजज्ञान फाउंडेशनमध्ये उपलब्ध असणाऱ्या सरश्रीलिखित पुस्तकांचं वाचन करून किंवा सरश्रींच्या प्रवचनांच्या सीडीज ऐकूनही तुम्ही या शिबिराची पूर्वतयारी करू शकता. याशिवाय, तुम्ही टीव्ही, रेडिओ किंवा यू ट्युबवरील सरश्रींच्या प्रवचनांचा लाभही घेऊ शकता. पण लक्षात घ्या, पुस्तकांतील ज्ञान, सीडी, टीव्ही, रेडिओ आणि यू ट्युबवरील प्रवचनं म्हणजे 'तेजज्ञानाची तोंडओळख' आहे; 'संपूर्ण तेजज्ञान' मुळीच नाही. तुम्ही महाआसमानी शिबिरात सहभागी होऊनच तेजज्ञानाचा आनंद घेऊ शकता. तेव्हा आगामी महाआसमानी शिबिरात सहभागी होण्यासाठी आजच संपर्क करा- - 09921008060/ 75, 9011013208

महाआसमानी परमज्ञान शिबिरस्थान :

हे शिबिर पुण्यातील मनन आश्रम येथे आयोजित केलं जातं. येथे तुमच्या निवासाची आणि भोजनाची व्यवस्था केली जाते. तुम्हाला काही शारीरिक व्याधी असतील आणि त्यासाठी जर तुम्ही नियमितपणे औषधं घेत असाल, तर शिबिरात येताना ती सोबत बाळगावीत. शिवाय, वातावरणानुसार गरम कपडे, स्वेटर, ब्लँकेटही आणावं.

पुणे शहरापासून १७ किलोमीटर अंतरावर अत्यंत निसर्गरम्य परिसरात मनन आश्रम वसलेला आहे. आश्रमात महिला आणि पुरुष यांच्या निवासाची स्वतंत्र व्यवस्था असून येथे जवळपास ८०० लोकांच्या राहण्याची व्यवस्था आहे. आपण हवाईमार्ग, हायवे किंवा रेल्वे अशा कोणत्याही मार्गाने पुण्यात येऊ शकता.

मनन आश्रम : मनन आश्रम, पुणे, सर्व्हे नं. ४३, सणस नगर, नांदोशी गाव, किरकटवाडी फाटा, तालुका- हवेली, जिल्हा-पुणे-४११०२४. फोन : 09921008060

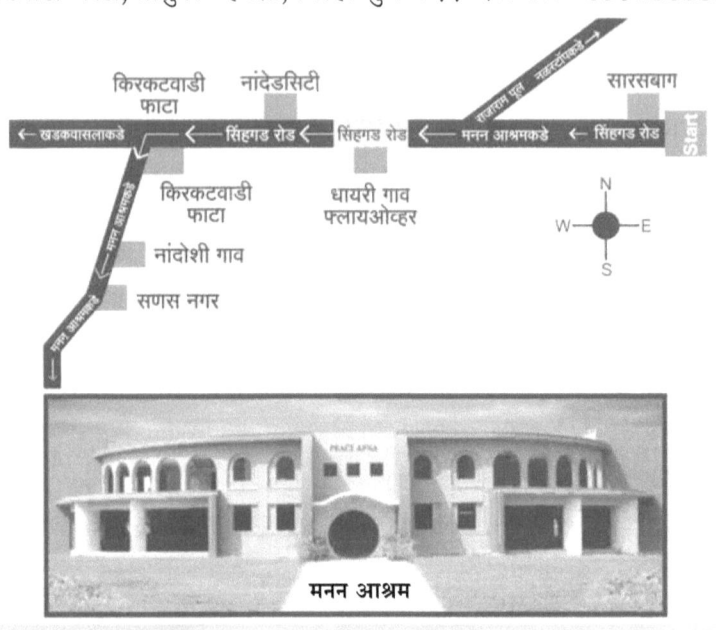

मनन आश्रम

आता एका क्लिकवर शिबिराची नोंदणी!

आता तुम्ही पुढील शिबिरांसाठी **ऑनलाइन** नोंदणी करू शकता.

महाआसमानी परमज्ञान शिबिर परिचय आणि लाभ (५ दिवसीय निवासी शिबिर)

मॅजिक ऑफ अवेकनिंग (केवळ इंग्रजी भाषिकांसाठी ३ दिवसीय महाआसमानी शिबिर)

आध्यात्मिक नींव स्थापना (किशोरवयीन मुलांसाठी मिनी महाआसमानी निवासी शिबिर)

 www.tejgyan.org

पृष्ठसंख्या : २४०
मूल्य : ₹ १८०

Also available in Hindi, English & Gujarati

संपूर्ण लक्ष्य
संपूर्ण विकासाची गुरुकिल्ली

निसर्गाचे नियम ज्यांना ज्ञात असतात ते आपल्या जीवनात छोटं लक्ष्य कधीच निश्चित करत नाहीत. ते महान, सर्वोच्च लक्ष्यच ठरवतात. हे लक्ष्य साध्य करण्यासाठी सूत्रबद्ध आखणी करतात. संपूर्ण विकासाचा राजमार्ग समजावून घेतात. संपूर्ण विकास म्हणजे शारीरिक, मानसिक, आर्थिक, सामाजिक आणि आध्यात्मिक या सर्वच पैलूंचा विकास. हा संपूर्ण विकासच आपल्याला संपूर्ण आत्मज्ञानाकडे, सर्वोच्च लक्ष्याकडे घेऊन जातो.

हे पुस्तक म्हणजे संपूर्ण विकास साध्य करण्याची गुरुकिल्लीच आहे.

पृष्ठसंख्या : १६८
मूल्य : ₹ १७५

Also available in Hindi

निःशब्द संवाद एक जादू
जीवन जगण्याचे 111 उपाय

आश्चर्य आणि आनंदाची इच्छा बाळगायला कोणाला आवडत नाही बरं? कारण प्रत्येक कार्यामागे मनुष्याला आनंदच हवा असतो. मात्र, या आनंदाच्या शोधादरम्यान त्याच्या मनात अनेक प्रश्न निर्माण होतात, ज्यांत अनेक विषयांचा समावेश असतो. जसं - * मानवी जीवनाचा खरा, मुख्य उद्देश काय? * भविष्याविषयी विचार करावा, की करू नये? * आयुष्यात यशप्राप्ती का आवश्यक आहे? * आजारी पडणं ही ईश्वराची इच्छा आहे का? * अध्यात्म कोणत्या लोकांसाठी आवश्यक आहे आणि का? * या जगात ईश्वर आहे का? जर असेल, तर मला त्याच्या अस्तित्वावर विश्वास का नाही? * ईश्वर भेदभाव का करतो? * कर्म, भक्ती, ध्यान आणि ज्ञान या मार्गांचा सार काय आहे?

अशा १११ विभिन्न प्रश्नांची उत्तरं वाचून आपल्याला केवळ आनंदच प्राप्त होणार नाही, तर सुख-दुःखापलीकडे असलेली तेज-शांती आपण मिळवाल.

पृष्ठसंख्या : १४४
मूल्य : ₹ १६०

Also available in Hindi

ईश्वर कोण मी कोण

आत्मसाक्षात्काराचा मार्ग

'मी कोण आहे...?' युगानुयुगांपासून मनुष्याला पडलेला प्रश्न! मनुष्य स्वतःला कधी शरीर मानतो, तर कधी मन. शिवाय एखादी नवकल्पना स्फुरताच तो म्हणतो, 'मी विचार केला.' म्हणजेच यावेळी तो स्वतःला बुद्धी मानत असतो. थोडक्यात, त्याच्या जाणिवांचं विश्व शरीर-मन-बुद्धीपुरतंच सीमित असतं. मग स्वतःच्याच संकुचित वृत्तीत अडकलेला मनुष्य सर्वोच्च आनंदाप्रत कसा बरं पोहोचू शकेल? तेच लोक या आनंदाचे धनी होऊ शकतात, जे स्व-चौकशीच्या आधारे स्वतःच्या असली अस्तित्वाचा प्रामाणिकपणे शोध घेतात. स्व-चौकशीच्या मार्गावर चालणारा मनुष्य मोहमायेचा भवसागर सहजतया पार करू शकतो.

आध्यात्मिक विश्वातील नवक्रांतीचा अनुभव घेण्यासाठी या पुस्तकाचा प्रत्येक सत्यप्रेमीने लाभ घ्यायलाच हवा.

पृष्ठसंख्या : २००
मूल्य : ₹ १५०

Also available in Hindi

कर्मसिद्धान्त

कर्म करण्याची कला

कर्म आणि फळ याचे शाश्वत सूत्र म्हणजेच कर्मसिद्धान्त. या कर्मसिद्धान्तामागे कोणते तत्त्व आहे? कर्माच्या फळाची इच्छा का करू नये? कर्मबंधनातून मुक्ती कशी मिळवता येईल? या आणि अशा अत्यंत मौलिक प्रश्नांची उत्तरे सरश्रींनी प्रस्तुत पुस्तकात दिली आहेत. हे केवळ पुस्तक नसून यशस्वी जीवन जगण्याची गुरुकिल्लीच आहे.

प्रस्तुत पुस्तक अभ्यासल्याने तुम्ही कर्म करण्याची कला आत्मसात कराल. शिवाय, सध्या करत असलेली कोणती चांगली कर्मं पुढे देखील करायला हवीत, याचं मार्गदर्शनही तुम्हाला प्राप्त होईल. आजवर सर्वसामान्य वाचकांना 'कर्म' हा विषय क्लिष्ट आणि गुंतागुंतीचा वाटत आलाय. पण सरश्री लिखित 'कर्मसिद्धान्त' हे पुस्तक वाचताच तुमच्यासमोर अनेक जटील प्रश्नांचा उलगडा होईल.

पृष्ठसंख्या : २६४
मूल्य : ₹ २५०

Also available in Hindi

दुःखात खुश राहण्याची कला

संवाद गीता

हे पुस्तक कहाणीच्या रूपात प्रस्तुत केलं आहे. यामध्ये एका दुःखग्रस्त माणसाची कहाणी सांगितली असून तो दुःखापासून मुक्त कसा होतो हे विशद केलं आहे. ही कहाणी प्रत्येकाबरोबर घडणारी आहे. सामान्य माणसाच्या जीवनात असणारं दुःख व त्यापासून मुक्तीचं रहस्य या कहाणीद्वारे आपणासमोर ठेवण्यात आलं आहे.

वास्तविक खुशी, आनंद हाच माणसाचा मूळ स्वभाव आहे. परंतु माणूस या रहस्यापासून अनभिज्ञ असल्यामुळे तो आनंदाच्या शोधात इतरत्र भटकत असतो. आनंदाने आनंदाचा शोध कसा घ्यावा ही कला आपणास हे पुस्तक शिकवेल. हे केवळ पुस्तक नसून तीस दिवसाचं शिबिर आहे. याचा उपयोग करून आपण निरंतर खुश राहण्याचा दृढ संकल्प करू शकाल.

पृष्ठ संख्या : १७६
मूल्य : ₹ १६०

Also available in Hindi

साहसी जीवन कसं जगाल

अशक्य कार्य शक्य कसं कराल

एका शूरवीर योद्ध्याला अत्यंत कठीण असे सात प्रश्न विचारण्यात आले. या प्रश्नांची उत्तरं शोधण्यासाठी त्याला कधी घनदाट अरण्यात प्रवास करावा लागला; तर कधी तप्त वाळवंटात पायपीट करावी लागली. कधी पर्वतांवर, डोंगरटेकड्यांवर चढावं लागलं; तर कधी अंधाऱ्या गुहेत ठेचकाळत शोध घ्यावा लागला. अखेरीस त्याला सात कठीण प्रश्नांची उत्तरं गवसली. कारण त्याच्याजवळ होती दोन शस्त्रं, 'साहस' आणि 'योग्य समज'. त्या योद्ध्याचं नाव, 'हातिम'.

वाचकहो, तुम्हालाही हातिमप्रमाणे शोधमोहीम हाती घ्यायची आहे. पण हे शोधकार्य तुम्हाला कोठे बाहेर करायचं नसून, ते तुमच्याच अंतर्यामी करायचं आहे. हातिमचा प्रवास तर अत्यंत खडतर होता; पण तुमची अंतर्यात्रा मात्र सुखद आणि सहज असणार आहे. कारण प्रस्तुत पुस्तकाच्या माध्यमातून तुम्हाला जीवनरूपी प्रवासातील समस्यांचा, आव्हानांचा सामना करण्यासाठी एकूण चौदा सूत्रं लाभणार आहेत.

तेजज्ञान फाउण्डेशन के नए
YouTube - "Happy Thoughts Channel" पर
'संपूर्ण जीवन दर्शन-365 सवाल' श्रृंखला का लाभ लें

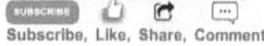

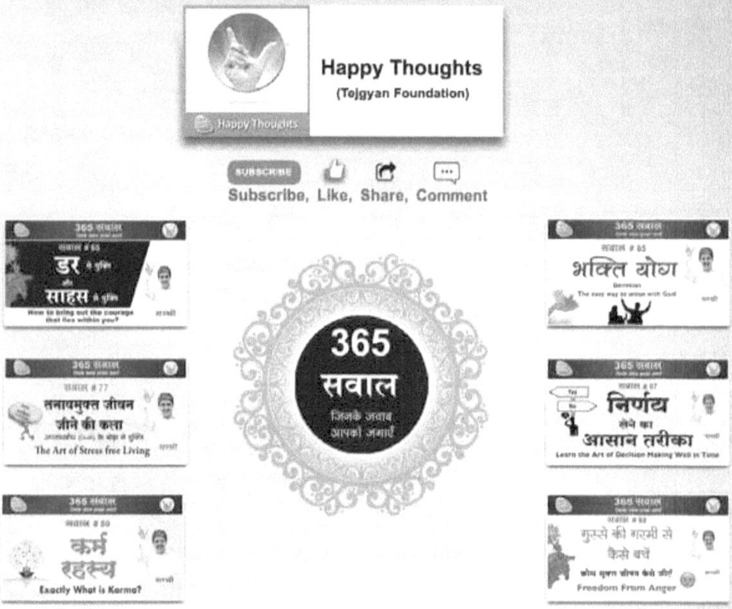

Subscribe, Like, Share, Comment

आत्मविकास से आत्मसाक्षात्कार
की यात्रा

'संपूर्ण जीवन दर्शन' यह 365 सवालों की श्रृंखला है
जो जीवन के सभी आयाम जैसे अध्यात्म, कर्म, भाग्य, ज्ञान, ध्यान, प्रार्थना,
भक्ति, जन्म, मृत्यु, क्षमा, स्वास्थ्य, समृद्धि, खुशी, रिश्ते-नाते, विकास,
सफलता इत्यादि सभी आयामों पर एक नई रोशनी डालती है।
365 सवालों की यह श्रृंखला आपको आत्मविकास से आत्मसाक्षात्कार
की मंज़िल तक पहुँचने में सहायता करेगी।

👉 "Happy Thoughts Channel" को आज ही सबस्क्राइब करें

तेजज्ञान इंटरनेट रेडिओ

तेजज्ञान इंटरनेट रेडिओद्वारे २४ तास ३६५ दिवस, सरश्रींच्या प्रवचन आणि भजनांचा लाभ घ्या. त्यासाठी पाहा लिंक –
http://www.tejgyan.org internetradio.aspx

विविध भारती F.M. वर दर रविवारी
सकाळी १०:०५ ते १०:१५ वा.

नोट : *या कार्यक्रमांच्या वेळेत बदल झाल्यास नोंद ठेवावी.*

www.youtube.com/tejgyan च्या साहाय्यानेदेखील
सरश्रींच्या प्रवचनांचा लाभ घेऊ शकता.
For online shoping visit us - www.tejgyan.org,
www.gethappythoughts.org

आपणास हवी असलेली पुस्तकं घरपोच मिळण्यासाठी मनीऑर्डर पाठवा.

ही पुस्तकं आमच्या खर्चाने रजिस्टर्ड पोस्ट, कुरिअर आणि व्ही.पी.पी.द्वारे पाठवली जातील. त्यासाठी खालील पत्त्यावर संपर्क साधावा.

वॉव पब्लिशिंग्ज् प्रा. लि.

*रजिस्टर्ड ऑफिस : E- 4, वैभव नगर, तपोवनमंदिराजवळ, पिंपरी, पुणे –४११०१७

* पोस्ट बॉक्स नं. ३६, पिंपरी कॉलनी, पोस्ट ऑफिस, पिंपरी–पुणे – ४११०१७

फोन नं. : 09011013210 / 9623457873

आपण पुस्तकांची ऑर्डर ऑनलाईनही देऊ शकता.

लॉग इन करा – www.gethappythoughts.org

३०० रुपयांहून अधिक किमतीची पुस्तकं मागवल्यास १०% सूट मिळेल आणि डिलिव्हरी फ्री.

तेजज्ञान फाउंडेशनच्या मुख्य शाखा

- **पुणे :** (रजिस्टर्ड ऑफिस)
  विक्रांत कॉम्प्लेक्स, तपोवन मंदिराजवळ,
  पिंपरी, पुणे : 411 017.
  फोन : (020) 27412576, 27411240
- **मनन आश्रम :**
  सर्व्हे नं. ४३, सणस नगर, नांदोशी गांव,
  किरकटवाडी फाटा, तालुका : हवेली,
  जि. पुणे : 411 024. फोन : 09921008060

---

e-books

The Source • Complete Meditation • Ultimate Purpose of Success • Enlightenment • Inner Magic • Celebrating Relationships • Essence of Devotion • Master of Siddhartha • Self Encounter and many more.
Also available in Hindi at gethappythoughts.org

Free apps

U R Meditation & Tejgyan Internet Radio on all platforms like Android, iPhone, iPad and Amazon

e-magazines

'Yogya Aarogya' & 'Drushtilakshya'
emagazines available on www.magzter.com

e-mail

mail@tejgyan.com

website
www.tejgyan.org, www.gethappythoughts.org

*** नम्र निवेदन ***

विश्वशांतीसाठी लाखो लोक दररोज सकाळी आणि रात्री ९:०९ मिनिटांनी प्रार्थना करत आहेत. कृपया, आपणही यामध्ये सहभागी व्हा.

मृत्यू, अंत नव्हे वाटचाल... पारदूचं रहस्य / १८४

www.ingramcontent.com/pod-product-compliance
Lightning Source LLC
LaVergne TN
LVHW040146080526
838202LV00042B/3037
* 9 7 8 8 1 8 4 1 5 4 4 5 0 *